भारतीय प्रबोधन आणि तर्कतीर्थ लक्ष्मणशास्त्री जोशी

संपादक - रवींद्र पाटील

Made with ♥ on the Notion Press Platform
www.notionpress.com

तर्कतीर्थ लक्ष्मणशास्त्री जोशी यांना ....

अनुक्रमणिका

संपादक मंडळ ix

प्रस्तावना xi

ऋणनिर्देश, पावती xiii

1. दीनमित्रमधील तर्कतीर्थ लक्ष्मणशास्त्री जोशी यांचे हिंदुधर्मविषयक चिंतन - संदीप हरिभाऊ शिरसाठ 1
2. तर्कतीर्थ लक्ष्मणशास्त्री जोशी यांच्या लेखनातील 'संस्कृती'ची संकल्पना - प्राची सुभाष गिरी 14
3. तर्कतीर्थ लक्ष्मण शास्त्री जोशी यांच्या लेखनातील तत्वज्ञान आणि व्यवहार यांची सांगड - दीपाली आत्माराम धावणे 29
4. भारतीय संस्कृतीचे एक भाष्यकार: तर्कतीर्थ लक्ष्मणशास्त्री जोशी - बेबी केशव खोरणे 45
5. तर्कतीर्थ लक्ष्मणशास्त्री जोशी आणि बौद्ध धर्म: विवेकवादी व ऐतिहासिक पुनर्मंथन - डॉ. अभिलाषा राऊत 51
6. तर्कतीर्थ लक्ष्मणशास्त्री जोशी आणि पुरोगामी महाराष्ट्राची जडणघडण - प्रा. डॉ. दिलीप तुकाराम कदम 60
7. तर्कतीर्थ लक्ष्मणशास्त्री जोशी - आधुनिक महाराष्ट्राचे ज्ञानमहर्षी - प्रा. रवींद्र गोविंदराव पाटील 66
8. तर्कतीर्थ लक्ष्मणशास्त्री जोशींच्या लेखनातील संस्कृतीची संकल्पना - प्रा. डॉ. चांगुणा विठ्ठल कदम 76
9. तर्कतीर्थ लक्ष्मणशास्त्री जोशी यांचे हिंदू धर्मविषयक विवेचन - सिंधू निवृत्ती लोणकर 88
10. विज्ञानानिष्ठा आणि बुद्धिप्रामाण्यवाद: तर्कतीर्थांचा विचारप्रवास - सुवर्णलता भरतव ठाकूर 93
11. तर्कतीर्थ लक्ष्मणशास्त्री जोशी यांची विज्ञाननिष्ठा - डॉ. गायकवाड 97

अनुक्रमणिका

गौरी हेमकांत

12. जातिव्यवस्था आणि अस्पृश्यता निर्मूलनासाठी तर्कतीर्थ लक्ष्मणशास्त्री जोशी यांचे वैचारिक व व्यवहारिक योगदान : - अश्विनीकुमार सखाराम साबळे 101

13. तर्कतीर्थ लक्ष्मणशास्त्री जोशी : ज्ञानलोकशाही, धर्ममीमांसा आणि आधुनिक महाराष्ट्रातील सार्वजनिक बुद्धिजीवित्व - डॉ. अभिजीत ए. पंडित 107

14. तर्कतीर्थ लक्ष्मणशास्त्री जोशी यांच्या विचाराचे तात्त्विक अधिष्ठान - राहुल साळवे 120

15. तर्कतीर्थ लक्ष्मण शास्त्री जोशी यांचे विचारपद्धतीशास्त्र- एक आढावा - प्रा. अनंत निकम 124

16. तर्कतीर्थ लक्ष्मणशास्त्री जोशी यांचे 'संस्कृती' चिंतन - डॉ. लक्ष्मण गजानन गणगे 131

17. तर्कतीर्थ लक्ष्मणशास्त्री जोशी यांचे तात्त्विक विचार - भगवान राजेभाऊ गंडे 142

18. तर्कतीर्थ लक्ष्मणशास्त्री जोशी यांच्या दृष्टीतून कवी बा. भ. बोरकर - डॉ. विठ्ठल शंकर केदारी 148

19. मराठी वैचारिक साहित्याला तर्कतीर्थांनी दिलेले योगदान - प्रा. शुभांगी किशोर लामसोगे 156

20. तर्कतीर्थ लक्ष्मणशास्त्री जोशी यांच्या तत्त्वज्ञानाचा वर्तमान भारतीय समाजावर प्रभाव - बंडू भाऊसाहेब पाटेकर 163

21. तर्कतीर्थांचे हिंदूधर्म संकल्पनेविषयी विचार - मनीषा जाधव 171

22. भारतीय संस्कृतीचा पुनर्विचार : लक्ष्मणशास्त्री जोशी यांचा दृष्टीकोन - डॉ. मनोज उत्तमराव पाटील 177

अनुक्रमणिका

23. तर्कतीर्थ जोशी यांच्या लेखनातील संस्कृतीच्या संकल्पनेचे पैलू - प्रा.थविल कलावती जयवंत 183

24. भारतीय राष्ट्रवाद, लोकशाही आणि धर्मनिरपेक्षता यावर तर्कतीर्थ लक्ष्मणशास्त्री जोशी यांची तात्त्विक भूमिका - उज्ज्वला मधु खोब्रागडे 188

25. जातीव्यवस्था आणि राजपूत समाजातील समस्या : तर्कतीर्थ लक्ष्मणशास्त्री जोशी यांचे वैचारिक व व्यावहारिक उपाय - राजपूत विलास भरतसिंग 197

26. जातिव्यवस्था आणि अस्पृश्यता निर्मूलनासाठी तर्कतीर्थांने मांडलेले वैचारिक आणि व्यावहारिक विचार - रत्नमाला देवराव पहिलवान 202

27. A Critical Examination Of Tarkateertha Lakshmanshastri Joshi's Philosophy Of Dharma: Modernity, Marxism, And The Jain Critique - Rupesh R. Madkar 208

28. Caste, Religion And Social Change: A Comparative Sociological Analysis Of Dr.B.R. Ambedkar & Tarkteerth Lakshmanshastri Joshi - Dr.Vidya M. Ingole 231

29. Tarkateertha Laxmanshastri Joshi: A Synthesis Of Tradition And Modernity - Dr. Bhagwat C. Patil 250

30. The Cohesion Between Modernity And Tradition In The Thought Of Tarkateerth Lakshmanshastri Joshi - Dr.Rajkumar Kadam 256

संपादक मंडळ

प्रस्तावना

तर्कतीर्थ लक्ष्मणशास्त्री जोशी हे विसाव्या शतकातील भारतीय प्रज्ञावंतांपैकी एक अग्रगण्य नाव. त्यांच्या शतकोत्तर रौप्य महोत्सवी जयंतीनिमित्त, त्यांच्या अलौकिक कार्याला आणि दूरदृष्टीला आदरांजली वाहण्यासाठी, "भारतीय प्रबोधन आणि तर्कतीर्थ लक्ष्मणशास्त्री जोशी" या शीर्षकाखाली विविध संशोधकांनी लिहिलेल्या शोधनिबंधांचे हे पुस्तक प्रकाशित करताना आम्हाला अत्यंत आनंद होत आहे. भारतीय प्रबोधनाचा काळ हा आपल्या सांस्कृतिक आणि वैचारिक इतिहासातील एक महत्त्वाचा टप्पा होता, जिथे परंपरांचे पुनर्मूल्यांकन करून आधुनिकतेचा स्वीकार करण्याची गरज होती. याच काळात तर्कतीर्थांनी आपल्या अफाट बुद्धिमत्तेने आणि निस्पृह विचारांनी समाजाला दिशा दिली. त्यांचे विचारधन आणि त्यांचे योगदान नव्या पिढीपर्यंत पोहोचावे, या उद्देशाने हा ज्ञानयज्ञ आम्ही करत आहोत.

लक्ष्मणशास्त्री जोशी हे केवळ एक विद्वान नव्हते, तर ते भारतीय विचारविश्वातील एक दीपस्तंभ होते. त्यांनी प्राचीन भारतीय ज्ञानपरंपरांचा सखोल अभ्यास केला, त्याचबरोबर आधुनिक पाश्चात्त्य विचारप्रवाहांचाही चिकित्सकपणे स्वीकार केला. परंपरा आणि आधुनिकता यांच्यातील सुसंवाद साधत त्यांनी भारतीय समाजाला प्रगतीकडे नेण्याचा मार्ग दाखवला. त्यांचे कार्य हे केवळ तात्त्विक पातळीवर मर्यादित नव्हते, तर ते सामाजिक आणि सांस्कृतिक परिवर्तनाचेही एक महत्त्वाचे साधन होते. आपली परंपरा समजून घेऊन तिचे मूल्यमापन करावे, कालबाह्य झालेल्या रूढींचा त्याग करावा आणि नव्या विचारांना आत्मसात करून एक सशक्त व प्रगतशील समाज घडवावा, हे त्यांच्या कार्याचे मुख्य सूत्र होते. 'तर्कतीर्थ' ही पदवी त्यांना त्यांच्या तार्किक, चिकित्सक आणि निष्पक्ष बुद्धिमत्तेमुळे मिळाली, जी त्यांनी आयुष्यभर जपली आणि आपल्या प्रत्येक कृतीतून सिद्ध केली.

त्यांच्या कार्याचे अनेक आयाम होते, जे आजही अभ्यासकांना प्रेरणा देतात. 'धर्मकोश' हा त्यांचा एक महत्त्वाचा प्रकल्प, जो केवळ एक शब्दकोश नसून भारतीय धर्मांचे, दर्शनांचे आणि तात्त्विक विचारांचे एक ज्ञानकोश आहे. या कोशातून त्यांनी भारतीय संस्कृतीच्या विविध पैलूंचे सखोल आणि तटस्थ विश्लेषण केले. सामाजिक सुधारणांच्या बाबतीतही ते नेहमीच अग्रेसर होते. जातीय भेदभावाला विरोध, स्त्रियांच्या समान हक्कांसाठी समर्थन, आणि

अंधश्रद्धा निर्मूलन यांसारख्या मुद्द्यांवर त्यांनी केवळ भूमिका घेतली नाही, तर त्या भूमिकांना शास्त्रीय आणि तार्किक आधार देण्याचा प्रयत्न केला. त्यांच्या लेखनातून आणि भाषणातून भारतीय समाजाला आत्मपरीक्षणाची आणि आत्मविश्वासाची प्रेरणा मिळाली. त्यांनी केवळ समस्यांवर बोट ठेवले नाही, तर त्या सोडवण्यासाठी विचारप्रवर्तक उपाययोजनाही सुचवल्या.

या पुस्तकात समाविष्ट असलेले विविध संशोधकांचे शोधनिबंध तर्कतीर्थांच्या कार्याचे विविध पैलू उलगडून दाखवतात. त्यांचे विचार, त्यांची कार्यपद्धती, भारतीय प्रबोधनातील त्यांचे स्थान, आणि आजच्या काळातही त्यांचे विचार किती प्रासंगिक आहेत यावर हे शोधनिबंध सखोल प्रकाश टाकतात. काही लेखकांनी त्यांच्या तात्त्विक योगदानाचे, विशेषतः अद्वैत वेदांतावरील त्यांच्या विचारांचे विश्लेषण केले आहे, तर काहींनी त्यांच्या सामाजिक, सांस्कृतिक आणि राजकीय विचारांवर भर दिला आहे. हे पुस्तक केवळ तर्कतीर्थांच्या कार्याची ओळख करून देत नाही, तर त्यांच्या विचारांवर अधिक सखोल चिंतन करण्यासाठी आणि त्यावर चर्चा घडवून आणण्यासाठी एक व्यासपीठ निर्माण करते. या शोधनिबंधांमुळे तर्कतीर्थांच्या कार्याकडे पाहण्याचा एक नवा दृष्टिकोन मिळतो आणि त्यांच्या बहुआयामी व्यक्तिमत्त्वाची अधिक स्पष्ट कल्पना येते. हे संकलन भविष्यातील संशोधकांसाठी एक महत्त्वाचे संदर्भ साहित्य ठरेल अशी आम्हाला खात्री आहे.

तर्कतीर्थ लक्ष्मणशास्त्री जोशी यांचे विचार आजही आपल्या समाजासाठी मार्गदर्शक आहेत. जागतिकीकरणाच्या आणि माहिती तंत्रज्ञानाच्या युगात आपली सांस्कृतिक ओळख जपताना आणि प्रगती साधताना त्यांच्यासारख्या दूरदृष्टीच्या विचारवंतांचे मार्गदर्शन अत्यंत आवश्यक आहे. हे पुस्तक वाचकांना तर्कतीर्थांच्या विचारांशी जोडून घेण्यास, त्यांच्या कार्याचा यथोचित गौरव करण्यास आणि भविष्यातील संशोधनासाठी प्रेरणा देण्यास मदत करेल अशी आम्हाला आशा आहे. या महत्त्वपूर्ण ग्रंथासाठी शोधनिबंध लिहून आपले बहुमोल योगदान दिलेल्या सर्व संशोधकांचे, तसेच या प्रकल्पाला यशस्वी करण्यासाठी अप्रत्यक्षपणे मदत केलेल्या सर्वांचे आम्ही मनःपूर्वक आभार मानतो.

- संपादक

ऋणनिर्देश, पावती

इतिहास विभाग, शासकीय ज्ञान विज्ञान महाविद्यालयातील सर्व सहकारी तसेच IQAC तील सर्व सदस्य सहकारी यांनी वेळोवेळी मदत केली, महाविद्यालयाचे तत्कालीन प्राचार्य डॉ. नवल थोरात सर, डॉ. पंकजा वाघमारे (सहसंचालक, उच्च शिक्षण, छ. संभाजीनगर) व विद्यमान प्राचार्य डॉ. वैशाली संतोष देशमुख यांच्या मार्गदर्शनामुळे हे पुस्तक प्रकाशित होत आहे, या सर्वांचे खूप खूप आभार आणि धन्यवाद!

1

दीनमित्रमधील तर्कतीर्थ लक्ष्मणशास्त्री जोशी यांचे हिंदुधर्मविषयक चिंतन - संदीप हरिभाऊ शिरसाठ

1.प्रस्तावना (Introduction)

१९ व्या शतकातील भारतीय प्रबोधन (Indian Renaissance) ही पाश्चात्य शिक्षण, विज्ञान आणि मानवतावादाच्या प्रभावातून निर्माण झालेली एक बौद्धिक, सामाजिक आणि धार्मिक जागृती चळवळ होती.भारतीय सांस्कृतिक परंपरेत धर्म हा केवळ आध्यात्मिक किंवा वैयक्तिक श्रद्धेचा विषय नसून सामाजिक, नैतिक आणि वैचारिक जीवनाचा केंद्रबिंदू राहिला आहे. विशेषतः एकोणिसाव्या आणि विसाव्या शतकात भारतीय समाजात घडलेल्या सामाजिक व धार्मिक परिवर्तनांच्या प्रक्रियेमुळे धर्माच्या स्वरूपाचे पुनर्मूल्यांकन करण्याची गरज प्रकर्षाने जाणवू लागली. या भारतीय प्रबोधनयुगात आणि परिवर्तन प्रक्रियेत विविध समाजसुधारक, विचारवंत आणि प्रबोधनपर वृत्तपत्रांनी महत्त्वपूर्ण भूमिका बजावली आहे.

१९ व्याशतकाच्या उतरार्धात व २०व्या शतकामध्ये दीनमित्र हे वृत्तपत्र बहुजन समाजाच्या प्रबोधननाचे व सत्यशोधकीय विचारधारेतील एक ग्रामीण भागातील एक प्रभावी वैचारिक व्यासपीठ म्हणून उदयास आले. या माध्यमातून सामाजिक प्रश्न, धर्मविषयक मुद्दे, तसेच आधुनिकतेच्या संदर्भात पारंपरिक मूल्यांचे परीक्षण यांसंबंधी सखोल चर्चा घडून आली. दीनमित्र मधील लेखनातून धर्माच्या तत्त्वांचे चिकित्सक विश्लेषण करण्यात आले असून, त्यातून समाजप्रबोधनाचा स्पष्ट हेतू दिसून येतो.

या संदर्भात तर्कतीर्थ लक्ष्मणशास्त्री जोशी यांचे योगदान विशेष उल्लेखनीय आहे. त्यांनी हिंदू धर्माचे विवेचन करताना तर्क, विवेक आणि मानवतावादी दृष्टिकोन यांना केंद्रस्थानी ठेवले. त्यांच्या मते धर्म हा अंधश्रद्धा, कर्मकांड किंवा रूढीपरंपरांचा,अस्पृशता अंधानुकरण करणारा घटक नसून तो समाजकल्याण आणि नैतिक मूल्यांच्या उन्नतीसाठी कार्य करणारा सजीव विचारप्रवाह असावा. दीनमित्र मधील त्यांच्या संकीर्ण लेखातून त्यांनी हिंदू धर्मातील जड झालेल्या धर्माची मूळ तत्त्वे ,कर्मकांड, जातिभेद आणि सामाजिक विषमता यांवर टीका केली आहे.

जोशी यांच्या धर्मविषयक चिंतनात आधुनिकतेचा स्वीकार आणि परंपरेचे चिकित्सक पुनर्मूल्यांकन यांचा समन्वय आढळतो. त्यांनी धर्माला स्थिर आणि अपरिवर्तनीय न मानता तो कालसापेक्ष व समाजानुरूप बदलणारा घटक मानला. त्यामुळे त्यांच्या विचारांमध्ये तर्कप्रधानता, वैज्ञानिक दृष्टीकोन आणि सामाजिक बांधिलकी यांचे संतुलित दर्शन घडते.

प्रस्तुत शोध'निबंध उद्देश दीनमित्र मधील तर्कतीर्थ लक्ष्मणशास्त्री जोशी यांच्या हिंदुधर्मविषयक चिंतनाचा सखोल अभ्यास करणे हा आहे. या अभ्यासातून त्यांच्या विचारांची वैशिष्ट्ये, त्यांचा सामाजिक व सांस्कृतिक परिणाम, तसेच आधुनिक भारतीय समाजाच्या घडणीत त्यांचे योगदान यांचा शोध घेण्याचा प्रयत्न करण्यात येणार आहे.

2. महत्वाचे शब्द- मानवतावाद, हिंदुधर्म, दीनमित्र, सत्यशोधक चळवळ, सामाजिक विषमता ,अंधश्रद्धा, कर्मकांड

3. संशोधन उद्दिष्टे (Objectives)

१. तर्कतीर्थ लक्ष्मणशास्त्री जोशी यांच्या दीनमित्रमधील हिंदुधर्मविषयक विचारांचा अभ्यास करणे

२.दीनमित्रमधील तर्कतीर्थ लक्ष्मणशास्त्री जोशी यांचे लेखांचे विश्लेषण करणे

३. दीनमित्रमधील तर्कतीर्थ लक्ष्मणशास्त्री जोशी यांचे हिंदुधर्मविषयक विचारांचा महत्व विशद करणे.

4. संशोधन प्रश्न (Research Questions)

१.दीनमित्रमधील हिंदुधर्मविषयक लेखातून हिंदू धर्माकडे कसे पाहतात?

२.सामाजिक विषमता ,अंधश्रद्धेबद्दल काय भूमिका घेतली?

३.धर्म आणि समाज यांचा संबंध त्यांनी कसा स्पष्ट केला?

5. संशोधन पद्धती (Methodology)

या संशोधनात खालील पद्धतींचा वापर करण्यात आला आहे:

१.ऐतिहासिक-विश्लेषणात्मक पद्धत – 'दीनमित्र'च्या निवडक अंकांचा ऐतिहासिक संदर्भात अभ्यास.

२.आशय विश्लेषण (Content Analysis) – धार्मिक चिकित्सा, अंधश्रद्धा विरोध, सामाजिक समता आणि मानवतावाद या श्रेणींमध्ये लेखांचे वर्गीकरण.

6.तर्कतीर्थ लक्ष्मणशास्त्री जोशी यांचे जीवन व कार्य-

धुळे जिल्ह्यातील पिंपळनेर गावात तर्कतीथाचा जन्म २७ जानेवारी १९०१ मध्ये झाला. गाव सनातनी होते. त्यांच्या आई चंद्रभागा त्यांच्या बालपणीच वारल्या. वडील बाळाजी आणि माहेरी कायम परतून आलेल्या बहिणीने त्यांचा प्रतिपाळ केला. त्याचे मोठे बंधू आयुर्वेदाचार्य वेणीमाधवशास्त्री हे होते. त्यांचे शिक्षण प्राज्ञपाठशाळेत वाई येथे काही काळ झाले. पारंपरिक शिक्षणात वेद, उपनिषदें, आरण्यके, पुराणे, स्मृती, रामायण, महाभारत असे प्राचीन साहित्य त्यांनी सहज आत्मसात केले. कलकत्त्यालाही पुढे ते शिकले. तेथील संस्कृत पाठशाळेची 'तर्कतीर्थ' ही पदवी त्यांना मिळाली. वाराणसीलाही तीन वर्षे राहून अध्ययन केले. पुढे सामाजिक, राजकीय जीवनातही भाग घेतला होता. कायदेभंगाच्या चळवळीत भाग घेतल्याने त्यांना दोनदा कारावासही झाला होता. (१९३०-१९३२). तर्कतीर्थ जोशी यांनी सामाजिक, राजकीय, सांस्कृतिक, धार्मिक अशा अनेक अंगाने महाराष्ट्र व देश पातळीवर कार्य केले आहे. ते मानवेंद्रनाथ रॉय यांच्या पक्षाचे सदस्य होते. काँग्रेसपक्षाशीही त्यांचा संबंध होता. गांधीजींचाही सहवास त्यांना लाभला होता. गांधींच्या अस्पृश्यता निवारणाच्या चळवळीला तर्कतीर्थांनी धर्मग्रंथांच्या आधारे समर्थनही दिल होते. धर्मनिर्णय मंडळाच्या धर्मसुधारणेच्या कार्यात त्यांचा मोलाचा वाटा होता. हिंदुधर्मविषयक वेदांपासून एकोणिसाव्या शतकापर्यंत असलेल्या माहितीचा, ग्रंथांचा आढावा घेऊन धर्मकोशाचे प्रचंड कार्य त्यांच्या नेतृत्वाखाली (संपादकत्व) झाले हे सर्व विदित आहे. धर्मकोश हा हिंदुधर्म या नावाने रूढ असलेल्या धर्मान्तर्गत सर्व धार्मिक

मूळ ग्रंथांचा एकमेव असा ज्ञानकोश आहे. असे सांगितले जाते.'विचारसरणी लक्ष्मणशास्त्री जोशी हे एक प्रसिद्ध विद्वान आणि 'मराठी विश्वकोशा'चे मुख्य संपादक होते. त्यांनी आपल्या विचारांतून सनातनी धर्मातील अनिष्ट प्रथांवर तर्कशुद्ध टीका केली होती.

7.दीनमित्र मधील संकीर्ण लेखन-

१९व्या शतकामध्ये महाराष्ट्राच्या प्रबोधन चळवळीतील या कालखंडातील एक वैशिष्टचपूर्ण व इतर सर्वसाधारण पत्रांपेक्षा सर्वस्वी निराळे पत्र म्हणून ग्रामीण भागात सत्यशोधक विचाराचे वृतपत्र म्हणून 'दीनमित्र'चा उल्लेख केला पाहिजे.सत्यशोधक कृष्णराव भालेकरांच्याच प्रेरणेने गणपतराव पाटील यांनी १८८८ साली' दीनमित्र' नावाचे मासिक सुरू केले. पुढे काही दिवस साप्ताहिक म्हणूनही ते चालविले. पण ते न जमल्यामुळे पुन्हा मासिकात त्याचे रूपांतर करण्यात आले.' दीनमित्रा 'च्या प्रत्येक अंकात लेखाशी संबंधित असे चित्रही देण्यात येत असे. " अनेक कररूपी जळवा लागल्या आहेत असा शेतकरी ! शेतकऱ्याच्या घरात कर्जाचे उंटाचे पिलू शिरले आणि त्याने मग शेतकऱ्याचे घर पाडले असे शेत करी कुटुंब ! शेतकऱ्यांच्या मानगुटीवर ग्रामाधिकारी, त्यांच्या मानेवर सरकारी अधि-कारी असा भारावलेला शेतकरी वगैरे चित्रे" या मासिकात प्रसिद्ध झाली होती. परंतु ८ ऑक्टोबर १८९२ रोजी वयाच्या अवध्या २७ व्या वर्षी गणपतरावांचे निधन झाले व मासिक बंद पडले. पाटील यांचे निधन झाल्यावर, भालेकरांनी आपल्या मुलाला पाटलांच्या विधवेच्या म्हणजे आपल्या बहिणीच्या मांडीवर दत्तक दिले. हा मुलगा म्हणजेच 'दीनमित्र 'कार मुकुंदराव गणपतराव पाटील हे होत.' सत्यशोधक मुकुंदराव पाटील यांनी दि. २३ नोव्हेंबर १९१० रोजी दीनमित्र या साप्ताहिकाचे पुनरुजीवन केले. प्रथम सोमठाणे नंतर तरवडी, जि. अहमदनगर या ५०० ते ६०० लोकवस्तीच्या ग्रामीण भागातून एकूण ५७ वर्षे या साप्ताहिक वृत्तपत्राचा अखंडपणे प्रवास सत्यशोधक विचारतत्त्वांनी झाला. या वृत्तपत्रामध्ये वैद्य मुरलीधर आबाजी क्षीरसागर (नातेपुते), जयराम नाना वैद्य, भीमराव जातोराव बनसोडे, बाबुराव सदाशिव मेहेत्रे, हरिभाऊ लक्ष्मण चव्हाण, महंत गोविंद महानुभाव, तर्कतीर्थ लक्ष्मणशास्त्री जोशी यासारख्या सत्यशोधक विचारांच्या व्यक्तींनचे दीनमित्र मध्ये संकीर्ण लेख प्रकाशित झाले. यात तर्कतीर्थ लक्ष्मणशास्त्री जोशी हे मराठीतील प्रख्यात तत्त्वज्ञ, धर्मचिंतक आणि समाजसुधारक होते. त्यांचे "दीनमित्र" या सत्यशोधकीय वृत्तपत्रामध्ये दि०९ मे १९३४ च्या अंकात "शास्त्र स्वच्छ करा" हा लेख त्यांचा प्रकाशित झाला. तर्कतीर्थ लक्ष्मण शास्त्री जोशी यांचे सत्यशोधक विचार हालेख २४ फेब्रुवारी १९३७ रोजी

प्रकाशित झाला तर लक्ष्मी-देवदास हा लेख १९ जुलै १९३३ रोजी प्रकाशित झाला तर या लेखामधून त्यांनी धर्म, समाज आणि नैतिकतेवर चिकित्सक विचार मांडले आहेत.

8.हिंदुधर्मविषयक चिंतन-

"तर्कतीर्थ लक्ष्मण शास्त्री जोशी यांनी हिंदू धर्माचे विवेचन करताना तर्क आणि विवेक यांना केंद्रस्थानी ठेवले. दीनमित्र मधील त्यांच्या लेखांमध्ये अंधश्रद्धा, कर्मकांड आणि सामाजिक विषमता यांच्यावर त्यांनी कठोर टीका केली आहे."

8.1 तर्कतीर्थ लक्ष्मण शास्त्री जोशी यांचे सत्यशोधक विचार

सुधागड येथे हरिजन सेवा संमेलन भरले होते या प्रसंगी तर्कतीर्थ लक्ष्मण शास्त्री जोशी यांनी समाज सुधारणे विषयी आणि एकंदरीत भारतीय समाजातील सामाजिक व धार्मिक जीवनाविषयी भाष्य केले. सामाजिक धार्मिक जीवनाविषयी भाष्य करताना ते म्हणाले की अस्पृश्यतेचा नरक हा आपल्या हिंदू समाजामध्ये अस्तित्वात आहे त्यामुळे उच्चवर्णीय लोक दंभाने व पावित्र्य मानाने गर्विष्ठ होऊन आपले कर्तव्य विसरलेले आहे. या लेखामध्ये त्यांनी मानव्याचा देवलाथावूनी पाषाणाचा देव राशी बाळगून अशी धर्माची प्रतिष्ठा मिळवणारे या धर्माला बोलवल्याशिवाय राहणार नाही सगळ्या जगाला आचरणाचा धडा या निमित्ताने ब्राह्मण समुदाय देईल का अशी म्हणून म्हटले होते. म्हणजे हे शुद्ध ब्राह्मणांनी खोटे पाडले आहे हे शूद्र खरे करण्याचा ब्राह्मणांनी थोडासा जरी प्रयत्न केला असता तर डॉ.धीरोदात्त वीरपुरुष डॉक्टर बाबासाहेब आंबेडकरानी मनुस्मृतीचे दहन केले नसते.

मनुस्मृतीची श्रेष्ठत्व आम्ही उच्चवर्णी यांनी आमच्या आचरणांनी झाकले आहे म्हणून मनस्मृती जाळण्याविषयी वाटणे असताना मी उच्चारणीय कर्तृत्वाने नीट बसवले नाही तर हेच होणार आहे.

8.1.1 धर्म व शास्त्र-

आम्ही लोक स्वार्थापुरते शास्त्र मानतो आणि आम्ही शास्त्रातील स्वार्थ झूगारला. अस्पृश्यता पाळणे हा धर्म आपणास कोणी शिकवला हा अधिकार कोणाचा आहे . या प्रश्नाच्या संदर्भाने स्मृती कारकांनी धर्म सांगण्याचा अधिकार हा शिष्ठाचा आहे असे म्हटले आहे. **शास्त्रीजींनी समाजातील वरिष्ठ वर्गाच्या आचरणावर आणि खऱ्या 'शिष्ठत्वा'वर भाष्य केले आहे**

- **खोटा शिष्ठ:** समाजात शिष्ठ कोणाला समजले जाते यावर त्यांनी टीका केली आहे. त्यांच्या मते, केवळ पगडी घातलेला, संस्कृत प्राकृत विद्या पढलेला

भरजरी कपडे (दुशाले) वापरणारा, चमचमीत जेवणारा ,विद्या पाठ असलेला किंवा दुसऱ्याच्या कष्टावर ऐषारामात जगणारा माणूस 'शिष्ठ' असू शकत नाही.

शिष्ट म्हणजे काय याविषयी तर कधी त्यांनी पुढील लक्षणे सांगितले सामाजिक व वैज्ञानिक विचार करून **खरा शिष्ठ कोण?**या प्रश्ना संबधित शास्त्रीजींच्या मते खऱ्या शिष्ठाची लक्षणे खालीलप्रमाणे आहेत:

- जो रात्रंदिवस सर्वांच्या योगक्षेमासाठी (कल्याणासाठी) झटतो.

ज्याला कोणताही लोभ नाही.

- जो लोकांच्या दुःखाची आणि परिस्थितीची जाण ठेवणारा (लोकज्ञ) आहे.
- जो गरजेपेक्षा जास्त संपत्तीचा संचय करत नाही (कुंभीधान्यक - म्हणजे गरजेपुरतेच धान्य साठवणारा).

असा अधिकार आणि असे चारित्र्य असणारे लोक समाजात फार थोडे आहेत, असे ते शेवटी नमूद करतात.

8.1.2 अस्पृश्यता निर्मूलन: अस्पृश्यतेचा उल्लेख समाजातील एका "नरकासारख्या" परिस्थितीसारखा केला आहे. उच्चवर्णीय लोक दंभाने वागून आपले कर्तव्य विसरले आहेत, असे मत यात मांडले आहे

8.1.3धार्मिक आणि तात्विक प्रबोधन-

दगडातला देव विरुद्ध माणसातील देव: "मानव्याचा देव लाथाडून पाषाणाचा देव उराशी बाळगणारे धर्माची प्रतिष्टा मिरविणारे बुडाल्याशिवाय राहणार नाहीत" अशा शब्दांत बाह्यकर्मकांडावर टीका करण्यात आली आहे. जिवंत मानवातील चैतन्य ओळखणे हाच खरा धर्म असल्याचे यात सुचवले आहे.

8.1.4 मनुस्मृती आणि सामाजिक विषमता:

शूद्र आणि ब्राह्मण हे भेदभाव मानवनिर्मित आहेत आणि शूद्र हे ब्राह्मणांनी खोटे पाडले आहेत. जरी मोठा प्रयत्न केला गेला तरी ही विषमता नैसर्गिक नाही. डॉ. बाबासाहेब आंबेडकरांचा गौरवपूर्ण उल्लेख आहे. त्यांना "वीरपुरुष" असे संबोधले असून, समाजातील ही विषमता आणि अन्यायकारक कायदे नष्ट करण्यासाठी डॉ. आंबेडकरांना 'मनुस्मृती' जाळण्याची गरज का वाटली, याचे

समर्थन किंवा त्यामागची भूमिका यात मांडलेली दिसते

8.2 लक्ष्मी-देवदास विवाह-

8.2.1 वर्णधर्म संबंधी विचार-

हिंदुधर्मशास्त्राच्या दृष्टीने 'अस्पृश्यता निवारण' चर्चेसाठी तर्कतीर्थ लक्ष्मण शास्त्री जोशी यांना गांधीजींनी सनातन्यांशी चर्चा करण्यासाठी व विचार-विनिमयासाठी बैठक बोलावली. त्यावेळी सनातन्यांनी गांधीजींना हिंदुधर्माच्या अनेक सिद्धांतांविषयी विचारणा केली. त्यावेळी गांधीजींनी गुजरात विद्यापीठाचे आचार्य 'वा. काका कालेलकर' यांच्याद्वारे प्रस्तुत विवाहाचे पौरोहित्य करण्यासाठी त्यांना बोलावले .या प्रसंगी १९३२ मध्ये अस्पृश्यता निवारण्यासाठी महात्मा गांधींना धर्मशास्त्रीय आधार दिला तो तर्कतीर्थांनीच. शिवाय महात्मा गांधींनी लक्ष्मी-देवदास यांचा (१६ जून १९३३) आंतरजातीय विवाह त्यांच्या पौरोहित्याखाली लावून दिला. गांधीपुत्र देवदास आणि राजगोपालाचारी कन्या लक्ष्मी दोन्ही अनुक्रमे वैश्य आणि ब्राह्मण होते. हा विवाह लावण्याचे इतर सनातनी व्युत्पन्न पंडितांनी 'अधर्म्य' म्हणून नाकारले होते. गांधींनी तर्कतीर्थांना या विवाहासाठी शास्त्राधार मागितला. यावर लक्ष्मणशास्त्रींनी गांधींची मूल्ये, आचार राजगोपालाचारींप्रमाणेच आहेत; त्यामुळे वर्णदेखील समान मानावे लागतील असे सांगितले आणि हा विवाह त्यांनी स्वतः धर्मनिर्णयमंडळाच्या संस्कारविधीनुसार लावला. आणखी पुढे या विवाहाबद्दल स्पष्टीकरण असे. महाभारताचा दाखला देत तर्कतीर्थांनी जातिव्यवस्था काल्पनिक आहे, वर्णव्यवस्था कर्ममूलक आहे असे सांगितले.व पुढील प्रमाणे विचार मांडले.

१.श्रीदेवदास बालपणापासून ब्राह्मण झाले नाहीत, ते शीलाने आणि निष्ठेने ब्राह्मण आहेत. उपनयनादि संस्काराचा दोष धरणार नाही.

२. गांधी व राजगोपालाचारी यांचे कुल संस्कृतीच्या दृष्टीने समान योग्यतेचे आहे. त्यांचे आचार-विचार व राहणी सारखी आहे.

३. देवदास जातीने नव्हे पण 'कर्माने' ब्राह्मण आहेत.

४.श्री. राजगोपालाचारी 'आपस्तंब' शाखेचे आहेत. म्हणून कन्यादान हे शास्त्रप्रमाणे केले व पुढील प्रयोग 'आश्वलायन' सूत्राप्रमाणे केला.

प्रचलित हिंदू समाज 'वर्णव्यवस्थेच्या' तत्त्वावर पूर्णपणे उभारलेला नाही.'जातीसंस्था' हेच हिंदू समाजाचे आजचे मुख्य लक्षण झाले आहे. जातींच्या व्यवस्थेपेक्षा निराळी संस्था झाली आहे. वर्णधर्माचे व आश्रम धर्माचे योग्य रीतीने परिपालन व्हावे अशी नियामक शक्ती कित्येक शतके हिंदू समाजात राहिलेली

नाही. ब्राह्मण म्हणून समजल्या जाणाऱ्यांनी राज्ये केली, कृषीकर्म, वाणिज्य, शिल्प व परिचर्या केली व करीत आहोत. शूद्रांनी व पारद, पल्लव, शक, यवन, हूण आदि इत्यादींनी साम्राज्यावर/समाजावर राज्ये गाजविली.

धर्म व जाती यांचा नियतसंबंध हजारो वर्षे नाहीसा झालेला आहे. वर्णाभिमान शिल्लक आहे व वर्णधर्माची दुर्दशा झाली आहे.सदाचरण, कर्म आणि वर्ण व्यवस्था यांच्यातील संबंधावर प्रकाश टाकते. यात विविध प्राचीन ग्रंथांच्या आधारे असे स्पष्ट केले आहे की, व्यक्तीचा वर्ण हा केवळ जन्मावर नाही, तर त्याच्या कर्मावर आणि आचरणावर अवलंबून असतो.

8.2.2 कर्मावर आधारित वर्ण: जर एखाद्या उच्च कुळातील व्यक्तीचे आचरण (शील आणि व्यवहार) वाईट असेल, तर त्याचे कुल अधःपतित होते. याउलट, जर एखाद्या कनिष्ठ मानल्या जाणाऱ्या कुळातील व्यक्तीचे सदाचरण श्रेष्ठ असेल, तर ती व्यक्ती ब्राह्मणत्वास प्राप्त होऊ शकते.

- यज्ञवल्क्य स्मृतीचा संदर्भ: यात स्पष्ट म्हटले आहे की, "कर्मात बदल झाल्यास कर्माप्रमाणे वर्ण होतो."
- शास्त्रीय आधारः या सिद्धांताला वेद, महाभारत, भागवत पुराण, हरिवंश आणि इतर पुराणांचा आधार असल्याचे यात नमूद केले आहे. सदाचरणाने ब्राह्मणत्व प्राप्त केलेल्या व्यक्तींची उदाहरणे अशा अनेक ऋषींची नावे दिली आहेत जे क्षत्रिय, वैश्य किंवा शूद्र कुळात जन्मूनही त्यांच्या तपश्चर्येने आणि सदाचरणाने ब्राह्मण झाले.**सिंधुदीव्प,** , गृत्समद, गंभीर पुष्करी विश्वामित्र कपि,वस्त्य (जे मूळचे क्षत्रिय होते).हे वैश्य आणि शुद्रयोनीत जन्मून सदाचरणाने ब्राम्हण झाल्या.

विविध धर्मग्रंथांतील संदर्भांचा आधार घेऊन यात खालील मुद्दे मांडले आहेतः

- **छांदोग्योपनिषदः** सत्यकाम जाबालाच्या कुळाचा पत्ता नसतानाही, त्याच्या सत्य बोलण्यामुळे (शीलावरून) त्याचे वर्ण निश्चित करून उपनयन केले गेले.
- **महाभारत (शांतीपर्व व अनुशासन पर्व):** भीष्म सांगतात की, जर शूद्राच्या ठिकाणी ब्राह्मणाचे गुण दिसले तर तो ब्राह्मणच समजावा, आणि जर द्विजाच्या (ब्राह्मणाच्या) ठिकाणी ते गुण नसतील तर तो शूद्र समजावा. सुरुवातीला सर्व एकच वर्णाचे होते, पण 'क्रिया-कर्म' भेदाने चातुर्वर्ण्य निर्माण झाले.

- **श्रीमद्‌भागवत व भविष्योत्तर पुराण:** या ग्रंथांनुसार, वर्णाचे जे अभिव्यंजक (लक्षणे) सांगितले आहेत, ती जर दुसऱ्या जातीच्या व्यक्तीमध्ये आढळली तर त्या व्यक्तीचा तोच वर्ण मानावा. ऐतिहासिक उदाहरणे: यात विश्वामित्र, मतंग, वत्स, हरित, कपि यांसारख्या ऋषींचा उल्लेख आहे, जे मुळात क्षत्रिय असूनही आपल्या तपाने ब्राह्मण झाले. तसेच ययाती (क्षत्रिय) आणि देवयानी (ब्राह्मण कन्या) यांच्या विवाहाचा संदर्भ देऊन वर्णांमधील लवचिकता स्पष्ट केली आहे.

8.2.3 स्री-पुरुष समानता: "वंशाच्या दृष्टीने अनुलोम संबंध व प्रतिलोम संबंध यांची किंमत सारखीच आहे. स्त्री केवळ क्षेत्र असून पुरुष हा बीज पेरणारा आहे ही कल्पना आता अशास्त्रीय ठरली आहे. पुंस्त्रीज व स्त्रीबीज मिळून गर्भ बनतो. मनुष्य जातीमधील स्त्रीबीज पेशीत व पुरुषबीज पेशीत गुणसूत्रांची संख्या सारखीच म्हणजे २४ असते." वंशाच्या शुद्धतेबद्दलच्या जुन्या कल्पनांना छेद देत, लेखक म्हणतात की अनुलोम (उच्च वर्णीय पुरुष व कनिष्ठ वर्णीय स्त्री) आणि प्रतिलोम (कनिष्ठ वर्णीय पुरुष व उच्च वर्णीय स्त्री) या दोन्ही संबंधांचे महत्त्व सारखेच आहे.

8.2.4 विज्ञानाचा आधार: पूर्वी अशी समजूत होती की स्त्री फक्त एक 'क्षेत्र' (माध्यम) आहे आणि पुरुष 'बीज' देणारा आहे. मात्र, विज्ञानाने हे सिद्ध केले आहे की गर्भधारणा ही स्त्री आणि पुरुष या दोघांच्याही बीजांच्या (पेशींच्या) मिलनातून होते.

गुणसूत्रे (Chromosomes): स्त्री आणि पुरुष दोघांच्याही प्रजनन पेशींमध्ये गुणसूत्रांची संख्या समान असते, त्यामुळे मुलाच्या जडणघडणीत दोघांचाही वाटा सारखाच असतो. हे सांगून लेखकाने पुरुषसत्ताक विचारांना विज्ञानाच्या आधारे आव्हान दिले आहे.

8.3 शास्त्र स्वच्छ करा-

ठाणे येथे परिवर्तनवादी पक्षाचे सभा पार पडली यामध्ये तर्कतीर्थ लक्ष्मण शास्त्री जोशी यांनी **शास्त्र** स्वच्छ करा या विषयावर हनुमान व्यायाम शाळायेथे आपली व्याख्यान दिले त्यावेळेस त्यांनी आपल्या समाजाच्या पुढील असणाऱ्या प्रश्नावर विचार मांडले

सामाजिक प्रबोधन: सनातनी लोक म्हणतात की आम्ही बदलणार नाही, पण परिस्थिती इतक्या वेगाने बदलत आहे की त्यांना ते कळतही नाही. जर समाजातील प्रश्नांची उत्तरे दिली नाहीत, तर समाजाचा नाश होईल, असा इशारा

यात दिला आहे.

वैदिक धर्म आणि आचार: तर्कतीर्थ लक्ष्मण शास्त्री जोशी यांनी नमूद केले आहे की, ज्याला आपण आज 'हिंदू धर्म' मानतो, तो खरा वैदिक धर्म नसून 'पुराणोक्त' धर्म आहे. सध्याचे अनेक आचार-विचार हे मूळ वेदांमधील नसून उपपुराणांतील आहेत.

विधवा विवाह: विधवा विवाहाचा निषेध हा मूळ धर्मात नसून तो नंतरच्या उपपुराणांतून आल्याचा उल्लेख यात आहे.

अन्न आणि शुद्धता: 'आपस्तंब सूत्रा'चा दाखला देत असे म्हटले आहे की, पूर्वी शुद्रांनी तयार केलेले अन्न देखील वैश्वदेवासाठी (देवपूजेसाठी) चालत असे, फक्त त्यावर पाणी शिंपडून ते शुद्ध केले जात असे.

धर्माचे बदललेले स्वरूप: आज धर्माचे मूळ स्वरूप लोक विसरले असून केवळ 'खाण्या-पिण्यापुरता' धर्म शिल्लक राहिला आहे, अशी खंत यात व्यक्त केली आहे. जुन्या रुढी-परंपरांना छेद देऊन धर्माचे शुद्ध आणि मूळ स्वरूप समजून घेण्याचे आवाहन तर्कतीर्थ लक्ष्मण शास्त्री जोशी यांनी केले.

देवल स्मृती आणि भारतीय समाजव्यवस्थेतील स्मृतींच्या बदल-

स्मृत्या ज्या काळाप्रमाणे बदलत आलेल्या आहेत, देवल स्मृतीची उत्पत्ती देखील अशीच आहे. ज्या वेळी मुसलमानांचे आक्रमण या देशावर होऊ लागले त्यावेळेस बाटलेल्या लोकांना परत हिंदुधर्मात कसे घ्यावे हा त्यावेळच्या देवल नावाच्या एका ऋषीस मोठा प्रश्न पडला. ज्यांनी अशा बाटलेल्या लोकांना परत स्वधर्मात घेतले आणि त्यावरून जी स्मृती लिहिली ती 'देवल स्मृती' म्हणून प्रसिद्ध आहे.

काळाप्रमाणे स्मृती कशा बदलत गेल्या हे ५२ स्मृतींच्या अभ्यासावरून सिद्ध होते. सध्या वाईस चालू असलेल्या धर्मकोशात १५७ स्मृतींची नावे मिळाली आहेत. या निरनिराळ्या स्मृती का झाल्या त्याचे कारण एकच सापडते व ते म्हणजे निरनिराळ्या परिस्थितीत त्यावेळची स्मृती अपुरी पडत गेली हे होय.

या स्मृतीवचनात परस्पर विरुद्ध अशा अनेक वचने आढळतात, त्यांचा समन्वय कसा करणार? याज्ञवल्क्य स्मृतीतील १५७ वचनांतून चालू झालेल्या उदाहरणे आहेत. काही ब्राह्मणांत 'ग्राम्य' व 'कृपिया' दोन घराणी असून मूळ पवन व क्षत्रिय व वैश्यांतून पण पराक्रमाने ब्राह्मण झाले. अशा पद्धतीची विरोधाची उदाहरणे आली की ती 'अर्थवादाची' आहेत असे म्हणून जुन्या मताच्या शास्त्री मंडळींचा प्रयत्न त्या विरोधी वचनांचा समन्वय करण्याकडे असतो."

प्रमुख मुद्दे: • देवल स्मृती: परधर्मात गेलेल्या (बाटलेल्या) लोकांना पुन्हा स्वधर्मात घेण्यासाठी देवल ऋषींनी ही स्मृती तयार केली.

स्मृतींचे परिवर्तन: बदलत्या काळाची गरज भागवण्यासाठी नवनवीन स्मृतींची निर्मिती झाली.

समन्वय: जुन्या आणि नवीन स्मृतींमधील परस्परविरोधी वचनांचा मेळ घालण्याचा प्रयत्न शास्त्री मंडळी 'अर्थवादा'द्वारे करत असत.

देश-काल-वर्तमान: धर्मशास्त्रात 'युगधर्म' नावाची संकल्पना आहे. ज्या गोष्टी एका काळात (उदा. सत्ययुगात) योग्य होत्या, त्या दुसऱ्या काळात (कलियुगात) निषिद्ध मानल्या जाऊ शकतात. श्राद्धातील मांसाहाराचा संदर्भही असाच बदलत गेला आहे; पूर्वी तो विधीचा भाग मानला जात असे, परंतु 'कलिवर्ज्य' प्रकरणानुसार आता तो बहुतांश समाजात निषिद्ध आहे.

शिष्टाचार आणि परंपरा: तुम्ही उल्लेख केल्याप्रमाणे, परदेशगमन (समुद्र उल्लंघन) पूर्वी निषिद्ध मानले जात होते कारण त्यामुळे धर्माचरण पाळता येत नसे, पण आजच्या काळात ते अनिवार्य झाले आहे. शिष्टांनी (विद्वान आणि सदाचारी लोकांनी) स्वीकारलेला बदल हाच नवा 'धर्म' मानला जातो.

धर्माची गौण अंगे विरुद्ध मुख्य तत्वे: सत्यनारायण पूजा किंवा विशिष्ट अन्नव्यवहार ही धर्माची 'गौण' (Secondary) अंगे आहेत. ती काळानुसार बदलू शकतात. मात्र, नीतिमत्ता, सत्य आणि सदाचार ही 'मुख्य' तत्वे कायम राहतात.

धर्मज्ञाचा अधिकार: धर्म म्हणजे केवळ पोथीवाचन नव्हे. रावणासारखा विद्वान असूनही जर आचरण धर्माला धरून नसेल, तर त्याला 'धर्मज्ञ' म्हणता येत नाही. समाजात बदल घडवून आणणारा माणूस राग-द्वेषाच्या पलीकडे असलेला आणि विवेकी असावा लागतो.

थोडक्यात सांगायचे तर, 'लोकाचार' आणि 'शास्त्र' यात जेव्हा संघर्ष होतो, तेव्हा विद्वान लोक काळाची गरज ओळखून शास्त्राचा नवा अर्थ लावतात.

व्यासांच्या नावावर अज्ञान:

"व्यासांच्या खांद्यावर अज्ञानाचा भार" असे आहे. हा मजकूर धर्मातील मूळ तत्त्वे आणि नंतर त्यात घुसडलेले चुकीचे विचार यावर भाष्य करतो.

लेखकानुसार, आपल्या धर्मग्रंथात अनेक गोष्टी नंतरच्या काळात घुसडल्या गेल्या आहेत आणि त्या खुशाल महर्षी व्यासांच्या नावावर खपवल्या गेल्या आहेत. यामुळे व्यासांच्या खांद्यावर अज्ञानाचा मोठा भार येऊन पडला आहे.

*** धर्माची मूळ तत्त्वे:** धर्माच्या या गोंधळातून बाहेर पडण्याचा एकच मार्ग आहे, तो म्हणजे धर्माच्या मूळ सिद्धांतांकडे लक्ष देणे.

* **खरा ब्राह्मण कोण?:** 'ब्रह्म' या शब्दाचा अर्थ संपूर्ण जग व्यापून उरणारे तत्व असा आहे. त्यामुळे जो या विराट स्वरूपाचा (सर्व जगाचा) पुरस्कार करतो, तोच खरा ब्राह्मण होय. आजचा ब्राह्मण मात्र भेदाचा पुरस्कार करताना दिसतो, अशी खंत लेखकाने व्यक्त केली आहे.

* **विराट स्वरूपाची पूजा:** जर ईश्वर सर्वव्यापी (विराट) आहे, तर त्याच्या एका भागाला (उदा. पाय किंवा ठराविक जातीला) अस्पृश्य मानणे चुकीचे आहे. खऱ्या अर्थाने देवाला ओळखणारा माणूस या विराट स्वरूपाच्या चरणांना स्पर्श केल्याशिवाय राहणार नाही.

* **अस्पृश्यता निवारण:** लेखनाचा शेवट "आपण अस्पृश्यांना जवळ घेतले पाहिजे, त्यांची सेवा केली पाहिजे" या आवाहनाने होतो. हे विचार मानवतावाद आणि सामाजिक सुधारणेचा पुरस्कार करतात.

9.निष्कर्ष (Conclusion)

तर्कतीर्थ लक्ष्मणशास्त्री जोशी यांच्या धर्मचिंतनाचा मागोवा घेताना एक गोष्ट स्पष्ट लक्षात येते. ती म्हणजे त्यांच्यावर मार्क्सवाद, बुद्धिवाद, जडवाद आणि अध्यात्मवाद या सर्वांचा प्रभाव आहे. येथे अध्यात्मवाद हा शब्दप्रयोग अनुचित वाटेल; पण त्यांच्यावर अध्यात्माचाही प्रभाव होता हे त्यांच्या एकूणच कार्यावरून लेखन, वाचन, चिंतन, भाषण यावरून आणि धर्मसुधारणांवरून लक्षात येते.त्यांचे धर्मचिंतन एका विशिष्ट ग्रंथात सामावलेले नाही. ते विखुरलेले आहे. ते लेखरूपात आणि पुस्तकरूपातही आहे. परंतु दीनमित्र यावृत्तपत्रामध्ये त्यांच्यालेखातून त्यांनी धर्माचे बदललेले स्वरूप, धर्माची मूळ तत्त्वे धर्माची गौण अंगे, वैदिक धर्म आणि आचार ,वर्णधर्म संबंधी विचार, स्त्री-पुरुष समानता,विज्ञानाचा आधार ,स्त्री-पुरुष समानता, अस्पृश्यता निर्मूलन यासंबधित विविध धर्मग्रंथांतील संदर्भांचा आधार घेऊन धार्मिक आणि तात्विक प्रबोधन केले. तर्कतीर्थ लक्ष्मणशास्त्री जोशी यांचे धर्मचिंतन हे केवळ तात्विक नसून ते सामाजिक परिवर्तनाचे एक प्रभावी साधन होते.

आधुनिक काळात त्यांच्या विचारांचे महत्त्व खालील मुद्द्यांवरून स्पष्ट होते:

१.विवेकवादी दृष्टीकोन: त्यांनी धर्माची चिकित्सा करण्यासाठी 'बुद्धिवाद' आणि 'विज्ञानाचा' आधार घेतला. आजच्या अंधश्रद्धा निर्मूलनाच्या काळात, चिकित्सेतून धर्म समजून घेण्याची त्यांची पद्धत अत्यंत मार्गदर्शक आहे.

२.सर्वसमावेशक धर्मसुधारणा: 'दीनमित्र'मधील त्यांच्या लेखनातून त्यांनी वर्णव्यवस्था आणि अस्पृश्यतेवर प्रहार केला. स्त्री-पुरुष समानता आणि मानवी मूल्यांना धर्माच्या केंद्रस्थानी आणल्यामुळे त्यांचा विचार आजही पुरोगामी

चळवळींचा पाया मानला जातो.

३.सांस्कृतिक राष्ट्रवाद आणि जडवाद:त्यांनी अध्यात्म आणि जडवाद (Marxism) यांचा समन्वय साधला. 'वैदिक संस्कृतीचा विकास' यातून त्यांनी धर्माला केवळ पोथीनिष्ठा न ठेवता, तो सांस्कृतिक उत्क्रांतीचा भाग कसा आहे हे पटवून दिले.

४.लोकशाही मूल्ये: जोशी यांनी धर्मातील 'गौण अंगे' त्यागून 'मूळ तत्त्वांवर' भर दिला. आधुनिक लोकशाहीत न्याय, स्वातंत्र्य आणि समता प्रस्थापित करण्यासाठी धर्माचे हे मानवतावादी स्वरूप अत्यंत आवश्यक आहे.

थोडक्यात, लक्ष्मणशास्त्री जोशी यांचे विचार हे केवळ इतिहासाचा भाग नसून, वर्तमानातील धार्मिक कट्टरता आणि सामाजिक विषमता दूर करण्यासाठीचे एक वैचारिक शस्त्र आहेत.

10 संदर्भसूची (References:)-

- दीनमित्र २४ फेब्रुवारी १९३७ अंक-१८ पान -०६
- दीनमित्र १९ जुलै १९३३ अंक ३८ पान-०७

३.दीनमित्र सिल्व्हर ज्युबिली अंक, १९३८, पृ. २

४. दीनमित्र ०९ मे १९३४ अंक-२८ पान -०७

५. डॉ. रासकर नवनाथ, "स्वातंत्र्योत्तर महाराष्ट्रातील धर्मचिंतन" स्नेहवर्धन प्रकाशन पुणे, प्रथम आवृत्ती ०३ जानेवारी २०१४ .पृ.३४,३५

- लेखक

संशोधक विद्यार्थी – संदीप हरिभाऊ शिरसाठ (इतिहास विभाग व संशोधन केंद्र, न्यू आर्ट्स कॉमर्स & सायन्स कॉलेज [स्वायत्त] लालटाकी रोड अहमदनगर, ता. अहिल्यानगर, जि. अहिल्यानगर) विद्यापीठ – सावित्रीबाई फुले पुणे विद्यापीठ, पुणे.

संशोधक मार्गदर्शक – डॉ. नारायण कारभारी म्हस्के (इतिहास विभाग प्रमुख जिजामाता शास्त्र व कला महाविद्यालय ज्ञानेश्वर नगर भेंडे बु. ता.नेवासा, जि. अहिल्यानगर)

2

तर्कतीर्थ लक्ष्मणशास्त्री जोशी यांच्या लेखनातील 'संस्कृती'ची संकल्पना - प्राची सुभाष गिरी

प्रस्तावना

भारतीय बौद्धिक परंपरेत संस्कृती ही संकल्पना केवळ धार्मिक, सामाजिक अथवा ऐतिहासिक चौकटीत मर्यादित न राहता मानवी जीवनाच्या सर्वांगीण विकासाशी निगडित अशी व्यापक व मूलगामी संकल्पना म्हणून विकसित झालेली आहे. भारतीय संस्कृतीचे स्वरूप, तिची सातत्यशीलता, परिवर्तनशीलता आणि तिच्यामधील मूल्यव्यवस्था यांचा सखोल व विवेचक अभ्यास अनेक विचारवंतांनी केलेला आहे. या परंपरेतील एक महत्त्वपूर्ण व प्रभावी विचारवंत म्हणजे तर्कतीर्थ लक्ष्मणशास्त्री जोशी होत. त्यांनी आपल्या लेखनातून भारतीय संस्कृतीचा चिकित्सक, तर्कप्रधान आणि वैज्ञानिक दृष्टीकोनातून विचार मांडलेला आहे.

तर्कतीर्थ लक्ष्मणशास्त्री जोशी हे संस्कृतचे प्रकांड पंडित, तत्त्वज्ञानाचे अभ्यासक, तसेच आधुनिक विचारसरणीचे समर्थक होते. त्यांनी संस्कृती या संकल्पनेकडे केवळ परंपराभिमुख दृष्टिकोनातून न पाहता, ती मानवाच्या बौद्धिक, नैतिक, सामाजिक व वैज्ञानिक प्रगतीशी जोडलेली असल्याचे स्पष्ट केले आहे. त्यांच्या लेखनात संस्कृती म्हणजे कर्मकांडांचा संच किंवा रूढींचा

अंध स्वीकार नसून, मानवी जीवन अधिक समृद्ध, विवेकी आणि मूल्याधिष्ठित करणारी एक सतत विकसित होणारी प्रक्रिया आहे, असा विचार ठळकपणे दिसून येतो.

लक्ष्मणशास्त्री जोशी यांच्या मते, संस्कृती ही समाजाच्या बौद्धिक प्रगल्भतेची आणि नैतिक जाणीवेची फलश्रुती आहे. ती परंपरेतून येते; मात्र परंपरा म्हणजे जडत्व नव्हे, तर काळानुसार परिवर्तन स्वीकारणारी सजीव प्रक्रिया आहे. म्हणूनच त्यांनी अंधश्रद्धा, अवैज्ञानिक विचारसरणी व कालबाह्य रूढी यांचा तीव्र विरोध केला आहे. त्यांच्या लेखनात संस्कृती आणि विज्ञान, धर्म आणि तर्क, परंपरा आणि परिवर्तन यांमधील समन्वय साधण्याचा प्रयत्न स्पष्टपणे आढळतो.

तर्कतीर्थांच्या संस्कृतीविषयक चिंतनामध्ये मानवी मूल्ये, नैतिकता, स्वातंत्र्य, विवेकबुद्धी आणि सामाजिक जबाबदारी या घटकांना विशेष महत्त्व दिलेले आहे. त्यांच्या मते, संस्कृतीचा खरा पाया मानवतावादात असून, कोणतीही संस्कृती तेव्हाच श्रेष्ठ ठरते जेव्हा ती माणसाच्या बुद्धीला मुक्त करते आणि त्याच्या जीवनाला अर्थपूर्ण बनवते. म्हणूनच त्यांनी संस्कृतीला केवळ भूतकाळातील वैभवाशी जोडून न पाहता, वर्तमानातील वास्तव आणि भविष्यकालीन दिशायांच्याशी निगडित केले आहे.

आजच्या जागतिकीकरणाच्या आणि तांत्रिक प्रगतीच्या युगात संस्कृतीचे स्वरूप झपाट्याने बदलत आहे. अशा परिस्थितीत तर्कतीर्थ लक्ष्मणशास्त्री जोशी यांची संस्कृतीविषयक मांडणी अधिकच महत्त्वाची ठरते. कारण त्यांच्या विचारांतून परंपरेचा आदर राखत आधुनिकतेचा स्वीकार कसा करावा, याचा विवेकपूर्ण मार्ग सूचित होतो. त्यामुळे त्यांच्या लेखनातील संस्कृतीची संकल्पना समजून घेणे हे केवळ साहित्यिक किंवा तात्त्विक दृष्टीनेच नव्हे, तर सामाजिक आणि शैक्षणिक दृष्टिकोनातूनही अत्यंत आवश्यक आहे.

या संशोधन लेखाचा उद्देश तर्कतीर्थ लक्ष्मणशास्त्री जोशी यांच्या लेखनातील संस्कृती या संकल्पनेचा सखोल अभ्यास करणे, तिचे स्वरूप, वैशिष्ट्ये व महत्त्व स्पष्ट करणे, तसेच त्यांच्या विचारांचे समकालीन समाजाच्या संदर्भात मूल्यमापन करणे हा आहे. या अभ्यासातून त्यांच्या संस्कृतीविषयक चिंतनाची उपयुक्तता आणि आजच्या समाजातील त्याचे स्थान अधोरेखित करण्याचा प्रयत्न करण्यात येणार आहे.

संशोधनाचीउद्दिष्टे

१. तर्कतीर्थ लक्ष्मणशास्त्री जोशी यांच्या लेखनातील संस्कृती या संकल्पनेचे स्वरूप स्पष्ट करणे.

२. त्यांच्या संस्कृतीविषयक विचारांची तात्त्विक व वैचारिक पार्श्वभूमी समजून घेणे.

३. संस्कृती, परंपरा, विवेक आणि आधुनिकता यांमधील परस्परसंबंध त्यांच्या लेखनाच्या आधारे विशद करणे.

४. अंधश्रद्धा, अवैज्ञानिकता व कर्मकांडांविषयी तर्कतीर्थांचा दृष्टिकोन अभ्यासणे.

५. तर्कतीर्थांच्या संस्कृतीविषयक विचारांचे समकालीन समाजाच्या संदर्भात मूल्यमापन करणे.

संशोधनसमस्या

१. तर्कतीर्थ लक्ष्मणशास्त्री जोशी यांच्या मते संस्कृतीची नेमकी संकल्पना काय आहे?

२. त्यांच्या लेखनात संस्कृती ही परंपराभिमुख आहे की परिवर्तनाभिमुख?

३. संस्कृती आणि विवेकबुद्धी यांचा परस्पर संबंध त्यांनी कसा स्पष्ट केला आहे?

४. आधुनिक भारतीय समाजासाठी तर्कतीर्थांची संस्कृतीविषयक मांडणी कितपत उपयुक्त ठरते?

संशोधनगृहितके

१. तर्कतीर्थ लक्ष्मणशास्त्री जोशी यांची संस्कृतीविषयक संकल्पना ही विवेकप्रधान व मानवतावादी आहे.

२. त्यांच्या लेखनात संस्कृती ही स्थिर नसून सतत विकसित होणारी प्रक्रिया म्हणून मांडलेली आहे.

३. अंधश्रद्धा व अवैज्ञानिक विचारांना नाकारून वैज्ञानिक दृष्टिकोन स्वीकारणे हे त्यांच्या संस्कृतीविचारांचे मुख्य वैशिष्ट्य आहे.

४. तर्कतीर्थांची संस्कृतीविषयक मांडणी आधुनिक काळातही तितकीच सुसंगत व मार्गदर्शक आहे.

संशोधनाची व्याप्ती

या संशोधनात तर्कतीर्थ लक्ष्मणशास्त्री जोशी यांच्या निवडक लेखनाचा अभ्यास करण्यात येणार आहे. विशेषतः त्यांच्या निबंधांमधील संस्कृती, धर्म, समाज आणि विवेक यासंबंधीचे विचार विचारात घेतले जातील. हा अभ्यास मुख्यत्वे वैचारिक आणि तात्त्विक स्वरूपाचा असून ऐतिहासिक किंवा तुलनात्मक

अभ्यास दुय्यम स्वरूपात करण्यात येईल.

संशोधनपद्धती

या संशोधनासाठी वर्णनात्मक व विश्लेषणात्मक पद्धतीचा अवलंब करण्यात येईल.

प्राथमिकस्रोत : तर्कतीर्थ लक्ष्मणशास्त्री जोशी यांचे मूळ लेखन

दुय्यमस्रोत : संदर्भग्रंथ, समीक्षात्मक लेख, संशोधन निबंध व नियतकालिके संकलित माहितीचे विश्लेषण करून निष्कर्ष मांडण्यात येतील.

साहित्याचाआढावा

मराठी वैचारिक परंपरेत तर्कतीर्थ लक्ष्मणशास्त्री जोशी यांच्या विचारांवर विविध अभ्यासकांनी भाष्य केलेले आहे. त्यांच्या विवेकवाद, बुद्धिप्रामाण्यवाद व समाजसुधारणाविषयक विचारांचा अभ्यास अनेक समीक्षकांनी केला असला, तरी त्यांच्या लेखनातील संस्कृती या संकल्पनेचा स्वतंत्र व सखोल अभ्यास तुलनेने कमी प्रमाणात झालेला आढळतो. त्यामुळे प्रस्तुत संशोधन या दृष्टीने महत्त्वपूर्ण ठरते आणि विद्यमान अभ्यासात भर घालणारे आहे.

संशोधनाचेमहत्त्व

१. तर्कतीर्थ लक्ष्मणशास्त्री जोशी यांच्या संस्कृतीविषयक विचारांचे शास्त्रीय आकलन होईल.

२. भारतीय संस्कृतीच्या विवेकशील परंपरेचा अभ्यास करण्यास मदत होईल.

३. आधुनिक समाजातील सांस्कृतिक प्रश्न समजून घेण्यासाठी मार्गदर्शन मिळेल.

४. मराठी वैचारिक साहित्याच्या अभ्यासात या संशोधनामुळे मोलाची भर पडेल.

भारतीय वैचारिक परंपरेत संस्कृती ही संकल्पना केवळ धार्मिक कर्मकांड, रूढी-परंपरा किंवा सामाजिक संकेत यापुरती मर्यादित न राहता मानवी जीवनाच्या सर्वांगीण विकासाशी निगडित अशी व्यापक व मूलगामी संकल्पना म्हणून विकसित झालेली आहे. संस्कृती ही समाजाच्या विचारप्रणालीचे, मूल्यव्यवस्थेचे व जीवनदृष्टीचे प्रतिबिंब असते. त्यामुळे कोणत्याही समाजाचे वैचारिक, नैतिक आणि बौद्धिक स्वरूप समजून घेण्यासाठी त्या समाजातील संस्कृतीचा अभ्यास करणे अत्यंत आवश्यक ठरते.

मराठी वैचारिक परंपरेत अनेक विचारवंतांनी संस्कृतीविषयक चिंतन केलेले आहे. त्यांपैकी **तर्कतीर्थलक्ष्मणशास्त्रीजोशी** हे एक महत्त्वाचे आणि वैशिष्ट्यपूर्ण व्यक्तिमत्त्व मानले जाते. त्यांनी संस्कृतीकडे परंपराभिमुख, अंधश्रद्धायुक्त

किंवा भावनिक दृष्टीने न पाहता विवेक, तर्क आणि बुद्धिप्रामाण्याच्या आधारे विचार मांडलेला आहे. त्यांच्या लेखनात संस्कृती ही गतकाळातील जड वारसा नसून मानवी जीवन अधिक अर्थपूर्ण, विवेकशील आणि मूल्याधिष्ठित करणारी सजीव प्रक्रिया आहे, असा दृष्टिकोन स्पष्टपणे दिसून येतो.

प्रस्तुत संशोधन लेखात तर्कतीर्थ लक्ष्मणशास्त्री जोशी यांच्या लेखनातील संस्कृती या संकल्पनेचा सविस्तर अभ्यास करण्याचा प्रयत्न करण्यात आलेला आहे

संस्कृती : अर्थवस्वरूप

'संस्कृती' हा शब्द 'संस्कार' या संस्कृत शब्दापासून निर्माण झालेला आहे. संस्कार म्हणजे शुद्धीकरण, परिष्कार आणि उन्नती. त्यामुळे संस्कृती म्हणजे मानवी जीवनाचा बौद्धिक, नैतिक आणि सामाजिक परिष्कार घडवून आणणारी प्रक्रिया होय. तर्कतीर्थ लक्ष्मणशास्त्री जोशी यांच्या मते, संस्कृती ही केवळ बाह्य आचार-विचारांची रचना नसून ती माणसाच्या अंतःकरणाशी, त्याच्या विचारशक्तीशी आणि विवेकबुद्धीशी निगडित असते.

तर्कतीर्थांच्या लेखनात संस्कृती ही स्थिर किंवा जड स्वरूपाची नसून सतत बदलत राहणारी, विकसित होत जाणारी प्रक्रिया म्हणून मांडलेली आहे. समाजातील विचार, ज्ञान, विज्ञान, नैतिक मूल्ये आणि मानवी संबंध यांच्या परस्परसंवादातून संस्कृती घडत असते.

तर्कतीर्थ लक्ष्मणशास्त्री जोशी यांच्या लेखनातील **'संस्कृती'** ही संकल्पना अत्यंत व्यापक, तात्त्विक आणि जीवनाभिमुख स्वरूपाची आहे. त्यांनी संस्कृतीकडे केवळ धार्मिक आचार, परंपरा किंवा रूढींच्या चौकटीतून न पाहता, **मानवी जीवनाच्या सर्वांगीण विकासाशी निगडित मूल्यप्रणाली** म्हणून पाहिले आहे.

तर्कतीर्थांच्या मते, **संस्कृतीम्हणजेसंस्कारांचीप्रक्रिया** होय. 'संस्कृती' हा शब्द 'संस्कार' या संकल्पनेतून विकसित झालेला असून, मानवी जीवनाला शुद्ध, सुसंस्कृत आणि विवेकशील बनविण्याची प्रक्रिया म्हणजे संस्कृती असे ते मानतात. त्यामुळे संस्कृती ही स्थिर किंवा जड नसून, **सततविकसितहोतजाणारीगतिशीलप्रक्रिया** आहे.

त्यांच्या लेखनात संस्कृतीचा मुख्य आधार **बुद्धिप्रामाण्य, विवेकवादआणिनैतिकमूल्ये** हा आहे. अंधश्रद्धा, कर्मकांड किंवा अविवेकी परंपरा यांना त्यांनी संस्कृतीचे अविभाज्य अंग मानले नाही. उलट, **मानवीबुद्धीलाकसोटीलावणारे, समाजालाप्रगतीकडेनेणारेविचार** हेच खरे

संस्कृतीचे लक्षण आहे, असे त्यांचे स्पष्ट मत आहे.

तर्कतीर्थ जोशी संस्कृतीला **मानवीजीवनमूल्यांशीजोडतात**. सत्य, न्याय, करुणा, सहिष्णुता, कर्तव्यभावना आणि सामाजिक जबाबदारी ही मूल्ये संस्कृतीची खरी ओळख असल्याचे ते प्रतिपादन करतात. केवळ भूतकाळाचा गौरव करणे म्हणजे संस्कृती नव्हे, तर **भूतकाळातीलउपयुक्ततत्त्वांचाविवेकपूर्णस्वीकारकरूनवर्तमानआणिभविष्यघडविणे** हीच संस्कृतीची भूमिका आहे.

त्यांच्या लेखनात भारतीय संस्कृतीचा विचार करताना **वैज्ञानिकदृष्टीकोन** प्रकर्षाने दिसून येतो. भारतीय परंपरेतील तत्त्वज्ञान, धर्म आणि सामाजिक व्यवस्था यांचे मूल्यमापन ते बुद्धिप्रामाण्याच्या निकषांवर करतात. त्यामुळे त्यांची संस्कृतीविषयक संकल्पना ही **पुरोगामी, मानवकेंद्रितआणिपरिवर्तनशील** आहे.

एकूणच, तर्कतीर्थ लक्ष्मणशास्त्री जोशी यांच्या लेखनातील 'संस्कृती' ही संकल्पना केवळ परंपरांचे जतन करणारी नसून, **मानवीविवेक, नैतिकताआणिसामाजिकप्रगतीयांचासमन्वयसाधणारीजीवनदृष्टी** आहे. त्यामुळे त्यांची संस्कृतीविषयक मांडणी आधुनिक भारतीय विचारपरंपरेत अत्यंत महत्त्वाची ठरते.

तर्कतीर्थलक्ष्मणशास्त्रीजोशी : वैचारिकपार्श्वभूमी

तर्कतीर्थ लक्ष्मणशास्त्री जोशी हे संस्कृतचे प्रकांड पंडित, तत्त्वज्ञानाचे अभ्यासक आणि विवेकवादी विचारवंत होते. त्यांनी परंपरेचा अभ्यास करताना तिचे अंधानुकरण न करता तर्क आणि बुद्धिप्रामाण्याच्या कसोटीवर परंपरेचे मूल्यमापन केले. त्यामुळे त्यांच्या लेखनात विवेकवाद, बुद्धिप्रामाण्यवाद आणि मानवतावाद या तत्त्वांचा प्रभाव दिसून येतो.

त्यांच्या मते, कोणतीही संस्कृती श्रेष्ठ किंवा कनिष्ठ ठरत नाही; तर ती माणसाच्या बुद्धीला कितपत मुक्त करते, त्याच्या जीवनाला कितपत मूल्याधिष्ठित बनवते, यावर तिचे मूल्यमापन अवलंबून असते.

तर्कतीर्थांच्यालेखनातीलसंस्कृतीचीसंकल्पना

१. संस्कृतीआणिविवेक

तर्कतीर्थ लक्ष्मणशास्त्री जोशी यांच्या लेखनात संस्कृती आणि विवेक यांचा अतूट व मूलभूत संबंध स्पष्टपणे आढळतो. त्यांच्या मते संस्कृती ही केवळ परंपरा, रूढी, चालीरीती किंवा धार्मिक आचार यांची बेरीज नसून, मानवी बुद्धीला जागृत करणारीआणि जीवनाला योग्य दिशा देणारी मूल्यप्रणाली आहे. त्यामुळे

विवेकाशिवाय संस्कृती अपूर्ण आणि अर्थहीन ठरते.

तर्कतीर्थांच्या विचारविश्वात विवेक म्हणजे बुद्धिप्रामाण्य. कोणताही विचार, श्रद्धा किंवा परंपरा स्वीकारताना ती तर्क, अनुभव आणि मानवी कल्याणाच्या निकषांवर तपासली पाहिजे, असा त्यांचा आग्रह आहे. अंधश्रद्धा, कर्मकांड आणि अविवेकी रूढी यांना ते संस्कृतीचा भाग मानत नाहीत. उलट अशा गोष्टी मानवी प्रगतीला अडथळा ठरतात, असे त्यांचे मत आहे.

त्यांच्या लेखनानुसार, खरी संस्कृती मानवी जीवनाचे शुद्धीकरण करणारी असते. हे शुद्धीकरण विवेकाच्या साहाय्यानेच शक्य होते. विवेकामुळे मनुष्य चांगले-वाईट, योग्य-अयोग्य यांचा निर्णय घेऊ शकतो. म्हणूनच संस्कृती ही विवेकशील वर्तनातून व्यक्त होते—नैतिक आचरण, सामाजिक जबाबदारी आणि न्यायनिष्ठ व्यवहार यातून तिचे खरे स्वरूप प्रकट होते.

तर्कतीर्थ भारतीय संस्कृतीचा विचार करताना देखील विवेकाला केंद्रस्थानी ठेवतात. भारतीय परंपरेतील तत्त्वज्ञान, धर्मग्रंथ आणि सामाजिक संकेत यांचे मूल्यमापन ते तर्काच्या कसोटीवर करतात. जे विचार मानवी जीवन उन्नत करतात, समाजात समता आणि करुणा निर्माण करतात, तेच संस्कृतीचे खरे घटक मानावेत, असे ते स्पष्टपणे सांगतात.

तर्कतीर्थांच्या मते, विवेकाशिवाय टिकून राहणारी संस्कृती जड, स्थिर आणि रूढीग्रस्त बनते. उलट विवेकाच्या साहाय्याने संस्कृती गतिशील, परिवर्तनशील आणि प्रगतिशील होते. त्यामुळे विवेक हा संस्कृतीचा आत्मा आहे, असे म्हणणे अतिशयोक्ती ठरणार नाही.

एकूणच, तर्कतीर्थ लक्ष्मणशास्त्री जोशी यांच्या लेखनात संस्कृती ही विवेकप्रधान संकल्पना आहे. मानवी बुद्धीला जागृत करणारी, अंधश्रद्धांपासून मुक्त करणारी आणि जीवनमूल्यांना प्रतिष्ठा देणारी संस्कृती हीच खरी संस्कृती असल्याचा ठाम विचार त्यांच्या लेखनातून सातत्याने प्रकट होतो

तर्कतीर्थ लक्ष्मणशास्त्री जोशी यांच्या संस्कृतीविषयक चिंतनाचा केंद्रबिंदू म्हणजे विवेक. त्यांच्या मते, विवेकाशिवाय कोणतीही संस्कृती टिकू शकत नाही. अंधश्रद्धा, रूढी आणि कर्मकांड यांमुळे संस्कृतीचे अधःपतन होते. म्हणूनच त्यांनी विवेकबुद्धीला संस्कृतीचा पाया मानले आहे.

संस्कृती ही माणसाला विचार करण्याची, प्रश्न विचारण्याची आणि सत्याचा शोध घेण्याची प्रेरणा देणारी असावी, असा त्यांचा आग्रह होता.

२. संस्कृतीआणिपरंपरा

तर्कतीर्थ परंपरेचा संपूर्ण नकार करत नाहीत; मात्र परंपरेचे अंधानुकरणही मान्य करत नाहीत. त्यांच्या मते, परंपरा ही संस्कृतीचा एक भाग असली, तरी ती काळानुसार बदलणारी असावी. जी परंपरा मानवाच्या प्रगतीला पूरक ठरते ती स्वीकारावी आणि जी परंपरा विवेकाच्या विरोधात जाते ती त्यागावी, हा त्यांचा स्पष्ट दृष्टिकोन आहे.

तर्कतीर्थ लक्ष्मणशास्त्री जोशी यांच्या लेखनात **संस्कृती आणि परंपरा** यांचा संबंध सूक्ष्म, चिकित्सक आणि विवेकप्रधान स्वरूपाचा आहे. त्यांनी संस्कृतीला केवळ परंपरांचा अंधानुकरणात्मक स्वीकार मानले नाही, तर **परंपरेचे विवेकपूर्ण मूल्यमापन करून त्यातून जीवनोपयोगी मूल्यांचा स्वीकार** करणे म्हणजे संस्कृती असे स्पष्ट केले आहे.

तर्कतीर्थांच्या मते, परंपरा ही समाजाच्या भूतकाळातून चालत आलेली आचार-विचारांची शृंखला आहे. मात्र, **प्रत्येकपरंपराहीसंस्कृतीअसतेचअसेनाही**. जी परंपरा मानवी विवेकाला धरून आहे, समाजहित साधते आणि जीवन उन्नत करते, तीच संस्कृतीचा भाग होऊ शकते. विवेकाला बाधक, अंधश्रद्धेवर आधारलेली किंवा मानवी स्वातंत्र्य दडपणारी परंपरा त्यांनी नाकारली आहे.

त्यांच्या लेखनात संस्कृती ही **गतिशीलवपरिवर्तनशील** मानली आहे, तर परंपरा अनेकदा स्थिर व रूढ स्वरूपाची असते. संस्कृती ही काळानुसार बदलते, विकसित होते; परंतु परंपरा बदलास विरोध करणारी ठरू शकते. त्यामुळे तर्कतीर्थांनी परंपरेला **विवेकाच्याकसोटीवरतपासण्याचीआवश्यकता** अधोरेखित केली आहे.

भारतीय संस्कृतीच्या संदर्भात बोलताना, त्यांनी भारतीय परंपरेतील तत्त्वज्ञान, धर्म, सामाजिक व्यवस्था यांचा आदर केला असला, तरी त्यांचे अंध समर्थन केले नाही. जे परंपरागत विचार मानवी मूल्ये—जसे की सत्य, न्याय, समता, करुणा—यांना पोषक आहेत, त्यांचा त्यांनी स्वीकार केला; परंतु **जातिभेद, अंधश्रद्धा, कर्मकांडयांसारख्यापरंपरांवरत्यांनीकठोरटीका** केली आहे.

तर्कतीर्थांच्या मते, संस्कृती म्हणजे **परंपरेचेजतननव्हे, तरपरंपरेचेशुद्धीकरण** होय. विवेक, बुद्धिप्रामाण्य आणि मानवी कल्याण या निकषांवर परंपरेचे पुनर्मूल्यांकन करूनच ती संस्कृतीच्या रूपात टिकविली पाहिजे. अन्यथा परंपरा समाजाच्या प्रगतीस अडथळा ठरते.

एकूणच, तर्कतीर्थ लक्ष्मणशास्त्री जोशी यांच्या लेखनातील संस्कृती आणि परंपरा यांचे नाते **समन्वयात्मकपणचिकित्सक** आहे. परंपरेतील उपयुक्त तत्त्वांचा स्वीकार करून, अविवेकी व कालबाह्य घटकांना नाकारण्याची भूमिका

घेणारी संस्कृतीची संकल्पना त्यांच्या लेखनाचे वैशिष्ट्य ठरते.

३. संस्कृतीआणिअंधश्रद्धाविरोध

तर्कतीर्थ लक्ष्मणशास्त्री जोशी यांनी अंधश्रद्धा आणि अवैज्ञानिक विचारसरणीचा तीव्र विरोध केला आहे. त्यांच्या मते, अंधश्रद्धा ही संस्कृतीची शत्रू आहे. कारण ती माणसाच्या बुद्धीला गुलाम बनवते. संस्कृती ही मुक्त विचारांची, प्रश्न विचारण्याची आणि वैज्ञानिक दृष्टिकोन स्वीकारण्याची प्रेरणा देणारी असावी.

तर्कतीर्थ लक्ष्मणशास्त्री जोशी यांच्या लेखनात संस्कृती आणि अंधश्रद्धाविरोध यांचा संबंध अत्यंत स्पष्ट, ठाम आणि विवेकप्रधान स्वरूपाचा आहे. त्यांच्या मते खरी संस्कृती ही मानवी बुद्धीला जागृत करणारी असते; त्यामुळे अंधश्रद्धा, अवैज्ञानिक श्रद्धा आणि अविवेकी कर्मकांड यांना संस्कृतीचा भाग मानता येत नाही.

तर्कतीर्थांच्या विचारानुसार, अंधश्रद्धा म्हणजे विवेकशून्य श्रद्धा. अशा श्रद्धा मानवी स्वातंत्र्य, विचारस्वातंत्र्य आणि वैज्ञानिक दृष्टिकोन यांना बाधा आणतात. संस्कृती ही जर मानवी जीवन उन्नत करणारी असेल, तर ती अंधश्रद्धेच्या आधारावर उभी राहू शकत नाही. म्हणूनच त्यांनी अंधश्रद्धाविरोधाला संस्कृतीचा अविभाज्य घटक मानले आहे.

त्यांच्या लेखनात संस्कृती ही बुद्धिप्रामाण्यावर आधारित जीवनदृष्टी म्हणून मांडलेली आहे. कोणतीही श्रद्धा, परंपरा किंवा धार्मिक संकल्पना स्वीकारताना ती तर्क, अनुभव आणि मानवी हित या कसोटींवर तपासली पाहिजे, असा त्यांचा आग्रह आहे. देव, धर्म, विधी किंवा चमत्कार यांचा अंध स्वीकार म्हणजे संस्कृती नव्हे, तर ती संस्कृतीची विकृती असल्याचे ते ठामपणे सांगतात.

तर्कतीर्थांनी भारतीय समाजातील अंधश्रद्धांचा अभ्यास करताना त्यांच्या मानसिक, सामाजिक आणि ऐतिहासिक कारणांचा शोध घेतला आहे. भीती, अज्ञान आणि परंपरेचा अंध आदर यांमुळे अंधश्रद्धा टिकून राहतात, असे त्यांचे निरीक्षण आहे. त्यामुळे अंधश्रद्धा दूर करण्यासाठी केवळ टीका नव्हे, तर शिक्षण, विवेकजागृती आणि वैज्ञानिक दृष्टिकोनाचा प्रसार आवश्यक असल्याचे ते मानतात.

त्यांच्या मते, अंधश्रद्धाविरोध म्हणजे धर्मविरोध नव्हे. धर्मातील नैतिकता, मूल्ये आणि मानवी कल्याणाशी संबंधित तत्त्वे स्वीकारण्यास ते तयार आहेत; मात्र धर्माच्या नावाखाली चालणाऱ्या अविवेकी प्रथा, कर्मकांड आणि शोषण यांना त्यांनी ठाम नकार दिला आहे. त्यामुळे त्यांची भूमिका संतुलित आणि

मानवकेंद्रित ठरते. एकूणच, तर्कतीर्थ लक्ष्मणशास्त्री जोशी यांच्या लेखनातील संस्कृतीची संकल्पना ही अंधश्रद्धामुक्त, विवेकप्रधान आणि प्रगतिशील आहे. अंधश्रद्धेचा विरोध करणे हे त्यांच्या मते संस्कृतीविरोधी नसून, उलट खऱ्या संस्कृतीचे लक्षण आहे. म्हणूनच त्यांच्या विचारांत संस्कृती आणि अंधश्रद्धाविरोध हे परस्परविरोधी नसून, परस्परपूरक घटक आहेत.

४. संस्कृतीआणिविज्ञान

तर्कतीर्थांच्या मते, संस्कृती आणि विज्ञान यांच्यात संघर्ष नसून समन्वय असावा. विज्ञान माणसाला सत्याचा शोध घेण्याची पद्धत देते, तर संस्कृती त्या सत्याला मानवी मूल्यांशी जोडते. त्यामुळे वैज्ञानिक दृष्टिकोन स्वीकारल्याशिवाय संस्कृती पूर्णत्वास जाऊ शकत नाही.

तर्कतीर्थ लक्ष्मणशास्त्री जोशी यांच्या लेखनात **संस्कृती आणि विज्ञान** यांचे नाते अतिशय सुसंगत व पूरक स्वरूपाचे आहे. त्यांच्या मते खरी संस्कृती ही विज्ञानविरोधी नसून, उलट **वैज्ञानिक दृष्टीकोनाला स्वीकारणारी आणि पोसणारी जीवनदृष्टी** असते. विज्ञान आणि संस्कृती यांचा संघर्ष नसून, मानवी प्रगतीसाठी त्यांचा समन्वय आवश्यक आहे, असा त्यांचा ठाम विचार आहे.

तर्कतीर्थांच्या मते, विज्ञान म्हणजे केवळ प्रयोगशाळेतील संशोधन नव्हे, तर **तर्क, निरीक्षण, अनुभवआणिबुद्धिप्रामाण्याच्याआधारावरसत्याचाशोधघेण्याचीपद्धत** होय. हीच पद्धत संस्कृतीच्या घडणीतही आवश्यक आहे. म्हणूनच संस्कृतीने विज्ञानाची दृष्टी स्वीकारली, तरच ती अंधश्रद्धा, रूढी आणि अविवेकी परंपरांपासून मुक्त होऊ शकते.

त्यांच्या लेखनात भारतीय संस्कृतीचा विचार करताना त्यांनी वैज्ञानिक दृष्टिकोनावर विशेष भर दिला आहे. प्राचीन भारतीय ज्ञानपरंपरेतील गणित, खगोलशास्त्र, आयुर्वेद, तत्त्वज्ञान यांचा गौरव करताना त्यांनी **अवैज्ञानिकदावेकिंवाअंधअभिमान** नाकारला आहे. भूतकाळातील ज्ञानाचे मूल्यमापन वर्तमानाच्या तर्कशुद्ध निकषांवर करणे हेच वैज्ञानिक आणि सांस्कृतिक प्रामाणिकपणाचे लक्षण असल्याचे ते सांगतात.

तर्कतीर्थांच्या मते, विज्ञानामुळे संस्कृती **गतिशीलआणिप्रगतिशील** बनते. वैज्ञानिक दृष्टिकोनामुळे माणूस प्रश्न विचारतो, संशय घेतो आणि सत्याचा शोध घेतो. ही प्रश्नवृत्ती संस्कृतीला जडत्वातून बाहेर काढते आणि नव्या मूल्यांची निर्मिती करते. त्यामुळे विज्ञान हे संस्कृतीचे शत्रू नसून, तिचे बळकटीकरण करणारे साधन आहे.

ते हेही स्पष्ट करतात की विज्ञानाने निर्माण केलेली भौतिक प्रगती ही नैतिक मूल्यांशिवाय अपुरी ठरते. म्हणूनच संस्कृतीचे कार्य म्हणजे विज्ञानाला **मानवीमूल्यांचीदिशादेणे** होय. विज्ञानाने जीवन सुलभ करावे, परंतु ते मानवतेविरुद्ध जाऊ नये—यासाठी संस्कृती आणि विज्ञान यांचा समतोल आवश्यक आहे.

एकूणच, तर्कतीर्थ लक्ष्मणशास्त्री जोशी यांच्या लेखनातील संस्कृतीची संकल्पना ही **वैज्ञानिकदृष्टिकोनावरआधारित, विवेकशीलआणिमानवकेंद्रित** आहे. विज्ञान आणि संस्कृती यांचा समन्वय साधूनच समाजाची खरी बौद्धिक व नैतिक प्रगती शक्य आहे, असा संदेश त्यांच्या लेखनातून सातत्याने प्रकट होतो

५. संस्कृतीआणिमानवतावाद

तर्कतीर्थ लक्ष्मणशास्त्री जोशी यांच्या संस्कृतीविचारांचा मूलाधार मानवतावाद आहे. त्यांच्या मते, माणूस हा संस्कृतीचा केंद्रबिंदू आहे. कोणतीही संस्कृती माणसाच्या स्वातंत्र्याला, प्रतिष्ठेला आणि विवेकाला महत्त्व देत नसेल, तर ती संस्कृती अधोगतीकडे जाणारी ठरते.

तर्कतीर्थ लक्ष्मणशास्त्री जोशी यांच्या लेखनात संस्कृती आणि मानवतावाद हे परस्परपूरक आणि एकमेकांत गुंफलेले घटक म्हणून आढळतात. त्यांच्या मते संस्कृतीचा अंतिम हेतू मानवकल्याण, मानवी प्रतिष्ठा आणि जीवनमूल्यांचा विकास हाच आहे. त्यामुळे मानवतावादाशिवाय संस्कृती निरर्थक ठरते.

तर्कतीर्थांच्या विचारानुसार, मानव हा संस्कृतीचा केंद्रबिंदू आहे. समाज, धर्म, परंपरा किंवा राज्यव्यवस्था यांचा उपयोग मानवाच्या सुख, स्वातंत्र्य आणि विकासासाठी झाला पाहिजे. जे विचार किंवा व्यवस्था मानवाच्या मूलभूत हक्कांवर गदा आणतात, त्यांना ते संस्कृतीच्या विरोधात मानतात. म्हणूनच त्यांची संस्कृतीविषयक संकल्पना मानवकेंद्रित आहे.

त्यांच्या लेखनात मानवतावाद म्हणजे केवळ करुणा किंवा दयाभाव नव्हे, तर विवेकशील, न्यायनिष्ठ आणि समतावादी जीवनदृष्टी होय. जातिभेद, लिंगभेद, अस्पृश्यता आणि सामाजिक अन्याय यांना त्यांनी मानवतेविरोधी मानले आहे. अशा प्रवृत्ती जरी परंपरेच्या नावाखाली चालत असल्या, तरी त्यांचा त्यांनी तीव्र विरोध केला आहे.

तर्कतीर्थांनी संस्कृतीचा संबंध नैतिक मूल्यांशी जोडला आहे. सत्य, अहिंसा, सहिष्णुता, परस्पर आदर आणि सामाजिक जबाबदारी ही मूल्ये मानवतावादाचीच रूपे आहेत. संस्कृतीने ही मूल्ये रुजवली नाहीत, तर ती केवळ बाह्य आचारांची उरते, असे ते ठामपणे सांगतात.

धर्माच्या संदर्भातही तर्कतीर्थांची भूमिका मानवतावादी आहे. धर्माचा उपयोग मानवाच्या नैतिक उन्नतीसाठी झाला पाहिजे; परंतु धर्माच्या नावाखाली शोषण, द्वेष किंवा हिंसा निर्माण होत असेल, तर तो धर्म नव्हे, तर विकृती आहे, असे ते स्पष्ट करतात. त्यामुळे मानवतेला बाधक ठरणाऱ्या धार्मिक कल्पनांना त्यांनी निर्भीडपणे आव्हान दिले आहे.

एकूणच, तर्कतीर्थ लक्ष्मणशास्त्री जोशी यांच्या लेखनातील संस्कृतीची संकल्पना ही मानवतावादावर आधारित, विवेकप्रधान आणि प्रगतिशील आहे. मानवाच्या बुद्धी, स्वातंत्र्य आणि नैतिक मूल्यांचा विकास साधणारी संस्कृती हीच खरी संस्कृती असल्याचा विचार त्यांच्या लेखनातून सातत्याने अधोरेखित होतो.

तर्कतीर्थांच्यासंस्कृतीविषयकविचारांचेमूल्यमापन

तर्कतीर्थ लक्ष्मणशास्त्री जोशी यांची संस्कृतीविषयक संकल्पना ही विवेकप्रधान, मानवतावादी आणि वैज्ञानिक दृष्टिकोनावर आधारित आहे. त्यांच्या विचारांमुळे भारतीय संस्कृतीकडे पाहण्याची एक नवी, चिकित्सक दृष्टी प्राप्त होते. मात्र काही अभ्यासकांच्या मते, त्यांचा दृष्टिकोन परंपरेबाबत काहीसा कठोर वाटतो. तरीही आधुनिक समाजाच्या संदर्भात त्यांचे विचार अधिक सुसंगत आणि उपयुक्त ठरतात.

तर्कतीर्थ लक्ष्मणशास्त्री जोशी यांच्या संस्कृतीविषयक विचारांना आधुनिक भारतीय वैचारिक परंपरेत अत्यंत महत्त्वाचे स्थान आहे. त्यांनी मांडलेली संस्कृतीची संकल्पना ही पारंपरिक, धार्मिक किंवा भावनिक चौकटींपलीकडे जाऊन **विवेक, विज्ञान आणि मानवतावाद** यांच्या आधारावर उभी आहे. त्यांच्या विचारांचे मूल्यमापन करताना त्यांच्या **वैचारिक योगदानाचे महत्त्व, बलस्थानं आणि मर्यादा** या तीनही अंगांचा विचार करणे आवश्यक ठरते.

प्रथम, त्यांच्या विचारांचे प्रमुख बलस्थान म्हणजे **विवेकप्रधानदृष्टीकोन**. तर्कतीर्थांनी संस्कृतीला बुद्धिप्रामाण्याची कसोटी लावली. अंधश्रद्धा, कर्मकांड, जातिभेद यांसारख्या अविवेकी प्रथा त्यांनी निर्भीडपणे नाकारल्या. त्यामुळे त्यांची संस्कृतीची संकल्पना समाजाला आत्मपरीक्षणास प्रवृत्त करणारी आणि परिवर्तनाची दिशा देणारी ठरते.

दुसरे महत्त्वाचे वैशिष्ट्य म्हणजे **विज्ञानआणिसंस्कृतीयांचासमन्वय**. विज्ञानामुळे होणारी भौतिक प्रगती आणि संस्कृतीमुळे घडणारी नैतिक उन्नती—या दोहोंचा समतोल साधण्याचा प्रयत्न त्यांच्या लेखनात दिसतो. त्यामुळे त्यांच्या विचारांत एकांगी भौतिकवाद किंवा कोरडा अध्यात्मवाद

आढळत नाही.

तिसरे, त्यांच्या संस्कृतीविषयक विचारांचा पाया **मानवतावाद** आहे. मानवाची प्रतिष्ठा, स्वातंत्र्य, समता आणि न्याय ही मूल्ये त्यांच्या संस्कृतीच्या केंद्रस्थानी आहेत. समाजातील दुर्बल घटकांचे शोषण करणाऱ्या परंपरांवर त्यांनी कठोर टीका केली. त्यामुळे त्यांची संस्कृतीची संकल्पना सामाजिक सुधारणांना पोषक ठरते.

तथापि, काही विचारवंतांच्या मते तर्कतीर्थांचा विवेकवाद कधी कधी **अतिरिक्ततर्कप्रधान** वाटतो. भावनिक, आध्यात्मिक आणि सांस्कृतिक अनुभूतींचे महत्त्व त्यांच्या लेखनात तुलनेने कमी आढळते, अशी टीका केली जाते. परंपरेतील भावनिक एकात्मता आणि सांस्कृतिक ओळख यांचा विचार अधिक सखोल झाला असता, तर त्यांची मांडणी अधिक सर्वसमावेशक झाली असती, असे मत काही समीक्षक मांडतात.

तसेच, त्यांची भूमिका प्रामुख्याने **बौद्धिकवर्गापुरतीमर्यादित** राहिली, असा आक्षेपही घेतला जातो. ग्रामीण व अशिक्षित समाजघटकांपर्यंत हे विचार प्रभावीपणे पोहोचविण्याचे कार्य तुलनेने कमी झाले, असेही मत मांडले जाते.

एकूणच, तर्कतीर्थ लक्ष्मणशास्त्री जोशी यांच्या संस्कृतीविषयक विचारांचे मूल्यमापन करताना असे म्हणता येईल की, त्यांनी भारतीय संस्कृतीकडे पाहण्याची **चिकित्सक, विवेकशीलआणिमानवकेंद्रितदृष्टी** दिली. काही मर्यादा असूनही, त्यांच्या विचारांनी समाजसुधारणा, विवेकवाद आणि वैज्ञानिक दृष्टिकोन यांना वैचारिक अधिष्ठान दिले. म्हणूनच त्यांचे संस्कृतीविषयक विचार आजही **समाजपरिवर्तनाच्यादृष्टीनेमार्गदर्शकआणिप्रेरणादायी** ठरतात.

समकालीनसंदर्भातीलमहत्त्व

आजच्या जागतिकीकरणाच्या आणि तांत्रिक प्रगतीच्या युगात संस्कृतीसमोर अनेक आव्हाने उभी आहेत. अशा परिस्थितीत तर्कतीर्थ लक्ष्मणशास्त्री जोशी यांची संस्कृतीविषयक मांडणी अत्यंत मार्गदर्शक ठरते. विवेक, वैज्ञानिक दृष्टिकोन आणि मानवतावाद यांच्या आधारे संस्कृतीचे पुनर्मूल्यांकन करण्याची आवश्यकता त्यांनी अधोरेखित केली आहे.

निष्कर्ष

आजच्या समकालीन समाजात तर्कतीर्थ लक्ष्मणशास्त्री जोशी यांच्या संस्कृतीविषयक विचारांचे महत्त्व अधिकच वाढलेले दिसून येते. जागतिकीकरण, तंत्रज्ञानाचा झपाट्याने होणारा विकास, धार्मिक-सामाजिक तणाव आणि मूल्यसंघर्ष यांच्या पार्श्वभूमीवर त्यांची **विवेकप्रधान, वैज्ञानिक आणि मानवतावादी संस्कृतीची संकल्पना** अत्यंत उपयुक्त ठरते.

प्रथम, आज समाजात वाढत चाललेली **अंधश्रद्धा, अवैज्ञानिक विचारसरणी आणि भावनिक उन्माद** यांना तर्कतीर्थांचे विचार प्रभावी उत्तर देतात. विवेक, बुद्धिप्रामाण्य आणि वैज्ञानिक दृष्टिकोन या मूल्यांवर आधारित संस्कृतीची संकल्पना आजच्या समाजाला बौद्धिक संतुलन देऊ शकते. त्यामुळे त्यांचे विचार अंधश्रद्धाविरोधी चळवळींसाठी मार्गदर्शक ठरतात.

दुसरे म्हणजे, समकालीन समाजात **परंपरा आणि आधुनिकता यांच्यातील संघर्ष** तीव्र झाला आहे. अशा वेळी तर्कतीर्थांनी मांडलेला परंपरेचा विवेकपूर्ण स्वीकार हा विचार अत्यंत समर्पक ठरतो. परंपरेतील उपयुक्त मूल्यांचे जतन करताना, कालबाह्य व मानवताविरोधी घटक नाकारण्याची भूमिका आजच्या सांस्कृतिक चर्चेला दिशा देते.

तिसरे, विज्ञान व तंत्रज्ञानामुळे भौतिक प्रगती झाली असली, तरी **नैतिक अधःपतन, असहिष्णुता आणि मानवी मूल्यांची गळती** जाणवत आहे. या संदर्भात संस्कृती आणि विज्ञान यांचा समन्वय साधण्याचा तर्कतीर्थांचा विचार आज अधिक महत्त्वाचा ठरतो. विज्ञानाला मानवतेची दिशा देण्याचे कार्य संस्कृतीनेच करावे, हा संदेश आजही तितकाच अर्थपूर्ण आहे.

चौथे, वाढते सामाजिक विभाजन—जात, धर्म, भाषा, लिंग यांवर आधारित—आजच्या समाजासमोर मोठे आव्हान आहे. तर्कतीर्थांचा **मानवतावादी संस्कृतीचा दृष्टिकोन** समता, न्याय आणि सहअस्तित्व यांची जाणीव निर्माण करतो. त्यामुळे सामाजिक सलोखा आणि लोकशाही मूल्यांचे रक्षण करण्यासाठी त्यांचे विचार उपयुक्त ठरतात.

शेवटी, आजच्या काळात **बौद्धिक स्वातंत्र्य, प्रश्नवृत्ती आणि विवेचनशीलता** यांची गरज प्रकर्षाने जाणवते. तर्कतीर्थांचे विचार व्यक्तीला विचारस्वतंत्र बनवतात आणि समाजाला आत्मपरीक्षणाकडे प्रवृत्त करतात. म्हणूनच त्यांच्या संस्कृतीविषयक विचारांचे महत्त्व केवळ ऐतिहासिक न राहता, ते **आजच्या आणि उद्याच्या समाजासाठीही दिशादर्शक** ठरतात.

एकूणच, समकालीन संदर्भात तर्कतीर्थ लक्ष्मणशास्त्री जोशी यांच्या संस्कृतीविषयक विचारांचे महत्त्व हे समाजातील विवेकजागृती, वैज्ञानिक दृष्टिकोन आणि मानवतावादी मूल्यसंवर्धन या दृष्टीने अत्यंत मूलभूत आणि अपरिहार्य आहे.

तर्कतीर्थ लक्ष्मणशास्त्री जोशी यांच्या लेखनातील संस्कृतीची संकल्पना ही परंपरा आणि आधुनिकता यांचा समन्वय साधणारी आहे. त्यांनी संस्कृतीला जड वारसा न मानता मानवी प्रगतीची सजीव प्रक्रिया म्हणून मांडले आहे. विवेक,

मानवता, विज्ञान आणि नैतिक मूल्ये या घटकांवर आधारलेली संस्कृतीच समाजाला योग्य दिशा देऊ शकते, हा त्यांचा विचार आजही तितकाच महत्त्वाचा आहे. त्यामुळे तर्कतीर्थांची संस्कृतीविषयक संकल्पना भारतीय वैचारिक परंपरेत एक मोलाची देणगी ठरते

संदर्भसूची (Bibliography)

1. जोशी, लक्ष्मणशास्त्री. निवडक निबंध. पुणे : देशमुख प्रकाशन.
2. जोशी, लक्ष्मणशास्त्री. संस्कृती आणि विवेक. पुणे : मौज प्रकाशन.
3. फडके, य. दि. मराठी वैचारिक परंपरा. पुणे : श्रीविद्या प्रकाशन.
4. देशपांडे, ग. पु. आधुनिक मराठी विचारवंत. मुंबई : लोकप्रिय प्रकाशन.
5. कुलकर्णी, अ. रा. विवेकवाद आणि भारतीय संस्कृती. औरंगाबाद : प्रतिभा प्रकाशन.
6. Joshi, L. S. Selected Essays on Culture and Rationalism. Pune: Popular Prakashan.
7. Deshpande, G. P. Indian Cultural Thought. Mumbai: Orient Blackswan.

- लेखक

प्राची सुभाष गिरी, सहाय्यक प्रा. व विभागप्रमुख (गृहविज्ञान), शासकीय ज्ञान विज्ञान महाविद्यालय, छ. संभाजीनगर

3

तर्कतीर्थ लक्ष्मण शास्त्री जोशी यांच्या लेखनातील तत्त्वज्ञान आणि व्यवहार यांची सांगड - दीपाली आत्माराम धावणे

प्रस्तावना

विसाव्या शतकातील महाराष्ट्राच्या वैचारिक जडणघडणीत तर्कतीर्थ लक्ष्मणशास्त्री जोशी हे एक उत्तुंग व्यक्तिमत्त्व होते. ते केवळ प्राचीन ग्रंथांचे भाष्यकार नव्हते, तर आधुनिक विज्ञानाभिमुख समाज घडवू पाहणारे एक द्रष्टे विचारवंत होते. सामान्यतः तत्त्वज्ञान हे केवळ ग्रंथांत किंवा गुहेत बसून करायचे चिंतन मानले जाते, तर व्यवहार हा संसारी माणसाचा भाग मानला जातो. परंतु, शास्त्रीजींनी आपल्या संपूर्ण लेखनातून हे सिद्ध केले की, **"जे तत्त्वज्ञान व्यवहाराला दिशा देत नाही आणि जो व्यवहार तत्त्वज्ञानावर आधारित नाही, ते दोन्ही व्यर्थ आहेत."**

तत्त्वज्ञानाची व्याख्या आणि भूमिका

सर्वप्रथम आपण तत्वज्ञानाची व्याख्या आणि भूमिका पाहू

तत्त्वज्ञानाची व्याख्या

तत्त्वज्ञान म्हणजे मानवाने स्वतःच्या अस्तित्वाविषयी, विश्वाविषयी, जीवनाच्या अर्थाविषयी, ज्ञान, सत्य, मूल्ये आणि नैतिकता यांविषयी विवेकपूर्ण व तर्कशुद्ध चिंतन करणे होय. 'तत्त्व' म्हणजे मूलभूत सत्य आणि 'ज्ञान' म्हणजे जाणिव—या दोहोंच्या समन्वयातून तत्त्वज्ञान निर्माण होते. त्यामुळे तत्त्वज्ञान हे केवळ सैद्धांतिक विचार नसून, जीवन समजून घेण्याची आणि दिशा देण्याची बौद्धिक प्रक्रिया आहे.

तत्त्वज्ञान मानवाच्या अनुभवांवर, तर्कावर आणि प्रश्नवृत्तीवर आधारलेले असते. "मी कोण आहे?", "जीवनाचा उद्देश काय?", "सत्य म्हणजे काय?", "योग्य-अयोग्य कसे ठरवावे?" अशा मूलभूत प्रश्नांची चिकित्सा करणे हे तत्त्वज्ञानाचे मुख्य कार्य आहे.

तत्त्वज्ञानाची भूमिका

१. विवेकजागृतीची भूमिका

तत्त्वज्ञान माणसाला प्रश्न विचारायला शिकवते. रूढी, परंपरा, श्रद्धा यांचे अंधानुकरण न करता त्यांचा विवेकपूर्ण विचार करण्याची क्षमता तत्त्वज्ञान देते. त्यामुळे व्यक्ती आणि समाज विवेकी बनतो.

२. जीवनदृष्टी घडविणे

तत्त्वज्ञान मानवाला जीवनाकडे पाहण्याची व्यापक आणि सुसंगत दृष्टी देते. सुख-दुःख, यश-अपयश, जीवन-मृत्यू यांचा अर्थ समजून घेण्यास ते मदत करते आणि जीवन अधिक अर्थपूर्ण बनवते.

३. नैतिक मूल्यांची निर्मिती

सत्य, न्याय, समता, कर्तव्य, स्वातंत्र्य यांसारखी मूल्ये तत्त्वज्ञानातूनच आकाराला येतात. समाजातील योग्य-अयोग्यतेची जाणीव निर्माण करून तत्त्वज्ञान नैतिक जीवनाचा पाया घालते.

४. ज्ञानाची चिकित्सा

ज्ञानाची साधने, मर्यादा आणि विश्वासार्हता यांचा विचार तत्त्वज्ञान करते. त्यामुळे अंधविश्वास, गैरसमज आणि अप्रमाणित ज्ञानापासून माणूस दूर राहतो.

५. समाजपरिवर्तनाची भूमिका

तत्त्वज्ञान समाजातील अन्याय, विषमता आणि शोषण यांवर प्रश्न उपस्थित करते. सुधारणा, परिवर्तन आणि प्रगतीसाठी आवश्यक वैचारिक अधिष्ठान तत्त्वज्ञान पुरवते.

शास्त्रीजींच्या मते, तत्वज्ञान म्हणजे केवळ गूढ चिंतन नव्हे. त्यांच्या लेखनात तत्वज्ञानाचे तीन मुख्य पैलू दिसून येतात:

- **सत्याचा शोध:** सृष्टी आणि समाज यांच्यातील सत्याचा शोध घेणे.
- **तर्कनिष्ठता:** कोणत्याही विचाराची चिकित्सा तर्काच्या कसोटीवर करणे.
- **मानवतावाद:** माणसाचे स्वातंत्र्य आणि प्रतिष्ठा हेच तत्वज्ञानाचे अंतिम ध्येय असणे.

त्यांनी 'हिंदू धर्माची समीक्षा' आणि 'वैदिक संस्कृतीचा विकास' या ग्रंथांमधून भारतीय दर्शनांमधील तत्वज्ञान शोधले, पण ते सांगताना त्याचा व्यवहाराशी काय संबंध आहे, हे कधीही विसरले नाहीत. तर्कतीर्थ लक्ष्मणशास्त्री जोशी यांचे तत्वज्ञान हे केवळ ग्रंथांचे पाठांतर नसून ते तर्क, **विज्ञान आणि मानवतावाद** यांचा एक अपूर्व संगम आहे. त्यांच्या तत्वज्ञानाची विस्तृत माहिती खालील प्रमुख पैलूंच्या आधारे घेता येईल:

१. विवेकवाद आणि तर्कनिष्ठा (Rationalism and Logic)

शास्त्रीजींच्या तत्वज्ञानाचा पाया 'तर्क' हा आहे. त्यांनी केवळ परंपरा म्हणून कोणत्याही गोष्टीचा स्वीकार केला नाही. तर्कतीर्थ लक्ष्मणशास्त्री जोशी यांच्या लेखनातील 'विवेकवाद' (Rationalism) आणि 'तर्कनिष्ठा' (Logic) हे त्यांच्या विचारांचे प्राण आहेत. त्यांनी केवळ भारतीय परंपरेचा अभ्यास केला नाही, तर तिला आधुनिक विज्ञानाच्या आणि मानवी बुद्धीच्या कसोटीवर घासून पाहिले.

या विषयाची सविस्तर माहिती खालील मुद्द्यांच्या आधारे समजून घेता येईल:

१ तर्कतीर्थ लक्ष्मणशास्त्री जोशी हे आधुनिक महाराष्ट्रातील **विवेकवादी आणि तर्कप्रधान विचारवंत** म्हणून ओळखले जातात. त्यांच्या संपूर्ण लेखनाचा आणि वैचारिक भूमिकेचा केंद्रबिंदू म्हणजे **विवेकवाद (Rationalism) आणि तर्कनिष्ठा**. समाज, धर्म, संस्कृती, परंपरा आणि मूल्ये यांचा विचार त्यांनी भावनेपेक्षा बुद्धीच्या आधारावर केला.

१. विवेकवादाची संकल्पना

तर्कतीर्थांच्या मते **विवेक** म्हणजे बुद्धीचा स्वतंत्र, निर्भीड आणि प्रामाणिक वापर. कोणतीही श्रद्धा, परंपरा किंवा संकल्पना स्वीकारताना तिची **तर्क, अनुभव आणि मानवहिताच्या निकषांवर तपासणी** झाली पाहिजे, असा त्यांचा आग्रह आहे. अंधस्वीकृती म्हणजे विवेकाचा अपमान असल्याचे ते मानतात. त्यांच्या

विवेकवादाचा गाभा म्हणजे **बुद्धिप्रामाण्य**—बुद्धी हेच अंतिम प्रमाण मानणे. धर्मग्रंथ, परंपरा किंवा प्राचीनतेचा अधिकार ते स्वीकारतात, पण तोही विवेकाच्या कसोटीवर उतरला तरच.

२. तर्कनिष्ठा

तर्कतीर्थांच्या विचारांमध्ये **तर्कनिष्ठा** ही केवळ वैचारिक पद्धत नसून, जीवनाची भूमिका आहे. त्यांनी भारतीय तत्त्वज्ञानातील तर्कशास्त्र, न्यायशास्त्र आणि मीमांसा परंपरेचा सखोल अभ्यास केला होता. त्यामुळे त्यांच्या लेखनात **सुसंगत युक्तिवाद, कारण–परिणामाचा विचार आणि विश्लेषणात्मक मांडणी** दिसून येते. ते कोणत्याही मताचे अंध समर्थन किंवा अंध विरोध करीत नसत. प्रश्न विचारणे, शंका घेणे आणि पुरावे मागणे ही तर्कनिष्ठेची लक्षणे असल्याचे ते मानत.

३. विवेकवाद आणि धर्म

तर्कतीर्थ विवेकवाद म्हणजे धर्मनिरपेक्षता किंवा धर्मद्वेष नव्हे, असे स्पष्ट करतात. त्यांच्या मते धर्मातील **नैतिक मूल्ये, मानवतावाद आणि जीवनोन्नतीचे तत्त्व** स्वीकारण्याजोगे आहेत; परंतु धर्माच्या नावाखाली चालणाऱ्या अंधश्रद्धा, कर्मकांड, शोषण आणि अवैज्ञानिक प्रथा त्यांनी ठामपणे नाकारल्या.

४. समाजसुधारणेतील भूमिका

विवेकवाद आणि तर्कनिष्ठा यांच्या आधारे तर्कतीर्थांनी **जातिभेद, अस्पृश्यता, अंधश्रद्धा आणि रूढीवादी परंपरा** यांवर टीका केली. समाज सुधारण्यासाठी भावनिक आवाहनांपेक्षा **बौद्धिक जागृती आवश्यक** असल्याचे ते मानत. त्यामुळे त्यांच्या विचारांनी पुरोगामी सामाजिक चळवळींना वैचारिक आधार दिला.

५. विवेकवादाचे समकालीन महत्त्व

आजच्या काळात वाढणारी अंधश्रद्धा, कट्टरता आणि भावनिक उन्माद पाहता तर्कतीर्थांचा विवेकवाद अधिकच महत्त्वाचा ठरतो. **प्रश्न विचारण्याची सवय, तर्कशुद्ध विचार आणि वैज्ञानिक दृष्टिकोन** या मूल्यांची आज समाजाला तीव्र गरज आहे. तर्कतीर्थ लक्ष्मणशास्त्री जोशी यांचा विवेकवाद आणि तर्कनिष्ठा ही केवळ वैचारिक भूमिका नसून, **मानवी स्वातंत्र्य, प्रगती आणि संस्कृतीच्या शुद्धीकरणाची प्रक्रिया** आहे. अंधश्रद्धा व अविवेकातून समाजाला मुक्त करून विवेकशील आणि मानवकेंद्रित समाज घडविण्याचा त्यांचा विचार आजही तितकाच प्रेरणादायी आणि मार्गदर्शक आह

२. तर्कनिष्ठेचे स्वरूप (Nature of Logic)

तर्कतीर्थ लक्ष्मणशास्त्री जोशी यांच्या वैचारिक विश्वात **तर्कनिष्ठा** ही केवळ बौद्धिक साधन नसून, **जीवनाकडे पाहण्याची एक सुसंगत व विवेकी भूमिका** आहे. त्यांच्या लेखनातून तर्कनिष्ठेचे बहुआयामी स्वरूप स्पष्टपणे दिसून येते.

१. बुद्धिप्रामाण्यावर आधारित तर्कनिष्ठा

तर्कतीर्थांच्या तर्कनिष्ठेचा मूलाधार म्हणजे **बुद्धिप्रामाण्य**. त्यांनी परंपरा, धर्मग्रंथ, समाजमान्यता किंवा प्राचीनतेचा अधिकार अंतिम मानला नाही. कोणताही विचार स्वीकारताना तो **तर्क, अनुभव आणि** विवेक यांच्या कसोटीवर उतरला पाहिजे, हा त्यांच्या तर्कनिष्ठेचा केंद्रबिंदू आहे.

२. प्रश्नवृत्ती आणि शंकावाद

तर्कनिष्ठेचे महत्त्वाचे लक्षण म्हणजे **प्रश्न विचारण्याची प्रवृत्ती**. तर्कतीर्थांनी अंधश्रद्धा किंवा रूढ कल्पनांवर विश्वास ठेवण्याऐवजी त्यांची चिकित्सा केली. शंका घेणे म्हणजे नकारात्मकता नव्हे, तर सत्यशोधाची पहिली पायरी आहे, असे ते मानत. त्यामुळे त्यांच्या तर्कनिष्ठेत **वैज्ञानिक शंकावाद** दिसून येतो.

३. कारण–परिणामाची सुसंगतता

त्यांच्या तर्कनिष्ठ विचारपद्धतीत **कारण–परिणाम संबंधाला विशेष महत्त्व** आहे. कोणतीही घटना, श्रद्धा किंवा सामाजिक प्रथा यामागे काही कारणे असतात; त्यांचा शोध घेऊनच योग्य निष्कर्ष काढला पाहिजे, असा त्यांचा आग्रह आहे. अंध कारणसाखळी त्यांनी नाकारली.

४. धर्म आणि परंपरेचे चिकित्सक मूल्यमापन

तर्कतीर्थांची तर्कनिष्ठा धर्मविरोधी नसून **धर्मचिकित्सक** आहे. धर्मातील नैतिक मूल्ये स्वीकारताना त्यांनी कर्मकांड, अवैज्ञानिक समजुती आणि शोषणकारी परंपरांवर तर्काच्या आधारे कठोर टीका केली. त्यामुळे त्यांच्या तर्कनिष्ठेला **संतुलित आणि निर्भीड स्वरूप** प्राप्त झाले आहे.

५. मानवकेंद्रित तर्कनिष्ठा

तर्कतीर्थांची तर्कनिष्ठा कोरडी किंवा अमानवी नाही. कोणताही विचार मानवाच्या **स्वातंत्र्य, प्रतिष्ठा आणि कल्याणाला पोषक आहे की नाही**, हा प्रश्न त्यांच्या तर्कनिष्ठेचा अंतिम निकष आहे. त्यामुळे त्यांच्या तर्कनिष्ठेला मानवतावादी अधिष्ठान लाभते.

६. व्यवहाराशी निगडित तर्कनिष्ठा

त्यांची तर्कनिष्ठा केवळ ग्रंथीय किंवा तात्त्विक पातळीवर मर्यादित नाही. सामाजिक व्यवहार, शिक्षण, संस्कृती आणि नैतिक जीवन यांत तर्कनिष्ठ विचार प्रत्यक्षात उतरवण्यावर त्यांनी भर दिला. म्हणूनच त्यांची तर्कनिष्ठा

व्यवहारशील आणि परिवर्तनाभिमुख आहे. तर्कतीर्थ लक्ष्मणशास्त्री जोशी यांचे तर्कनिष्ठेचे स्वरूप हे **विवेकप्रधान, प्रश्नवृत्तीशील, मानवकेंद्रित आणि व्यवहाराभिमुख** आहे. अंधश्रद्धा, अविवेक आणि रूढीवादाला विरोध करून समाजाला बौद्धिक स्वातंत्र्य देणारी ही तर्कनिष्ठा आजच्या काळातही अत्यंत मार्गदर्शक आणि प्रेरणादायी ठरते

३. विवेकवादाचा व्यवहारातील उपयोग

शास्त्रीजींचा विवेकवाद केवळ पुस्तकी नव्हता, तो प्रत्यक्ष व्यवहारात उतरणारा होता:

तर्कतीर्थ लक्ष्मणशास्त्री जोशी यांचा विवेकवाद हा केवळ तात्त्विक विचार नसून, तो दैनंदिन जीवनात प्रत्यक्ष आचरणात आणता येणारा व्यवहारशील दृष्टिकोन आहे. त्यांनी विवेकवादाचा उपयोग वैयक्तिक जीवनापासून सामाजिक, सांस्कृतिक आणि बौद्धिक क्षेत्रांपर्यंत कसा करता येतो, हे आपल्या लेखनातून स्पष्ट केले आहे.

१. वैयक्तिक जीवनातील उपयोग

विवेकवादामुळे व्यक्ती अंधविश्वास, भीती आणि गैरसमज यांपासून मुक्त होते. कोणतीही घटना, समस्या किंवा निर्णय भावनेच्या भरात न घेता तर्कशुद्ध विचार करून निर्णय घेण्याची सवय विवेकवादामुळे लागते. त्यामुळे व्यक्ती अधिक आत्मनिर्भर, जबाबदार आणि संतुलित बनते.

२. सामाजिक व्यवहारातील उपयोग

समाजातील अनेक रूढी, परंपरा आणि प्रथा विवेकाच्या कसोटीवर उतरवल्यास त्यांतील अन्यायकारक व शोषणकारी घटक स्पष्ट होतात. तर्कतीर्थांच्या विवेकवादामुळे जातिभेद, अस्पृश्यता, अंधश्रद्धा यांसारख्या सामाजिक व्याधींवर प्रश्न उपस्थित करता येतात. त्यामुळे विवेकवाद समाजसुधारणेचे प्रभावी साधन ठरते.

३. धर्म आणि श्रद्धेतील उपयोग

तर्कतीर्थांच्या मते विवेकवाद म्हणजे धर्मद्वेष नव्हे. धर्मातील नैतिकता, करुणा आणि मानवतावाद स्वीकारताना कर्मकांड, चमत्कारवाद आणि अवैज्ञानिक श्रद्धा विवेकाच्या आधारे नाकाराव्यात. त्यामुळे श्रद्धा अधिक शुद्ध, सुसंगत आणि मानवकेंद्रित बनते.

४. शिक्षणक्षेत्रातील उपयोग

शिक्षणाचा उद्देश केवळ माहिती देणे नसून विचार करण्याची क्षमता विकसित करणे हा असावा, असा तर्कतीर्थांचा आग्रह आहे. विवेकवादामुळे

विद्यार्थ्यांमध्ये प्रश्नवृत्ती, तर्कशक्ती आणि वैज्ञानिक दृष्टिकोन निर्माण होतो. त्यामुळे शिक्षण जीवनोपयोगी बनते.

५. सांस्कृतिक जीवनातील उपयोग

संस्कृती म्हणजे परंपरांचे अंधानुकरण नव्हे, तर परंपरेचे विवेकपूर्ण मूल्यमापन होय. विवेकवादामुळे संस्कृती गतिशील, प्रगतिशील आणि मानवतावादी बनते. कालबाह्य व अविवेकी प्रथा दूर होऊन उपयुक्त मूल्यांचे जतन होते.

६. निर्णयप्रक्रियेत उपयोग

कौटुंबिक, सामाजिक किंवा सार्वजनिक निर्णय घेताना विवेकवादामुळे भावनिक, धार्मिक किंवा सामाजिक दबावांपासून मुक्त होऊन निर्णय घेता येतो. त्यामुळे निर्णय अधिक न्याय्य, परिणामकारक आणि दीर्घकालीन हिताचे ठरतात.

र्कतीर्थ लक्ष्मणशास्त्री जोशी यांचा विवेकवाद हा विचार, आचार आणि व्यवहार यांचा समन्वय साधणारा जीवनदृष्टिकोन आहे. अंधश्रद्धा व अविवेकातून मुक्त होऊन विवेकशील, जबाबदार आणि मानवकेंद्रित समाज घडविण्यासाठी त्यांच्या विवेकवादाचा व्यवहारातील उपयोग आजही अत्यंत महत्त्वाचा आणि उपयुक्त आहे

४. विवेकवाद आणि संस्कृतीचा विकास

शास्त्रीजींनी 'वैदिक संस्कृतीचा विकास' या ग्रंथात मांडले की, संस्कृतीचा खरा इतिहास हा मानवी विवेकाच्या विकासाचा इतिहास आहे.

- तर्कतीर्थ लक्ष्मणशास्त्री जोशी यांच्या विचारसरणीत **विवेकवाद** आणि **संस्कृतीचा विकास** यांचा अत्यंत घनिष्ठ व पूरक संबंध आढळतो. त्यांच्या मते संस्कृती ही केवळ परंपरांचा संच नसून, **मानवी बुद्धी, नैतिकता आणि जीवनमूल्यांचा सतत विकसित होत जाणारा प्रवाह** आहे. या विकासाची खरी प्रेरणा विवेकवादातूनच मिळते.

१. विवेकवाद : संस्कृतीच्या विकासाचे अधिष्ठान

तर्कतीर्थांच्या मते विवेक म्हणजे **बुद्धीचा निर्भीड आणि स्वतंत्र वापर**. संस्कृती जर विवेकाच्या आधारे विकसित झाली, तर ती अंधश्रद्धा, रूढी आणि अवैज्ञानिक समजुतींपासून मुक्त होते. त्यामुळे विवेकवाद हा संस्कृतीच्या शुद्धीकरणाचा आणि विकासाचा मूलभूत आधार आहे.

२. परंपरेचे विवेकपूर्ण पुनर्मूल्यांकन

संस्कृतीच्या विकासासाठी भूतकाळाचे अंधानुकरण न करता त्याचे **विवेकपूर्ण मूल्यमापन** करणे आवश्यक आहे, असे तर्कतीर्थ मानतात. विवेकवादामुळे परंपरेतील उपयुक्त मूल्यांचे जतन करता येते आणि कालबाह्य, मानवताविरोधी घटक दूर करता येतात. त्यामुळे संस्कृती गतिशील आणि प्रगतिशील बनते.

३. अंधश्रद्धाविरोध आणि सांस्कृतिक प्रगती

अंधश्रद्धा संस्कृतीला जडत्व आणतात. विवेकवादाच्या आधारे तर्कतीर्थांनी अंधश्रद्धांचा विरोध केला. अंधश्रद्धामुक्त समाजातच **वैज्ञानिक दृष्टिकोन, सर्जनशीलता आणि बौद्धिक स्वातंत्र्य** विकसित होऊ शकते, आणि याच घटकांमुळे संस्कृती पुढे जाते.

४. विज्ञान आणि मानवतावादाचा समन्वय

तर्कतीर्थांच्या विवेकवादामुळे विज्ञान आणि संस्कृती यांच्यात संघर्ष न राहता समन्वय निर्माण होतो. विज्ञान भौतिक प्रगती घडवते, तर संस्कृती त्या प्रगतीला **मानवी मूल्यांची दिशा** देते. विवेकवाद हा या दोहोंमधील दुवा बनतो आणि संस्कृतीचा संतुलित विकास घडवतो.

५. नैतिक मूल्यांची वृद्धी

विवेकवादामुळे संस्कृतीत सत्य, न्याय, समता, सहिष्णुता आणि सामाजिक जबाबदारी यांसारखी मूल्ये दृढ होतात. विवेकाशिवाय मूल्ये रूढी बनतात; विवेकामुळे ती **जिवंत आणि अर्थपूर्ण** ठरतात. त्यामुळे संस्कृतीचा नैतिक स्तर उंचावतो.

६. आधुनिक आणि समकालीन संदर्भ

आजच्या काळात जागतिकीकरण, तंत्रज्ञान आणि सांस्कृतिक संघर्षांच्या पार्श्वभूमीवर तर्कतीर्थांचा विवेकवाद संस्कृतीच्या विकासासाठी अत्यंत उपयुक्त ठरतो. तो संस्कृतीला **सार्वत्रिक, मानवकेंद्रित आणि प्रगतिशील** बनवतो.

तर्कतीर्थ लक्ष्मणशास्त्री जोशी यांचा विवेकवाद हा संस्कृतीच्या विकासाचा **प्राणतत्त्व** आहे. विवेकाच्या आधारे परंपरेचे शुद्धीकरण, अंधश्रद्धाविरोध, विज्ञान–मानवतावादाचा समन्वय आणि नैतिक मूल्यांची वृद्धी घडून येते. म्हणूनच तर्कतीर्थांचे विचार संस्कृतीला स्थैर्य देणारेच नव्हे, तर तिला नव्या **दिशेने पुढे नेणारे** ठरतात

५. निष्कर्ष

तर्कतीर्थ लक्ष्मणशास्त्री जोशी यांचा विवेकवाद हा 'मानवतावादी' होता. त्यांच्या मते, विवेकाचा उपयोग माणसाला अधिक सुखी, स्वतंत्र आणि प्रगल्भ

करण्यासाठी झाला पाहिजे. त्यांनी महाराष्ट्राला 'आंधळ्या श्रद्धेकडून डोळस विवेकाकडे' नेण्याचे महान कार्य केले.

२. ऐतिहासिक भौतिकवाद (Historical Materialism)

शास्त्रीजींवर कार्ल मार्क्सच्या विचारांचा प्रभाव होता. त्यांनी भारतीय इतिहासाकडे आणि धर्माकडे पाहताना भौतिकवादी दृष्टिकोन ठेवला. तर्कतीर्थ लक्ष्मणशास्त्री जोशी यांनी भारतीय संस्कृती आणि इतिहासाचे विश्लेषण करण्यासाठी **'ऐतिहासिक भौतिकवाद'** (Historical Materialism) या मार्क्सवादी सिद्धांताचा अत्यंत कल्पकतेने वापर केला. शास्त्रीजी हे केवळ परंपरेचे अभ्यासक नव्हते, तर त्यांनी इतिहासातील बदलांमागील आर्थिक आणि भौतिक कारणांचा शोध घेतला.

या संकल्पनेचे सविस्तर विश्लेषण खालीलप्रमाणे आहे:

१. ऐतिहासिक भौतिकवादाची मूळ संकल्पना

ऐतिहासिक भौतिकवाद हा कार्ल मार्क्सचा सिद्धांत आहे. यानुसार, समाजातील बदल हे केवळ महान व्यक्तींच्या विचारांमुळे किंवा ईश्वरी इच्छेमुळे होत नाहीत, तर ते **'उत्पादन पद्धतीत'** (Mode of Production) होणाऱ्या बदलांमुळे होतात. शास्त्रीजींनी या सिद्धांताचा आधार घेऊन भारतीय इतिहासाकडे पाहिले.

- **पाया आणि इमारत (Base and Superstructure):** समाजाची आर्थिक व्यवस्था (पाया) कशी आहे, यावर त्या समाजाचे कायदे, धर्म, तत्त्वज्ञान आणि संस्कृती (इमारत) उभी असते.

२. भारतीय संस्कृतीचे भौतिकवादी विश्लेषण

शास्त्रीजींनी त्यांच्या 'वैदिक संस्कृतीचा विकास' या ग्रंथात भारतीय इतिहासाचे टप्पे भौतिकवादाच्या आधारे मांडले:

- **टोळी जीवन ते शेती (Tribal to Agricultural):** सुरुवातीला वैदिक समाज हा पशुपालक आणि भटक्या स्वरूपाचा होता. तेव्हा त्यांची संस्कृती टोळी प्रमुखांच्या भोवती फिरणारी होती. जेव्हा लोखंडाचा शोध लागला आणि शेतीचा विस्तार झाला, तेव्हा स्थिर समाज आणि राजसत्ता उदयास आली.
- **यज्ञ आणि आर्थिक वाटप:** शास्त्रीजींच्या मते, प्रारंभीचे 'यज्ञ' ही केवळ धार्मिक कर्मकांडे नव्हती, तर ती टोळीतील संपत्तीच्या सामाजिक वाटपाची एक पद्धत

होती. जेव्हा खाजगी मालमत्तेची कल्पना आली, तेव्हा यज्ञाचे स्वरूप बदलून ते पुरोहितांच्या वर्चस्वाचे साधन बनले.

३. वर्णव्यवस्था आणि वर्गविग्रह

ऐतिहासिक भौतिकवादाचा वापर करून शास्त्रीजींनी वर्णव्यवस्थेची चिकित्सा केली:

- **श्रमविभागणी:** सुरुवातीला वर्णव्यवस्था ही केवळ कामाची विभागणी (Division of Labour) होती.
- **शोषणाचे साधन:** जसजशी उत्पादनाची साधने (जमीन, ज्ञान) काही लोकांच्या हातात एकवटली, तसतसे वर्णव्यवस्थेचे रूपांतर जातीव्यवस्थेत झाले. वरिष्ठ वर्गाने स्वतःचे आर्थिक हितसंबंध जपण्यासाठी धर्माचा आणि कर्माचा आधार घेतला, हे शास्त्रीजींनी स्पष्टपणे मांडले.

४. विचारांचे भौतिक अधिष्ठान

शास्त्रीजींचे एक महत्त्वाचे निरीक्षण असे होते की, एखादे तत्त्वज्ञान लोकप्रिय होण्यामागे त्या काळातील भौतिक परिस्थिती कारणीभूत असते.

- **बुद्ध धर्माचा उदय:** जेव्हा व्यापार वाढला आणि नवीन नागरी संस्कृती उदयास आली, तेव्हा जुन्या यज्ञसंस्कृतीतील हिंसा व्यापाराला अडथळा ठरू लागली. अशा भौतिक बदलांच्या पार्श्वभूमीवर बुद्धांचा अहिंसेचा आणि समतेचा विचार यशस्वी झाला, असे त्यांनी मांडले.

५. मार्क्सवाद आणि मानवतावादाचा संगम

शास्त्रीजी जरी ऐतिहासिक भौतिकवादाचा स्वीकार करत असले, तरी ते मानवी बुद्धीचे सामर्थ्य नाकारत नसत. त्यांच्या मते, भौतिक परिस्थिती माणसाला दिशा देते, पण त्या परिस्थितीतून बाहेर पडण्यासाठी मानवी 'विवेक' आणि 'प्रतिभा' महत्त्वाची ठरते. पुढे त्यांनी मार्क्सवादातील जडत्व सोडून एम. एन. रॉय यांच्या **'नव्या मानवतावादाकडे'** प्रयाण केले.

शास्त्रीजींनी 'ऐतिहासिक भौतिकवाद' या साधनाद्वारे भारतीय संस्कृतीवरील 'दैवी' आणि 'चमत्कारी' पडदा दूर केला. त्यांनी हे सिद्ध केले की, संस्कृती ही मानवी कष्टांतून, आर्थिक संघर्षातून आणि उत्पादन पद्धतीतील बदलांतून

घडत असते. त्यांच्या या मांडणीमुळे भारतीय इतिहासाला एक वैज्ञानिक आणि वास्तववादी दृष्टी प्राप्त झाली.

३. 'नवा मानवतावाद' (New Humanism)

एम. एन. रॉय यांच्या सहवासात आल्यावर शास्त्रीजींनी 'रेडिकल ह्युमॅनिझम' किंवा 'नवा मानवतावाद' स्वीकारला. हे त्यांच्या प्रगल्भ तत्त्वज्ञानाचे अंतिम स्वरूप होते. तर्कतीर्थ लक्ष्मणशास्त्री जोशी यांच्या लेखनातील 'नवा मानवतावाद' (New Humanism / Radical Humanism) हा त्यांच्या वैचारिक प्रवासातील सर्वोच्च टप्पा आहे. एम. एन. रॉय यांच्या सहवासात आल्यावर त्यांनी या दर्शनाचा स्वीकार केला आणि भारतीय संदर्भात त्याची मांडणी केली.

या संकल्पनेचे सविस्तर विवेचन खालील मुद्द्यांनुसार करता येईल:

१. नवा मानवतावाद म्हणजे काय?

सामान्य मानवतावाद हा केवळ 'माणसावर प्रेम करा' असे सांगतो, पण 'नवा मानवतावाद' हा माणसाच्या स्वातंत्र्यावर, बुद्धीवर आणि नैतिकतेवर आधारित एक वैज्ञानिक जीवनदर्शन आहे. शास्त्रीजींच्या मते, माणूस हा कोणत्याही ईश्वराचा किंवा नियतीचा दास नसून तो स्वतःच्या नशिबाचा निर्माता आहे.

२. प्रमुख तत्त्वे (Core Principles)

शास्त्रीजींनी या दर्शनाचे तीन महत्त्वाचे खांब सांगितले आहेत:

- स्वातंत्र्य (Freedom): माणसाची संपूर्ण धडपड ही स्वातंत्र्यासाठी आहे. हे स्वातंत्र्य केवळ राजकीय नसते, तर ते निसर्गाच्या आणि अज्ञानाच्या जाचातून मिळवलेले बौद्धिक स्वातंत्र्य असते.
- बुद्धीप्रामाण्यवाद (Reason): विश्व हे नियमाने चालते आणि मानवी बुद्धी ते नियम समजू शकते. विवेक किंवा बुद्धी ही मानवाची सर्वात मोठी शक्ती आहे. धर्माच्या नावाखाली बुद्धी गहाण ठेवणे हे मानवतावादाच्या विरोधी आहे.
- नैतिकता (Morality): नैतिकता ही ईश्वराच्या भीतीतून किंवा स्वर्गाच्या आमिषातून येऊ नये. ती माणसाच्या सामाजिक प्रवृत्तीतून आणि विवेकातून निर्माण झाली पाहिजे. माणूस हा स्वभावतःच विवेकशील असल्याने तो नीतीमान होऊ शकतो.

३. पारंपारिक मानवतावाद आणि नवा मानवतावाद यातील फरक

शास्त्रीजींनी स्पष्ट केले की, जुना मानवतावाद अनेकदा धर्मावर किंवा कल्पनेवर आधारित होता. याउलट 'नवा मानवतावाद' हा विज्ञानावर (Biology and Physics) आधारित आहे. माणूस हा उत्क्रांतीचा सर्वोच्च बिंदू आहे आणि त्याच्याकडे विचार करण्याची क्षमता आहे, हे या दर्शनाचे मूळ आहे.

४. राजकारण आणि समाजकारणातील प्रयोग

नव्या मानवतावादाचा पुरस्कार करताना शास्त्रीजींनी 'पक्षविरहित लोकशाही'ची संकल्पना मांडली.

- सत्तेचे विकेंद्रीकरण: सत्ता ही केवळ काही लोकांच्या हातात न राहता ती तळागाळातील लोकांपर्यंत पोहोचली पाहिजे.
- व्यक्तीचे महत्त्व: समाज किंवा राष्ट्र हे व्यक्तीसाठी असते, व्यक्ती राष्ट्रासाठी नसते. जर व्यक्ती स्वतंत्र आणि विवेकी असेल, तरच समाज सुसंस्कृत होतो.

५. भारतीय संस्कृती आणि नवा मानवतावाद

शास्त्रीजींनी भारतीय उपनिषदांमधील 'अद्वैत' आणि नव्या मानवतावादातील 'समता' यांची सांगड घातली. त्यांनी असे प्रतिपादन केले की, प्राचीन काळातील ऋषींनी जो सत्याचा शोध घेतला, तोच शोध आधुनिक काळात विज्ञानाच्या मदतीने नवा मानवतावाद घेत आहे. तर्कतीर्थांच्या लेखनातील 'नवा मानवतावाद' हा माणसाला 'आत्मविश्वास' देणारा विचार आहे. त्यांनी मांडले की, "माणूस हाच सर्व मूल्यांचे मोजमाप आहे." कोणत्याही पोथीपेक्षा, धर्मापेक्षा किंवा विचारप्रणालीपेक्षा 'माणूस आणि त्याचे स्वातंत्र्य' श्रेष्ठ आहे, हाच त्यांच्या संपूर्ण साहित्याचा सार आहे.

४. धर्माची समीक्षा आणि नैतिक अधिष्ठान

शास्त्रीजींनी 'हिंदू धर्माची समीक्षा' करताना धर्मातील तत्त्वज्ञान आणि व्यवहार यांची गल्लत दूर केली. तर्कतीर्थ लक्ष्मणशास्त्री जोशी यांच्या लेखनातील 'धर्माची समीक्षा आणि नैतिक अधिष्ठान' हे अत्यंत महत्त्वाचे आणि वैचारिकदृष्ट्या प्रगल्भ पैलू आहेत. त्यांनी धर्माकडे केवळ एका श्रद्धेच्या नजरेतून न पाहता, त्याचे ऐतिहासिक, समाजशास्त्रीय आणि तार्किक विश्लेषण केले.

खाली या विषयाची सविस्तर माहिती दिली आहे, जी तुमच्या शोधनिबंधासाठी मोलाची ठरेल:

१. धर्माची समीक्षा: ऐतिहासिक आणि समाजशास्त्रीय दृष्टी

शास्त्रीजींनी 'हिंदू धर्माची समीक्षा' या ग्रंथात धर्माचा मागोवा घेताना कार्ल मार्क्सच्या "धर्मसमीक्षा हीच सर्व समीक्षेची जननी आहे" या तत्त्वाचा आधार घेतला.

- धर्म हा मानवनिर्मित: सनातनी धर्मपंडित वेदांना 'अपौरुषेय' (ईश्वरी) मानतात. मात्र, शास्त्रीजींनी ठामपणे मांडले की वेद, धर्म आणि संस्कृती या पूर्णपणे मानवनिर्मितगोष्टी आहेत. जे मानवनिर्मित आहे, त्याची चिकित्सा (Review) करण्याचा अधिकार मानवाला आहे.
- **धर्माचे दोन टप्पे:**

1. ऐहिक धर्म (Primitive Religion): सुरुवातीला मानवाच्या भौतिक गरजा आणि निसर्गाच्या भीतीतून धर्म उदयाला आला. उदा. पाऊस पडण्यासाठी केलेली प्रार्थना.
2. परलोकवादी धर्म (Metaphysical Religion): माणूस स्थिरावल्यावर मरणोत्तर जीवन, स्वर्ग-नरक आणि आत्म्याच्या कल्पनेत धर्म अडकला. शास्त्रीजींनी या परलोकवादाची चिकित्सा करून मानवाचे लक्ष पुन्हा 'ऐहिक' सत्याकडे वळवले.

- चातुर्वर्ण्य आणि शोषणाची व्यवस्था: धर्माने समाजाला जातींमध्ये विभागले आणि 'कर्मविपाक' सिद्धांताच्या माध्यमातून शोषणाचे समर्थन केले. "तू तुझ्या नशिबामुळे किंवा पूर्वजन्माच्या कर्मामुळे कनिष्ठ आहेस," हे तत्त्वज्ञान माणसाचा आत्मसन्मान मारते, अशी त्यांनी धर्माची समीक्षा केली.

२. धर्माचे नैतिक अधिष्ठान (Ethical Foundation)

धर्माची समीक्षा करताना शास्त्रीजींनी धर्मातील 'सडलेला भाग' टाकला, पण धर्माचा जो नैतिक गाभा आहे, तो स्वीकारला.

- मानवता हाच खरा धर्म: शास्त्रीजींच्या मते, धर्माचा आत्मा कर्मकांडात नसून 'मानवतेत' आहे. दुसऱ्या माणसाला माणूस म्हणून सन्मान देणे, हेच धर्माचे खरे नैतिक अधिष्ठान आहे.
- शाश्वत वि. सापेक्ष मूल्ये: त्यांनी धर्मातील मूल्यांची विभागणी केली. काही मूल्ये त्या त्या काळासाठी (Relative) होती, ती आता बदलली पाहिजेत. मात्र,

सत्य, अहिंसा, अस्तेय ही शाश्वत (Eternal) मूल्ये आहेत.

- नैतिकता आणि विवेक: नैतिकता ही देवाची भीती किंवा परलोकाच्या लालसेतून येऊ नये, तर ती मानवी विवेकातून (Reason) आली पाहिजे. शास्त्रीजींनी मांडले की, "नीती ही धर्मावर अवलंबून नसून ती मानवी हितावर आधारित असावी."
- अद्वैताचा नैतिक अर्थ: त्यांनी वेदांतातील 'अद्वैत' तत्त्वज्ञानाला एक नवीन नैतिक जोड दिली. जर प्रत्येक प्राण्यात एकच चैतन्य आहे, तर समाजात भेदभाव करणे अनैतिक आहे. हेच त्यांच्या समाजसुधारणेचे मूळ होते.

३. 'सत्यवर्तन हाच धर्म' (Truth as Religion)

शास्त्रीजींनी महात्मा जोतिबा फुले यांच्या 'सत्यशोधक' विचारांचा आणि एम. एन. रॉय यांच्या 'नव्या मानवतावादा'चा स्वीकार केला.

- ईश्वराऐवजी माणूस केंद्रस्थानी: त्यांनी धर्मातून ईश्वराला बाजूला सारून 'माणसाला' केंद्रस्थानी ठेवले. समाजाचे कल्याण आणि व्यक्तीचे स्वातंत्र्य हेच कोणत्याही नैतिकतेचे सर्वोच्च निकष असावेत.
- विज्ञानाधिष्ठित नैतिकता: आजच्या काळात विज्ञानाने जे सत्य सिद्ध केले आहे, त्याला नाकारून धर्माचा विचार करणे अनैतिक आहे. आधुनिक विज्ञान आणि नैतिकता यांची सांगड घालण्याचे काम शास्त्रीजींनी केले.

शास्त्रीजींच्या मते, धर्माचा जुना डोलारा कोसळला तरी मानवी मूल्यांचा आणि नैतिकतेचा आधार कोसळता कामा नये. त्यांनी धर्माची चिकित्सा करून माणसाला 'श्रद्धेकडून विवेकाकडे' आणि 'परलोकाकडून इहलोकाकडे' आणले. त्यांच्या दृष्टीने "ज्या धर्मात सर्वांचे कल्याण सामावलेले आहे आणि जो विज्ञानाशी सुसंगत आहे, तोच खरा धर्म होय."

५. ज्ञानकोशात्मक दृष्टी आणि विज्ञानाचा पुरस्कार

तत्त्वज्ञान हे केवळ अध्यात्म नाही, तर ते '**विज्ञानाभिमुख**' असावे, असा शास्त्रीजींचा आग्रह होता.

- **विज्ञानाचे महत्त्व:** विज्ञानामुळे मानवाला लाभलेली शोधक दृष्टी हे आधुनिक तत्त्वज्ञान आहे. 'मराठी विश्वकोशा'च्या माध्यमातून त्यांनी हेच ज्ञान सर्वसामान्यांपर्यंत पोहोचवले.

- **जगाचे ऐक्य:** तांत्रिक आणि वैज्ञानिक प्रगतीमुळे जग जवळ येत आहे. अशा वेळी संकुचित धार्मिक तत्त्वज्ञानापेक्षा 'जागतिक नागरिक' घडवणारे तत्त्वज्ञान हवे, असा त्यांचा विचार होता.

६. *निष्कर्ष*

तर्कतीर्थ लक्ष्मणशास्त्री जोशी यांच्या प्रदीर्घ वाङ्‌मयीन आणि वैचारिक प्रवासाचा अभ्यास केला असता असे प्रकर्षाने जाणवते की, त्यांचे तत्त्वज्ञान हे केवळ ग्रंथांतील शब्दांचे ओझे नव्हते, तर ते समाजाला उन्नत करणारे एक कृतिशील साधन होते. त्यांनी भारतीय प्रज्ञेचा 'तर्क' आणि जागतिक आधुनिकतेचा 'मानवतावाद' यांचा जो अभूतपूर्व संगम घडवून आणला, तो आधुनिक भारताच्या सांस्कृतिक इतिहासात अनन्यसाधारण आहे.

शास्त्रीजींच्या लेखनातील तत्त्वज्ञान आणि व्यवहार यांच्या सांगडीचे सार खालील तीन सूत्रांत मांडता येते:

१. **विज्ञानाधिष्ठित विवेकवाद:** त्यांनी तत्त्वज्ञानाला अध्यात्माच्या गुहेतून बाहेर काढून विज्ञानाच्या लख्ख प्रकाशात उभे केले. त्यांच्या मते, जे तत्त्वज्ञान व्यवहारातील कार्यकारणभाव स्पष्ट करू शकत नाही, ते स्वीकारार्ह नाही. त्यांनी धर्मातील 'सडलेला भाग' विवेकाने कापून टाकला आणि 'सजीव भाग' आधुनिकतेशी जोडला.

२. **मानवकेंद्रित समाजहित:** शास्त्रीजींनी ईश्वरापेक्षा माणसाला आणि परलोकापेक्षा इहलोकाला श्रेष्ठ मानले. "माणूस हाच सर्व मूल्यांचे मोजमाप आहे," हा त्यांचा नवा मानवतावाद व्यवहारात सामाजिक समता, स्त्री-पुरुष समानता आणि शोषणाविरुद्धचा संघर्ष म्हणून प्रकट झाला. त्यांनी मांडलेले तत्त्वज्ञान हे माणसाला गुलाम बनवणारे नसून त्याला स्वतःच्या नशिबाचा निर्माता बनवणारे होते.

३. **ज्ञानाचे लोकशाहीकरण:** 'मराठी विश्वकोशा'सारखा महाप्रकल्प राबवून त्यांनी तत्त्वज्ञान आणि माहितीचे भांडार सर्वसामान्यांच्या व्यवहारासाठी खुले केले. ज्ञान हे केवळ उच्चवर्णीयांची किंवा पंडितांची मक्तेदारी न राहता ते श्रमजीवी वर्गापर्यंत पोहोचले पाहिजे, हा त्यांचा वैचारिक आग्रह हाच तत्त्वज्ञान आणि व्यवहार यांच्यातील खऱ्या अर्थाने सर्वात मोठा दुवा होता.

अंतिम मत: थोडक्यात सांगायचे तर, तर्कतीर्थ लक्ष्मणशास्त्री जोशी यांनी महाराष्ट्राला **'डोळस श्रद्धा'** नव्हे, तर **'डोळस विवेक'** दिला. त्यांनी परंपरेचा आंधळा अभिमान न बाळगता तिचे वास्तववादी परीक्षण केले. आजच्या काळात जेव्हा विचारांची शुद्धता आणि कृतीतील सचोटी यांचा अभाव दिसून येतो, तेव्हा शास्त्रीजींनी दिलेली 'तत्त्वज्ञान आणि व्यवहार' यांची ही सांगड आपल्याला अधिक सुसंस्कृत, न्याय्य आणि विवेकनिष्ठ समाज घडवण्यासाठी दीपस्तंभासारखी दिशा दाखवत राहील. त्यांच्या लेखनातील ही जीवनदृष्टीच खऱ्या अर्थाने आधुनिक महाराष्ट्राचा वैचारिक पाया आहे.

संदर्भ ग्रंथ सूची (Bibliography)

अ) तर्कतीर्थ लक्ष्मणशास्त्री जोशी यांचे मूळ ग्रंथ: १. जोशी, लक्ष्मणशास्त्री. (१९४९). वैदिक संस्कृतीचा विकास. वाई: प्राज्ञ पाठशाळा मंडळ. २. जोशी, लक्ष्मणशास्त्री. (१९५१). हिंदू धर्माची समीक्षा. मुंबई: आधुनिक भारत प्रकाशन. ३. जोशी, लक्ष्मणशास्त्री. (१९७६). मराठी विश्वकोश (खंड १ ते १५ चे संपादन). वाई: महाराष्ट्र राज्य मराठी विश्वकोश निर्मिती मंडळ. ४. जोशी, लक्ष्मणशास्त्री. (१९८७). जोतिराव फुले. नवी दिल्ली: नॅशनल बुक ट्रस्ट. ५. जोशी, लक्ष्मणशास्त्री. (१९९२). जडवाद. वाई: प्राज्ञ पाठशाळा मंडळ.

ब) इतर संबंधित आणि संदर्भ ग्रंथ: ६. रॉय, एम. एन. (१९४७). New Humanism: A Manifesto. कोलकता: Renaissance Publishers. ७. पळशीकर, वसंत. (१९९५). तर्कतीर्थ लक्ष्मणशास्त्री जोशी: विचारवेध. मुंबई: मौज प्रकाशन. ८. सरदार, गं. बा. (१९८२). महाराष्ट्राचे उपेक्षित मानकरी. पुणे: श्रीविद्या प्रकाशन. ९. ताल्हेरकर, गो. म. (१९९६). तर्कतीर्थ लक्ष्मणशास्त्री जोशी: जीवन आणि कार्य. मुंबई: साहित्य आणि संस्कृती मंडळ.

क) नियतकालिके आणि गौरव ग्रंथ: १०. तर्कतीर्थ लक्ष्मणशास्त्री जोशी स्मृती ग्रंथ. (१९९८). वाई: प्राज्ञ पाठशाळा मंडळ. ११. 'नवभारत' मासिक - तर्कतीर्थ विशेषांक.

- लेखक

दीपाली आत्माराम धावणे, सहाय्यक प्रा. व विभागप्रमुख (गृहविज्ञान), राजाराम महाविद्यालय, कोल्हापूर

4

भारतीय संस्कृतीचे एक भाष्यकार: तर्कतीर्थ लक्ष्मणशास्त्री जोशी - बेबी केशव खोरणे

प्रस्तावना :

आपण ज्या संस्कृतीचा उल्लेख सामान्यत: भारतीय संस्कृती असा करतो, तिचे मूळ मागे शोधत गेल्यास ते वैदिक संस्कृतीपर्यंत पोहचते. म्हणजेच त्या संस्कृतीचा नाही म्हटले तरीच हजार वर्षाचा दीर्घ इतिहास आहे. या संस्कृतीच्या वेदकालीन स्वरूपात बदल होत होत ते आजच्या स्थितीपर्यंत कसे पोहचले याची समीक्षा करावयाचे काम माझे नाही. ही कामगिरी शास्त्रीबुवांनी त्यांच्या व्यासंगामुळे आणि दिर्घकालीन चिंतनामुळे यशस्वीपणे पार पाडली. त्या भारतीय संस्कृतीचे भवितव्य विश्व-संस्कृतीशी निगडित असल्यामुळे विश्वसंस्कृतीला भारतीय संस्कृती पूरक व पोषक ठरावी म्हणूनही इतिहासाची समीक्षा होणे आवश्यक आहे. संस्कृतीच्या दोन व्याख्या तर्कतीर्थ जोशी यांनी सांगितल्या आहेत. एक विस्तृत अर्थी आणि दूसरी मर्यादित अर्थी, त्यामधील पहिली अशी कि, ''मनुष्य व्यक्तिश: व समुदायश: जी जीवनपद्धती निर्माण करून आणि जीवन साफल्यार्थ स्वत:वर व बाह्यविश्वावर संस्कार करून आविष्कार करतो. ती पद्धती व तो आविष्कार म्हणजे संस्कृती.'' दूसरी व्याख्या मानसिक उन्नती दर्शविणारा जीवनक्रम किंवा वर्तनपद्धती म्हणजे संस्कृती'' अशा प्रकारच्या

व्याख्या सांगून संस्कृतीचे तत्वज्ञान या व्याख्येमधून दिसून येते.[1]

विषय प्रवेश :

मानवी समाज हा अमानवी जीवनापेक्षा स्वतःच जीवन सारखा समृद्ध करण्याचा प्रयत्न करत असतो. आहे त्या निसर्गावर बाकीची प्राणिसृष्टी अवलंबून असते. आहे या निसर्गामध्ये भर घालणं विचारपूर्वक फरक करणं ही गोष्ट इतर प्राणिसृष्टीमध्ये घडत नाही. मनुष्य हा जीवनाची साधनं सारखी निर्माण करतो. वाढवतो त्याकरता आहे त्या निसर्गावर त्याला अवलंबून राहता येत नाही. उदा. अन्न हे निसर्गातच असतंच, परंतु त्याला तेवढ्यावरच जगता येत नाही. इतर प्राणिसृष्टी निसर्गातच असलेल्या अन्नावर जगते त्यात तिला भर घालता येत नाही, परंतु इतर प्राणिसृष्टी अन्न गोळा करते. मनुष्याला गोळाही करावं लागते व त्यामध्ये भरही घालावी लागते. ही भर घातल्याशिवाय त्याचं जीवन चालू शकत नाही ही, जी भर तो घालत असतो. ती नव्या साधनाच्या निर्मितीने निसर्गाला संस्कृत करणे म्हणजे संस्कृती आणि अशी ही संस्कृती जिथे जिथे मानव समाज हा कोणत्याही व्यवस्थेत असतो तिथे तिथे संस्कृती निर्माण होत असते. भारतीय संस्कृती ही मानव संस्कृतीचा एक विशिष्ट आविष्कार आहे.[2]

संस्कृतीतून तत्वज्ञान :

तर्कतीर्थाच्या संस्कृतीचे मोजमाप कसे करायचे यावर खास अशी कल्पना आहे. संस्कृतीचे प्रत्यंतर त्यातील व्यक्तीच्या जीवनात अनुभवयास येते. संस्कृती म्हणजे विकसित मानव्य होय. सांस्कृतिक मूल्याचा खरा अर्थ लक्षात येतो. त्यातील व्यक्तीचा विकास होतो. तेव्हा अशा विकासात समाजात कोणत्या अडचणी असतात. नाही तेव्हा समाजातील सर्व घटकास आपआपल्या क्षमतेनुसार काम करण्याची मुभा असते. तेव्हा मनुष्याची शारीरिक बौद्धिक व मानसिक उन्नती होण्यासाठी योग्य अशी तरतूद असणे हे फार महत्त्वाचे आहे. सर्वांनाच आपल्या आवडीनुसार कला, विद्या व्यवसाय करण्याचे स्वातंत्र्य असणे हे चांगल्या संस्कृतीचे लक्षण आहे. तर्कतीर्थांनी त्याला उच्च प्रकारचा अध्यात्मवाद म्हटले आहे. धार्मिक अध्यात्मवादाची या देशात येथील समाजात वर्षोनुवर्षे चलती आहे. त्याविषयी बोलणाऱ्यांना अध्यात्म्याचे रहस्य कळलेच नाही. आत्म्याच्या म्हणजे मनुष्याच्या शक्तीचा विकास करणे हाच मानवी जातीतील अध्यात्मवाद असलयाचा आशय तर्कतीर्थांना वाटले समाज संस्थाचे कार्य माणसाचे वैयक्तिक सामर्थ्य वाढविणे असे आहे. कोणतीच मानवी संघटना माणसापेक्षा श्रेष्ठ असू नये. भारतीय संस्कृतीची समीक्षा करताना तर्कतीर्थांना येथील प्राचीन समाजावर तात्त्विक विचारसरणीचा कसा प्रभाव होतो. याचे

विवेचन केले आहे. परंतु आता सामाजिक परिस्थितीत फार मोठा फरक पडला आहे. जगातील मोठमोठ्या संस्कृती जवळ येत चालल्या. त्या संस्कृतीमध्ये नेहमीच देव घेव होऊ लागली. पाश्चात्य संस्कृतीला इकडील तत्त्वज्ञान, संगीत, योग विद्या याचे आकर्षण वाटू लागले तरी इकडील समाजाचे पाश्चात्याची अनेक वैशिष्ट्ये उचलली आहे. बौद्धिक व भावनिक पातळीवर संस्कृतीमधून एकमेकांचे चांगले समजून घेण्याचा व तसेच करण्याचा प्रयत्न वेगाने चालू आहे. याकरिता पुर्वग्रह बाजूला सारून सारासार विचारांची नवी तत्त्वदृष्टी या देशास लाभावी असे तर्कतीर्थाला वाटले.[3]

संस्कृतीच्या रचनेची व विकासाची मीमांसा :

प्रत्येक संस्कृतीची विशिष्ट रचना असते. त्या विशिष्ट रचनेत सर्व सामाजिक संस्था अंगप्रत्यंगाप्रमाणे एकमेकांत ओवलेल्या असतात. धर्म, नीती, शिष्टाचार, कर्मकांड, कायदा विवाह संस्था, आर्थिक उत्पादनपद्धती इ. सामाजिक संस्था व सामाजिक प्रवृत्ती, एकमेकांत गुंतलेल्या असतात. त्या एकमेकांवर अवलंबून असतात. त्यांच्यात सहकार्य व विरोध सुरू असतो. त्यांच्यापैकी एकात बदल झाला तर तो इतरांवर होतो. संस्कृती ही अंगप्रत्यंगांनी युक्त अशी रचना किंवा आकार आहे. प्राथमिक स्थितीतल्या किंवा उन्नत स्थितीतल्या प्रत्येक समाजाचे सांस्कृतिक जीवन भिन्न असते. प्रगतीच्या भिन्न भिन्न अवस्थामध्ये असलेल्या संस्कृतीमध्ये किंवा समान अवस्थेमध्ये असलेल्या भिन्न संस्कृतीमध्ये देवाण-घेवाण, झगड़ा व संगम प्रवृत्ती असू शकते. भिन्न संस्कृती परस्पराच्या सान्निध्यात आल्यावर झगडतात देवघेव करतात आणि एकमेकात मिलनही पावतात, असा इतिहासाचा निष्कर्ष आहे. प्राचीनकालीन ग्रीक लोकांचा भारतीयांशी संबंध आल्यावर भारतीयांनी ज्योतिष व मुर्तिकला ग्रीकांकडून घेतली अरबांनी हिंदुस्थानापासून मध्ययुगात बीजगणित व वैद्यक घेतले. मध्ययुगीन युरोपने रोमन लोकांची कायदे संस्था स्वीकारली. एका संस्कृतीतील माणसे दूसऱ्या संस्कृतीच्या समाजात गेल्यास त्या संस्कृतीशी तद्रुप होतात. मग ती माणसे कोणत्याही वंशाची असतो, उदा. भारतीय मुसलमान प्रत्येक संस्कृतीची विशिष्ट भौगोलिक व वंशिक वातावरणात वाढ होत असल्यामुळे त्यांची स्वरूपे भिन्न प्रकारची होतात. संस्कृतीची भिन्न स्वरूपे घडण्यास संस्कृती धारण करणाऱ्या त्या त्या मानववंशाची विशिष्ट बिजशक्ती कारण असते. म्हणून एका संस्कृतीचे रहस्य किंवा सार दुसऱ्या संस्कृतीच्या मानव गटास आत्मसात करता येणे शक्य नाही, असा काही इतिहास तत्त्ववेत्यांचा आग्रह आहे. त्यांचे असे म्हणणे आहे की त्या त्या संस्कृतीची जीवनशक्ती म्हणजे तो तो मावववंश होय. हजारो

वर्षापासून मानव गटागटाने टोळ्याने वस्ती करून राहत आहे. प्रत्येक गटाच्या भिन्न, भिन्न संस्कृतीचा दीर्घकालीन संपर्क होत राहिला म्हणूनच समन्वय किंवा तडजोड हा भारतीय संस्कृतीचा आत्मा आहे. म्हणून असे म्हणता येईल की भारतीय संस्कृतीची एकात्मता विविधतेत आहे.''[4]

संस्कृतीच्या ऐतिहासिक नियमांची चर्चा :

संस्कृतीच्या भिन्न भिन्न अंगाच्यामध्ये विकासक्रमाच्या श्रेणी असतात. हे दिग्दर्शित करण्याकरिता ही उदाहरणे दिली. प्रत्येक संस्कृतीतील सर्व संस्था व प्रवृत्ती विकास पावतातच असा नियम नाही. प्रगती कुंठित झालेल्याचीही उदाहरणे पुष्कळ सापडतात काही संस्कृती पृथ्वीच्या पाठीवरून नष्ट झाल्या आहेत. सुमेर, इजिप्त, बाबिलोन, क्रीट, ग्रीक व रोमन या संस्कृती विनाशाला गेल्याची साक्ष इतिहास देतो. हिंदुस्थान, चीन व मध्यपूर्वेतील मुसलमानी राष्ट्र यांच्यात आतापर्यंत अनेक शतके प्रगति स्थगित झाली होती. प्राप्त परिस्थितीवर विजय मिळविण्यात अपयश आले. म्हणजे प्रगती स्थगित होते किंवा विनाशही होतो. स्वतःमध्ये आणि परिस्थितीमध्ये बदल करून जी संस्कृती विजय मिळविते तोच विकासक्षम आहे, असे म्हणता येते. या विकासक्रमात परंपरेने प्राप्त झालेल्या सांस्कृतिक मूल्यांचा नाश होतोच असे नाही. त्या मुल्यांची तपासणी करून टिकाऊ व श्रेयस्कर जे असेल ते जपून ठेवण्याची देखील वासना माणसात असते. जी मूल्ये शाश्वत असतात, त्यांच्याच सामर्थ्याने कोणत्याही राष्ट्रीय संस्कृतीचे अधिष्ठान असलेली शक्तीच एकत्र असते. वस्तुतः विश्वसंस्कृती बीजच राष्ट्रीय संस्कृतीच्या रूपाने प्रगट होत असते, ऋतू बदलला म्हणजे जीवनक्रम बदलतो. उन्हाळ्यात लोकरीचा कपडा नको असतो थंडीच्या दिवसात छत्री वापरण्याची गरज नसते. उन्हाळ्यात बर्फ व शीत पेये यांचे सेवन मनुष्य करतो, भिन्न प्रकारच्या देशकालातील व परिस्थितीतील माणसांनी त्या स्थितीस अनुसरून जीवनक्रम विशिष्ट प्रकारचा बनविलेला असतो. परंतु या भिन्न स्थितीतील भिन्न जीवनक्रमाला निर्मित करणारी जीवनशक्ती व प्रेरणा सामान्य अर्थाने एकच असते. तिचे भिन्न पार्श्वभूमीत भिन्न आविष्कार होतात. याकरिता कोणत्याही संस्कृतीतील शाश्वत उच्चतम मूल्यांचे आविष्कार कोणते आणि परिस्थितीजन्य संकुचित अंश कोणते यांचे विवेकबुद्धिने परिक्षण करावे लागते.

कोणत्याही संस्कृतीत प्रगतीच्या कालखंडात जे जे काही असते ते मर्यादित मूल्यांचेच असते सर्व मूल्ये युगसापेक्ष असतात. युग बदलले की मूल्ये बदलतात असा एक सर्वंकष प्रगतिवाद मांडण्यात येतो. या प्रगतिवादाचा मुख्य पुरस्कर्ता कार्ल मार्क्स होय. त्याने प्रगतीचा अर्थमूलक कार्यकारणभाव प्रतिपादिला आहे.

कोणत्याही समाजाची उत्पादनपद्धती ज्या प्रमाणात मागासलेली किंवा पुढारलेली असते त्या प्रमाणात त्या समाजाची ऐतिहासिक प्रगतीची पायरी ठरविता येते. सर्व प्रगतीचा पाया व समाजाचे अधिष्ठान उत्पादन पद्धती होय.'[5]

निष्कर्ष :

संस्कृती ही मानवी जीवनातील आजार, विचार, मूल्ये, कला आणि परंपराचे गुंतागुंतीचे जाळे असल्याचे दिसून येते. सामाजिक परिस्थितीत फार मोठा फरक पडल्याने जगातील मोठमोठ्या संस्कृती जवळ येताना दिसतात. आणि त्यामधून त्या-त्या संस्कृतीमध्ये देवाणघेवाण होताना जळवून दिसते. समाजात राहणाऱ्या सर्व व्यक्तींना किती प्रमाणात स्वातंत्र्य लाभते यावर समाजाची प्रगती अवलंबून असते. व्यापकता ही विकासाची शक्ती होय. आणि व्यापकतेमुळेच मानवी सहकार्य वाढत जाते. सहकार्याशिवाय व्यक्तित्त्व हे गुणसंपन्न होऊ शकत नाही. अगोदरच्या पिढ्यांच्या सांस्कृतिक वैभवानेच पुढच्या पिढ्या अधिक वैभवसंपन्न होताना दिसून येतात.

संदर्भ ग्रंथ :

1. लवटे सुनिलकुमार, तर्कतीर्थ लक्ष्मणशास्त्री जोशी समग्र वाङ्मय तर्कतीर्थ साहित्यसमीक्षा लेखसंग्रह खंड 18, महाराष्ट्र राज्य साहित्य आणि संस्कृती मंडळ मुंबई, प्रथमावृत्ती, 2024, पृ. क्र 176
2. लवटे सुनिलकुमार, तर्कतीर्थ लक्ष्मणशास्त्री जोशी समग्र वाङ्मय तर्कतीर्थ साहित्यसमीक्षा लेखसंग्रह खंड 18, महाराष्ट्र राज्य साहित्य आणि संस्कृती मंडळ मुंबई, प्रथमावृत्ती, 2024, पृ. क्र 483, 484
3. खंडकर अरूंधती महाराष्ट्राचे शिल्पकार तर्कतीर्थ लक्ष्मणशास्री जोशी महाराष्ट्र राज्य साहित्य आणि संस्कृती मंडळ मुंबई, प्रथमावृत्ती 2003, पृ. 72, 73
4. लवटे सुनिलकुमार, तर्कतीर्थ लक्ष्मणशास्त्री जोशी समग्र वाङ्मय तर्कतीर्थ साहित्यसमीक्षा लेखसंग्रह खंड 18, महाराष्ट्र राज्य साहित्य आणि संस्कृती मंडळ मुंबई, प्रथमावृत्ती, 2024, पृ. क्र 766, 767
5. जाधव ग.रा. तर्कतीर्थ लक्ष्मणशास्त्री जोशी यांचे निवडक निबंध विचारशिल्प, कॉन्टिनेंटल प्रकाशन विजयानगर, प्रकाशन विजयानगर पुणे तृतीयावृत्ती, 2004, पृ.क्र. 43, 444

-लेखक

बेबी केशव खोरणे, संशोधक विद्यार्थिनी, इतिहास विभाग, विवेकानंद कला, सरदार दलिपसिंग वाणिज्य व विज्ञान महाविद्यालय, छ. संभाजीनगर

5

तर्कतीर्थ लक्ष्मणशास्त्री जोशी आणि बौद्ध धर्म: विवेकवादी व ऐतिहासिक पुनर्मंथन - डॉ. अभिलाषा राऊत

भारतीय सांस्कृतिक इतिहासाच्या अभ्यासात वैदिक संस्कृतीला मूलभूत स्थान प्राप्त झाले आहे. वैदिक संस्कृतीचे विकसित रूप म्हणजे आजची भारतीय संस्कृती आहे. तथापि, या संस्कृतीचा अभ्यास दीर्घकाळ श्रद्धावादी, धर्मप्रधान किंवा गौरवपर चैकटीतच मर्यादित राहिलेला दिसून येतो. विसाव्या शतकातील भारतीय बौद्धिक चळवळीत तर्कतीर्थ लक्ष्मणशास्त्री जोशी यांनी या प्रवृत्तीला छेद दिला. तर्कप्रधान विचारसरणीचे प्रतीक असलेली 'तर्कतीर्थ' ही पदवीप्राप्त असलेले संस्कृत, न्याय मिमांसा आणि भारतीय तत्वज्ञानाचे गाढे अभ्यासक लक्ष्मणशास्त्री जोशी यांनी वैदिक संस्कृतीचा तर्कशुद्ध, विवेकनिष्ठ आणि ऐतिहासिक अभ्यास करण्याचा प्रयत्न केला.

आज विश्वव्यापी अशी मानव संस्कृती उत्पन्न होऊ पाहत आहे. जुन्या सर्व मानव संस्कृतींना स्वतः मध्ये समाविष्ट करून किंवा आत्मसात करून नवीन मानव संस्कृती तयार होणार की जुन्या सर्व संस्कृतींचे विसर्जन करून नवीन

मानव संस्कृती उत्पन्न होणार? असा मोठा प्रश्न तर्कतीर्थांनी उपस्थित केला आहे. त्याचबरोबर त्यांनी विश्वव्यापी संस्कृतीची स्थापना करणे जगातील सर्व राष्ट्रांतील मानवांचे आद्य व श्रेष्ठ कर्तव्य आहे, असे प्रतिपादन केले आहे. तसेच या कर्तव्याची प्रथम जाणीव माणसांस हजारों वर्षांपूर्वी झाली होती असे ठामपणे स्पष्ट करून भारतीय संस्कृतीची विश्वव्यापी प्रेरणा व अध्यात्म विचार भविष्यात नक्कीच विश्वव्यापी मानवसंस्कृतीच्या महान समन्वयात भागीदार होऊ शकेल, असा आशावादही तर्कतीर्थांनी व्यक्त केला आहे. तर्कतीर्थांच्या मते, जगांतील सर्व देशातील व सर्व कालातील मानव जातीच्या आरंभापासूनच्या सर्व प्रकारच्या संस्कृतींची स्वरूपे भिन्न जरी दिसत असली, तरी मौलिक दृष्टिने ती एकच मानवी संस्कृती होय.

'वैदिक संस्कृतीचा विकास' (1951) या आपल्या ग्रंथात तर्कतीर्थांनी वैदिक संस्कृतीच्या विकासक्रमांत ज्या-ज्या प्रकारच्या प्रमुख प्रवृतींनी भाग घेतला आणि विद्यमान स्वरूप निर्माण केले त्या सर्वांचा संकलनात्मक व सारभूत परामर्श घेण्याचे कार्य केले आहे. वैदिक संस्कृतीच्या विकासाची प्रेरक असलेली आध्यात्मिक शक्ती त्यांनी या ग्रंथात प्रामुख्याने विचारांत घेतली आहे. वैदिक संस्कृतीच्या विकासाची वाटचाल स्पष्ट करीत असतांना संस्कृतीची व्याख्या, तत्कालीन समाज व कुटुंबसंस्था, साहित्य, त्याचबरोबर कालांतराने वैदिक संस्कृतीतील दोषांमुळे त्यांचा विरोध करून उत्पन्न झालेल्या बौद्ध धर्माचाही चिकित्सक अभ्यास तर्कतीर्थांनी केला आहे. प्रस्तुत शोधनिबंधात बौद्ध धर्म व वैदिक संस्कृतीचा संबंध, बौद्ध तत्वज्ञान व विश्वव्यापी संस्कृतीच्या निर्मितीत बौद्ध धर्माचे योगदान यांचा समावेश करण्यात आला आहे. यासाठी तर्कतीर्थ लिखित 'वैदिक संस्कृतीचा विकास' या ग्रंथाचा प्रामुख्याने आधार घेण्यात आला आहे. तर्कतीर्थांनी परंपरेचा स्वीकार अंधानुकरणाने न करता तिला विवेकाच्या कसोटीवर तपासले.[1]त्यांचा विवेकवाद हा पाश्चात्य बृद्धिवादाची नक्कल नसून भारतीय तत्वज्ञानावरील युक्तिवाद, प्रश्नोत्तर आणि विश्लेषण परंपरेवर आधारित होता.[2]त्यामुळे ते परंपरा आणि आधुनिकता यांच्यातील बौद्धिक सेतू म्हणून पाहिले जातात. त्यांच्या ग्रंथातील बौद्ध धर्माची तार्किक मिमांसा या निबंधात करण्याचा प्रयत्न केला आहे.

वैदिकधर्मवबौद्धधर्मयांचासंबंध

इस पूर्व 6 वे शतक हे भारतीय सांस्कृतिक व बौद्धिक इतिहासात अत्यंत क्रांतीकारक व परिवर्तनकारी ठरले. या शतकात वैदिक परंपरा, सिद्धांत, विचारसरणी, कर्मकांड यांना विरोध करणारा वर्ग समाजात अस्तित्वात यायला

लागला होता. यात प्रामुख्याने भगवान बुद्ध व त्यांचा बौद्ध धर्म यांचे नाव घेता येईल. बौद्ध धर्म हा वैदिक संस्कृतीशी संबंध असलेला विचारप्रवाह आहे, असे माननारा एक मतप्रवाह भारतीय विद्वानांमध्ये आहे तर बौद्ध धर्म अवैदिक संप्रदाय असून वेदपूर्व अवैदिक संस्कृतीतून त्याचा उदय झाला, असा मतप्रवाह असलेला दुसरा भारतीय विद्वानांचा वर्ग आहे. यापैकी पहिल्या मतप्रवाहाशी तर्कतीर्थ जोशी सहमत आहेत. इतकेच नव्हे तर आपली तर्कबुद्धी व विवेकबुद्धी यांच्या आधारे त्यांनी विविध पुरावे, उदाहरणे व दाखले देऊन आपले मत ठामपणे मांडले आहे.

तर्कतीर्थांनी सर्वप्रथम बौद्धकालीन समाजरचना व भाषा यांच्या आधारे आपले मत मांडले आहे. त्यांच्या मते, भगवान बुद्ध हे आर्य क्षत्रिय होते; परंतु वेदपूर्व संस्कृती आर्यांची होती यांस प्रमाण नाही. भगवान बुद्ध ज्या लोकगणांत जन्मले. त्यांची भाषा संस्कृत भाषाकुलांपैकी होती आणि या लोकगणांस चातुर्वर्ण्य व्यवस्था, वैदिक देवता व वैदिक ऋषि मान्य होते. बुद्ध हे शक कुलांत उत्पन्न झाले. इंद्राला सुद्धा 'शक' हे विशेषण ऋग्वेदांत अनेक वेळा दिलेले दिसते. तात्पर्य बौद्ध धर्मांचा प्रत्यक्ष संबंध वैदिक आर्यांशी निकटचा आहे.[3] वैदिक यज्ञसंस्था, ईश्वर, कर्मकांड यांना न मानणारा बौद्ध धर्म आहे. वैदिक संस्कृतीत दोष उत्पन्न झाल्यामुळे मानसिक गुण, नैतिक सदाचार, चित्तशुद्धी व तत्वचिंतनाला महत्व देणारी वैचारिक क्रांती तत्कालीन परिस्थितीत उत्पन्न झाली. यज्ञसंस्थेची उपेक्षा करणारी एक प्रवृत्ती वैदिक कालीन भारतीय संस्कृतीत होती. या अवैदिक प्रवृत्तीचा वैदिक विचारसरणीवरही प्रभाव पडला. बाह्य कर्मकांडाऐवजी मानसिक कर्मरूपी उपासनेला महत्व देणारी विचारसरणी यजुर्वेद, आरण्यक, वेदांत, उपनिषद यांत प्रकट झालेली दिसते. या विचारसरणीने कर्मकांडावरील श्रद्धेला सर्वप्रथम धक्का दिला. तत्वचिंतनप्रधान व नीतिप्रधान धर्मविचार समाजात प्रकट होवू लागले. बौद्धिक तत्वसंशोधन करणारे विचारवंत या चळवळीत निर्माण झाले. अंतरंगास प्राधान्य देणारे विश्वव्यापक, उदार व विशाल तत्व तत्कालीन भारतीय संस्कृतीत निर्माण झाले. जिज्ञासा वाढविणारी नवीन विचारांना प्राधान्य देणारी व अधिक संशोधनांना प्रेरित करणारी विचारसरणी हे बौद्धिक संस्कृतीचे मुख्य लक्षण होय. वैदिक संस्कृतीत बीजारोपण झालेल्या विचारसंपदेचे विशाल रूप बौद्ध धर्म आहे, हे सिद्ध करतांना तर्कतीर्थांनी विविध दाखले दिले आहेत व त्यातून वैदिक संस्कृती व बौद्ध धर्म यांच्यातील वैचारिक निकटता स्पष्ट केली आहे.

आपल्या ग्रंथांत तर्कतीर्थ म्हणतात, वैराग्य, चित्तशुद्धि व समाधी यांच्या योगाने दुःखाची व संसाराची बंधने नष्ट होतात व विशुद्धज्ञानमय मोक्ष स्थिती

आत्म्यांस प्रकट होते. हाच उपनिषदांचा सिद्धांत आहे. बुद्ध यांनी याच तत्वाचा भिन्न प्रकारचा परिष्कार करून आपला संप्रदाय तयार केला. मनुष्याचा आत्मा स्वप्रयत्नाने मुक्त होतो, हाच या सर्वांचा गाभा आहे.[4]मनुष्याच्या आत्म्याच्या ठिकाणी मोक्षरूप परमार्थ विकसित होतो; वैराग्य, समाधि, संन्यास व प्रज्ञा ही त्याची साधने आहेत. जन्म परंपरारूप संसारबंध हा कर्मविपाक आहे; हे तीन मूलभूत सिद्धांत वेदांतामधून बौद्धांकडे गेले. वीतरागता किंवा निष्कामता ही उच्चतम पारमार्थिक अवस्था होय. देव, ईश्वर किंवा परब्रह्म ही स्थिती त्यापेक्षा श्रेष्ठ नसते असा अत्यंत क्रांतीकारक विचार प्रथम तैत्तिरीय व बृहदारण्यक या उपनिपदांत मांडला आहे. या प्रकरणास 'आनंदमीमांसा' असे नाव आहे. बुद्धावस्था ही देवांच्या पेक्षा अधिक चांगली किंवा उत्तम आहे; असा बौद्ध धर्मग्रंथातील विचार या आनंदमीमांसेतून प्रथम प्रादुर्भूत होतो, असे म्हटले तर ते ऐतिहासिक दृष्टिने उचितच ठरल.[5] असे मत तर्कतीर्थांनी व्यक्त केले आहे. संन्यास हे मोक्षांचे मुख्य साधन आहे. हा बौद्धांचा प्रधान सिद्धांत आहे. छांदोग्य व बृहदारण्यक या उपनिषदांच्या मध्ये हा सिद्धांत प्रथम मांडलेला आहे. गौतम बुद्धाने दुःखाचे कारण अविद्या व तृष्णा होय, असे सांगून अविद्यानाश व तृष्णानाश हे निर्वाणाचे साधन सांगितले आहे; त्याचे मूळ उपनिषदांत सापडते.[6]अशाप्रकारे तत्कालीन समाजरचना, भाषा, बौद्धिक-वैचारिक क्रांतीतून प्रकट झालेली सिद्धांते, तत्व यांच्या आधारे तर्कतीर्थांनी वैदिक संस्कृती व बौद्ध धर्म यांचा निकटचा संबंध स्पष्ट केला आहे तसेच बौद्ध धर्म हा वैदिक विचार परंपरेतून बंड करून उदयास आला, हे ही स्पष्ट केले.

वैदिककालीनवैचारिकक्रांतीवबौद्धधर्माचाउदय

बुद्ध जन्माच्या काळी भारतीय संस्कृतीत विविध विचारांचे आंदोलन निर्माण झाले होते. जीवनाचे तत्वज्ञान व विश्वाचे रहस्य यासंबंधी परस्पर विरोधी व मूलगामी अशा विचारांचे मोठे वादळ तत्कालिन समाजात उठले होते. यज्ञ, तप, योग इत्यादी जीवनमार्ग अनुसरणारे विचारवंत देशभर फिरून प्रश्नोत्तरांच्या मार्गाने विचारविनिमय व वादविवाद करीत होते. बुद्धोदय कालीन विचारसंग्रामाचे तीन भाग पडतात. विश्वचिंतन, आत्मचिंतन व साध्यसाधनांचे चिंतन, यापैकी साध्यसाधनांचे चिंतन हा बुद्धांच्या बौद्धिक चिंतनाचा मुख्य विषय होता. विश्वासंबंधी व आत्म्यासंबंधी अंतिम निर्णय होणे अशक्य आहे, हे पाहून बुद्धांनी त्यासंबंधी मौन धारण केले. त्याऐवजी मनुष्याच्या अत्यंत जिव्हाळ्याच्या प्रश्नांना महत्व दिले आणि बुद्धी व प्रत्यक्ष अनुभवाने जी जीवनविषयक सत्य सांगता येतील, त्यांनाच प्राधान्य दिले. अंतिम सत्य काय

आहे, यापेक्षा मनुष्याचे अंतिम ध्येय काय आहे, हा प्रश्न त्यांनी सोडविला. वस्तुमीमांसेपेक्षा मूल्यमीमांसा ही महत्वाची आहे, असे त्यांनी ठरविले. प्रत्यक्ष आचरणाचा प्रश्न हाच खरा प्रश्न, असे त्यांना वाटले. धर्मचक्रप्रवर्तन हे त्यांचे अवतारकार्य ठरले.[7] विश्वाचे प्रश्न सोडविण्याऐवजी मनुष्य जीवनाचे प्रश्न निश्चितपणे सोडविण्याचे बुद्धांनी निश्चित केले.

अत्यंत निश्चित, प्रत्यक्षसिद्ध, नित्य अनुभवाच्या, निर्विवाद अशा तथ्यांवर विचारसरणी उभारण्याचा तत्त्वज्ञान इतिहासातील प्रथम प्रयत्न बुद्धांनी केला. मानवी जीवन सफल कसे होईल? ही त्यांची मुख्य विवंचना होती. ज्ञानमार्गीय उपनिषदांतून त्यांची ज्ञाननिष्ठा उदयास आली होती. त्यामुळे केवळ शुद्ध तत्वज्ञान नाही तर जीवन कृतार्थ करण्यासाठी शुद्ध तत्वज्ञानाबरोबर उच्च बुद्धिवादाची आवश्यकताही बुद्धांना मान्य होती. बुद्धांचे विचार सामान्यांना आपलेसे वाटले, आपल्या समस्या सोडविणारे वाटले आणि त्यामुळे वैदिक यज्ञसंस्था, ईश्वरवाद कर्मकांड याऐवजी सदाचार नीतीमूल्ये, मानवजीवनाचे कल्याण याला प्राधान्य देणारा बौद्धधर्म सर्वसाधारण जनतेला अधिक जवळचा वाटला.

आत्मा, ईश्वरयापेक्षामानवकल्याणलामहत्व

धार्मिक व नैतिक गोंधळात अडकलेल्या भारतीय संस्कृतीला बाहेर काढण्याचे महत्वाचे कार्य बौद्ध धर्माने केले. बुद्धाने सामान्य मनुष्यगणांना शुद्ध चारित्र्य व संयमपूर्ण जीवन यांची शिकवण देत असतांना मानवी जीवनातील प्रत्यक्ष अनुभवास येणारी संकटमयता व दुःख संग्राम यांना आधार मानले आहे. गूढवाद, त्रिकालज्ञान, चमत्कार करण्याची शक्ती, देवता साक्षात्कार यांच्या सहाय्याने धार्मिक श्रेष्ठत्व साधण्याची कल्पना बुद्धांना मान्य नव्हती. त्यांनी आत्मा, ब्रह्म, ईश्वर, परलोक इत्यादींच्या संबंधी ऊहापोह टाळला. निश्चितपणा, वस्तुवाद, न्यायबुद्धि, व्यवहार्यता, गांभीर्य व प्रसन्नता या गुणांनी विकसित धर्मोपदेशाचे मुख्य उद्दिष्ट दिसते.[8] बौद्ध धर्माचे महत्वांचे वैशिष्टय म्हणजे पारलौकिक विचारसरणी, यौगिक चमत्कार, मंत्रसिद्धि, ईश्वर साक्षात्कार, बाह्य कर्मकांड या गोष्टींना दुय्यम महत्व देणारे गौतम बुद्ध जगातले पहिले श्रेष्ठ धर्मसंस्थापक होय याची इतिहासाने साक्ष दिली आहे.[9] त्यांनी मानवी अनुभवातील अत्यंत निश्चित अशा सत्यांची गूढवादी व पारलौकिक अशा वैचारिक गोंधळातून मुक्तता करून उच्चतम नैतिकमूल्य सत्याच्या आधारे स्थापित केली.

मानवी जीवनाचे प्रश्न सोडवितांना बुद्धांनी नवीन साध्य व साधने शोधली असे नाही तर तत्कालीन भारतीय संस्कृतीत उपलब्ध असलेल्या साध्य-साधनांमधूनच त्यांनी साध्य-साधनांची निवड केली. यज्ञ, तप, व्रत यांचे अगणित प्रकार उदयास येवून धार्मिक अनागोंदी माजली होती. धर्मसाधनांचा गोंधळ, वैचारिक बेबंदशाही आणि नैतिक अगतिकता यांच्या संग्रमातून भारतीय संस्कृतीला बाहेर काढण्याचे महान ऐतिहासिक कार्य बुद्धांनी केले. शुद्ध नीती व चित्तशुद्धी हाच सद्धर्म होय, प्रमादरहित, आलस्यरहित व स्वस्थ असे चित्त प्रज्ञाशाली होऊ शकते, प्रसन्न मनानेच अधर्मावर विजय मिळविता येतो अशाप्रकारची साधी सरळ शिकवण देऊन बुद्धांनी आचारणावर अधिक भर दिला. वैदिक कर्मकांड व आत्मक्लेशाचा तपोमार्ग असे दोन अत्यंत टोळाचे मार्ग तत्कालिन धार्मिक व बौद्धिक क्षेत्रांत उपलब्ध होते. हे दोन्ही मार्ग सदोष असून मोक्षप्राप्तीचा मध्यममार्ग वा अष्टांगमार्ग बुद्धांनी प्रतिपादिला. बुद्धांनी प्रत्यक्ष सिद्ध, अनुभव आधारित विचारांवर धर्मस्थापना करावयाची होती. त्यांनी आपले धर्मतत्व जीवनाच्या सर्वव्यापी व सर्वसामान्य अनुभवांवर आधारले होते. यासंबंधी विवेचन करतांना तर्कतीर्थ म्हणतात, मूलगामी विविध सिद्धांतांच्या मध्ये ज्या सिद्धांतांचा मनुष्याच्या नित्य जीवनसंग्रामाशी निकट संबंध निर्विवादपणे सिद्ध होतो त्याला सिद्धांतक्रमांत बुद्धाने प्रथम स्थान दिले. कर्मविपाकाचा सिद्धांत म्हणजे संसार कल्पना, हिला त्या क्रमांत दुसरे स्थान होते. शुद्ध केवल व निरूपाधिक अमरत्वाचा सिद्धांत यास तिसरे स्थान आहे. सुष्टिविषयक विचाराला अखेरचे स्थान आहे. बुद्धांची धर्मविषयक विचारसरणी गूढ, अतींद्रिय व पारलौकिक विचारांच्यापासून सुरू होत नाही. तिचे प्रारंभस्थान जीवनांतील धगधगीत अनुभव हाच होय आणि तिचा मुख्य रोख मनुष्याचे प्रत्यक्ष क्रियात्मक जीवन शुद्ध व सार्थक करणे हा आहे.[10] व्यक्ती व जगांतील सर्व कार्य अनित्य आहेत. गूढ, तात्विक प्रश्नांचा अंतिम निर्णय लागणे शक्य नसल्यामुळे सद्गुणांच्या उपासनेला संपूर्ण महत्त्व बुद्धांनी दिले. त्या माध्यमातून मनुष्यांतील परस्पर सहकार्य व सदभाव वृद्धींगत करून वैश्विक मानव संस्कृती निर्माण करण्यात त्यांनी हातभार लावला आहे.

बुद्धआणिदुःखवाद

'जीवन दुःखमय आहे' हा बौद्ध तत्वज्ञानाचा जीवनविषयक मूलभूत विचार आहे. या विचाराचा उगम सर्वप्रथम उपनिषदांत झाला. उपनिषद पूर्व वैदिक साहित्यांत दुःखवादाची संकल्पना दिसून येत नाही. दुःखवादाची संकल्पना अस्तित्वात येण्यास तत्कालिन राजकीय, सामाजिक व धार्मिक परिस्थिती

कारणीभूत ठरली. विश्वशक्तीची आराधना, साधना व विश्वशक्तींचे देवतारूपाने पूजन, यज्ञसंस्था यांच्या माध्यमातून प्रप्रंच समृद्ध करण्यातच वैदिक मन मग्न होते. स्वर्ग-नर्क कल्पना, मरणोपरांत स्वर्ग यात आनंद मानणारे लोक तत्कालिन परिस्थितीत होते. परंतु हळूहळू आध्यात्मिक जीवन व ऐहिक जीवन यांच्यात भेद निर्माण करणारी विवेकबुद्धी निर्माण करणारी सामाजिक परिस्थिती उत्तर वैदिक काळात निर्माण होवू लागली. वैदिक जण जोपर्यंत बहिर्मुख व अपरिपक्क होते तोपर्यंत यज्ञसंस्था आणि वैदिक देवता यांचे प्रभुत्व होते. परंतु उपनिषदकाळात चिंतनशीलता प्रकट होवु लागली. बुद्धांच्या काळात ही चिंतनशीलता अधिक अंतर्मुख झाली. कर्मकांडरहित व सामाजिक समतेवर आधारित नीतीप्रधान धर्मसंस्थेची गरज निर्माण झाली. ही गरज बुद्धांनी पूर्ण केली. त्यांनी चार आर्यसत्ये सामान्यांना दिली. जीवन दुःखमय आहे, हे पहिले महान सत्य होय. अतृप्त तृष्णा हे सर्व दुःखांचे कारण आहे, हे दुसरे सत्य होय. दुःखाचा नाश होवू शकतो, हे तिसरे सत्य आहे तर दुःख निरोधाचा मार्ग अर्थात अष्टांगमार्ग हे चैथे सत्य होय.

दुःख आहे व ते का निर्माण होते, याची मीमांसा करून बुद्धांनी दुःख दूर करण्याचा मार्ग-अष्टांगमार्गही सांगितला आहे. टोकाचे कर्मकांड व टोलाचा आत्मक्लेश या दोन्ही मार्गांचा विरोध करून सामान्यांना शक्य होईल व जास्तीत जास्त नैतिक मूल्ये समाजात प्रस्थापित होईल असा उपदेश बुद्धांनी केली. दुःखाबद्दल बोलून ते थांबले नाही तर त्याचा नाश करण्याचा उपाय देखील बुद्धांनी सांगीतला. त्यामुळे बुद्धांचे तत्वज्ञान हे केवळ दुःखवादी व नकारात्मक नसून ते आशावादी व उपाय सांगणारे देखील आहे.

बौद्धधर्म - विश्वधर्म

तर्कतीर्थांच्या मते, 'बौद्ध धर्म हा जगांतील पहिला विश्वधर्म होय.' बौद्ध धर्माच्या पूर्वीचे धर्म विशिष्ट समाजापुरतेच किंवा राष्ट्रांपुरतेच मर्यादित होते. स्वधर्माची दीक्षा देऊन सर्व मानवांना पावन करण्याचा आग्रह धरणारा प्रचारक धर्म म्हणजे विश्वधर्म अशी धर्मेतिहासशास्त्राची परिभाषा आहे. त्यानुषंगाने विचार केल्यास जगांतील अशा धर्मांत बौद्ध धर्म हाच श्रेष्ठ ठरतो. जगाच्या इतिहासांत विश्वव्यापनाकरिता दिग्विजयार्थ निघालेला पहिला धर्म बौद्धधर्म होय.[11] त्यासाठी उत्कृष्ट संघटना बुद्धाने तयार केली. इतर धर्मांवर, धार्मिक परंपरांवर विचाराने किंवा कृतीने प्रत्यक्ष हल्ला करण्याचा विचार बौद्ध संघात कधीच नव्हता. मनुष्यामात्राचे कल्याण ही एकच भावना संघात होती, सामाजिक उच्चनिच्च भावनेचा पूर्ण त्याग संघातील अनुयायांनी केला होत्या. त्यामुळे

अत्यंत सामान्य जनांच्या हिताच्या कळकळीने बुद्ध संघे विश्वात सर्वत्र संचार करीत असे. मानवता, अहिंसा, शांती या मूल्यांच्या प्रसाराबरोबरच भारतीय कला, संस्कृती, धर्म जगाच्या विविध देशांत पोहोचविण्याचे ऐतिहासाचे कार्य बौद्ध धर्माने केले.

थोडक्यात, तर्कतीर्थ जोशी यांच्या विवेकवादी दृष्टिकोनामुळे व बौद्धिक प्रामाणिकतेमुळे बौद्ध धर्माचा अभ्यास अधिक वस्तुनिष्ठ आणि वैज्ञानिक झाला. त्यांच्या विचारांत समतोल दृष्टिकोण प्रामुख्याने जाणवतो. त्यांनी बौद्ध धर्माचे विवेकनिष्ठ व ऐतिहासिक पुनर्वाचन करून या धर्माच्या अभ्यासाला नवी दिशा दिली. बौद्ध धर्माचा वैदिक संस्कृती व विचारप्रवाह यांच्याशी घनिष्ठ संबंध तर त्यांनी स्पष्ट केला आहेच परंतु त्याचबरोबर धार्मिक तत्वज्ञान, धर्माचार, भाषा, वाङ्मय, कला, राज्यशासन इत्यादी भारतीय संस्कृतीच्या विविध शाखांच्यामध्ये नविन वैशिष्ट्ये आणण्याचे कार्यही बौद्ध धर्माने केले आहे, आणि सांस्कृतिक विकासाला प्रचंड प्रेरणा दिली, हे ही ऐतिहासिक पुराण्यांच्या आधारे तर्कतीर्थांनी सिद्ध केले आहे. भारतीय संस्कृतीची मूलभूत प्रेरणा विश्वव्यापी आहे. बौद्ध धर्मदर्शनांची नैतिक प्रेरणा मानवमात्रांचे कल्याण हेच आहे. त्यामुळे विश्वव्यापी मानवसंस्कृती निर्माण करण्याच्या प्रक्रियेत बौद्ध धर्माची तत्त्वे नक्कीच उपकारक करू शकतात असे तर्कतीर्थांचे मत असे. जोशी यांचे विचार आधुनिक भारतीय विवेकवादी परंपरेशी सुसंगत आहे. त्यांनी परंपरेला संपूर्णपणे नाकारणे टाळले तसेच अंधपणे स्वीकारण्यालाही विरोध केला.[12]कोणत्याही अभ्यास, संशोधन हे श्रद्धा व अस्वीकार या दोन्ही टोकांपासून मुक्त होऊन शास्त्रीय पातळीवर करता येते, हे तर्कतीर्थांच्या अभ्यासाचे वैशिष्ट्य आहे.

संदर्भसूची

1. जोशी, लक्ष्मणशास्त्री, 'वैदिक धर्म आणि तत्वज्ञान' कॉन्टिनेंटल प्रकाशन, पुणे, 1965, पृष्ठ क्र. 7

2. Deshpande, G.P., 'Tradition and Rationality in Indian Thought', Indian Historical
Review, 1993, Page No. 47

3. जोशी, लक्ष्मणशास्त्री, 'भारतीय संस्कृतीचा विकास,' श्री विद्या प्रकाशन, 1972, पृष्ठ क्र. 15

4. जोशी, लक्ष्मणशास्त्री, 'वैदिक संस्कृतीचा विकास', प्राज्ञ पाठशाळा मंडळ ग्रंथमाला, 1951, पृष्ठ
क्रमांक 174

5. तत्रैव, पृष्ठ क्र. 174
6. तत्रैव, पृष्ठ क्र. 176
7. तत्रैव, पृष्ठ क्र. 179
8. तत्रैव, पृष्ठ क्र. 182
9. तत्रैव, पृष्ठ क्र. 183
10. तत्रैव, पृष्ठ क्र. 187 - 188
11. तत्रैव, पृष्ठ क्र. 199 आणि 203
12. Kosambi, D.D.; 'An Introduction to the study of Indian History,' Popular Prakashan,
Mumbai, 1975, Page No. 18

****

- लेखक

डॉ. अभिलाषा राऊत, सहयोगी प्राध्यापिका, इतिहास विभाग, हिस्लॉप महाविद्यालय, नागपूर

6

तर्कतीर्थ लक्ष्मणशास्त्री जोशी आणि पुरोगामी महाराष्ट्राची जडणघडण - प्रा. डॉ. दिलीप तुकाराम कदम

ब्रिटिशांनी शनिवार वाड्यावर 1818 मध्ये आपला युनियन जॅक फडकवला आणि त्याचा सर्वात दीर्घ असा जो मराठा सत्ता जिंकण्याचा मानस होता तो ह्या अखेरच्या चौथ्या इंग्रज मराठा युद्धाने पूर्णत्वास आला. यासंदर्भात लॉर्ड वेलेसली याने असे विधान केले की 'इंग्रजांना भारतात ज्या ज्या प्रादेशिक अशा सत्ता होत्या त्यामध्ये त्यांना सर्वात दीर्घ असा संघर्ष केवळ मराठ्यांशीच करावा लागला होता' (यशपाल, ग्रोवर 1990, प्रस्ता) अशा प्रकारे या ब्रिटिश विजयामुळे ऐतिहासिक पातळीवर या महाराष्ट्राचे आधुनिक महाराष्ट्रात प्रत्यंतर झाले. वरील विधान आधुनिकतेच्या पातळीवर जरी खरे असले तरी या आधुनिक तिची तत्त्वे आपणास छत्रपती शिवाजी महाराजांच्या प्रखर अशा राजवटीत दिसून येतात. (पवार, 1999, प्रस्ता)

आधुनिक भारताच्या इतिहासात महाराष्ट्राचे सदैव भरीव असे योगदान राहिले आहे याचा संदर्भ आपणास प्रामुख्याने राष्ट्रीय सभेची स्थापना (1885)

राष्ट्रवादाचा विकास, समाज सुधारणा चळवळी, या सुधारणा चळवळीत ब्राह्मणेतर चळवळी, सशस्त्र क्रांतिकारी चळवळ या सर्वच बाबतीत महाराष्ट्राचे निश्चितपणे मोठे योगदान आहे. (भिडे पाटील, 1999, 21) आधुनिक महाराष्ट्राचे प्रस्तुत योगदानासहित आणखी एक प्रमुख असे वैशिष्ट्य म्हणजे पुरोगामीत्वाची महाराष्ट्राची प्रतिमा होय. पुरोगामी या शब्दाचा अर्थ असा 'आधुनिक वैज्ञानिक आणि सुधारणावादी दृष्टिकोन ठेवणारी व्यक्ती किंवा विचारसरणी जी जुन्या रूढी परंपरा झुगारून सामाजिक वैचारिक आणि नैतिक प्रगतीवर विश्वास ठेवते आणि समाजाच्या विकासासाठी प्रयत्नशील असते. हे लोक समानता बुद्धीप्रामान्य आणि सर्वसमावेशक विचारांचे पुरस्कर्ते असतात.' या सहज पुरोगामी याचा दुसरा कृतीशील असा अर्थ म्हणजे पुरोगामीत्व आधुनिकत्वाचा संदर्भाने पायाभरणी घालणाऱ्या फुले शाहू आंबेडकर यांच्या विचारांची नांदी होय. (चौधरी 2020 प्रस्ता)

प्रस्तुत महाराष्ट्राच्या इतिहासाबाबत गिरीश कुबेर यांनी निराळ्या प्रकारची मांडणी या पुरोगामीत्व संदर्भात केली आहे. आधुनिक भारताच्या इतिहासात एकाच वेळी महाराष्ट्र बंगाल पंजाब आणि दक्षिणेतील प्रांतातही या सुधारणा चळवळी सुरू झाल्या खऱ्या परंतु बंगाल आणि दक्षिणेत मात्र अनुक्रमे ब्राह्मणी त्यातही अध्यात्मिक राष्ट्रवादाच्या अंगांनी विकसित झाली. उत्तर दक्षिणेची काही संदर्भात नास्तिक वादाकडे तर पंजाब मध्ये ती खालसा धोरण अशाच पद्धतीने विकसित झाली. परंतु या सुधारणावादी चळवळीत एकट्या महाराष्ट्रात ब्राह्मणी तर फुलेवादि स्त्रीवादी दलित शेतकरी अशा सर्व जबाबतीत स्वातंत्र्य लढ्याच्या समांतर पातळीवर विकसित होत त्यांनी एकाच वेळी स्वातंत्र्य आणि महाराष्ट्राचे पुरोगामीत्व फुले शाहू आंबेडकर सहित छत्रपती शिवाजी महाराजांचा राष्ट्रवादाचा प्रखर विचारही येथे दिसतो. तर गांधीवादाची निराळे प्रारूप म्हणून विनोबा भावेंची भूदान आंदोलने साने गुरुजींची आंदोलने इत्यादी येथेच दिसून येतात (कुबेर, 2025, 24)

विचारवंत दर्शनीकांचे भूमी -

वर प्रस्तुत केल्याप्रमाणे महाराष्ट्राच्या एकूण प्रखर अशा पुरोगामीत्वाच्या प्रतिमेची उभारणी ही या भूमीला सातत्याने विचारवंत आणि दर्शनीकांचे अपूर्व योगदान आहे. यापूर्वीच प्रस्तुत केल्याप्रमाणे आधुनिक महाराष्ट्राची सुरुवातच महात्मा फुले यांच्या सामाजिक सांस्कृतिक चळवळीच्या स्वरूपात झाली होती. त्यांनी आपल्या सामाजिक चळवळ प्रामुख्याने दोन प्रकारे अशी केली आहे की, एकीकडे देशातील पहिली मुलींची शाळा, आपल्या घराचा हौद अस्पृश्यांसाठी खुला केला, सुईन गृहाची स्थापना, नाभिकांची आंदोलन सत्यशोधक समाज स्थापना

अशा प्रकारे कृतिशील अशा चळवळी सुरू केल्या. तर दुसरीकडे त्यांनी या समांतर अशा चळवळीसह त्यांनी प्रखर असे जे आकादमिक पातळीवर साहित्यनिर्मिती केली की ज्यामधून त्यांनी एक नव्या पर्यायी संस्कृतीचा परिघ निर्माण केला यामुळेच त्यांना पर्यायी संस्कृतीचे जनक म्हणतात. (बगाडे , 2010, 54) याबरोबरच राजश्री शाहू महाराज यांनी आपण स्वतः कोल्हापूरच्या संस्थानाचे छत्रपती असूनही त्यांनी सामाजिक क्रांतीचे पाऊल उचलले. सबंध भारतात प्राथमिक शिक्षण मोफत आणि सक्तीचे आपल्या संस्थानात लागू केले. देशात सर्वप्रथम आपल्या राज्यात आरक्षणाचे धोरण राबवले. विधवा पुनर्विवाह घडवून आणले. अस्पृश्यता निवारणासाठी कांबळेंना भर चौकात चहाचे दुकान टाकून दिले आणि आपल्या सर्व पदाधिकाऱ्यांसह स्वतः तेथे बसून चहा घेत असत. (भोळे 2017 प्रस्ता) डॉक्टर बाबासाहेब आंबेडकर यांनीही मनुस्मृति दहन काळाराम मंदिर प्रवेश आंदोलन, सायमन कमिशन साक्ष, पुणे करार संविधान निर्मिती, बौद्ध धम्मदीक्षा अशा प्रकारची प्रखर कामे केलीत. यासह तुकडोजी महाराज यशवंतराव चव्हाण श्रीपाद डांगे नारायण लोखंडे नारायण गोरे अशी दीर्घ परंपरा दिसून येते.(तेलतुंबडे 2025, प्रस्ता.)

तर्कतीर्थ लक्ष्मण शास्त्री जोशी -

आधुनिक महाराष्ट्रातील एक अत्यंत अभ्यासू ज्ञानाच्या सर्वच क्षेत्रात विविध भाषा प्रभुत्व विश्वकोश निर्माता यातील एक व्यक्तिमत्व म्हणजे तर्कतीर्थ लक्ष्मण शास्त्री जोशी होय. यांचा जन्म 27 जानेवारी 1901 मध्ये उत्तर महाराष्ट्र खानदेशातील धुळे जिल्ह्यातील पिंपळनेर या ठिकाणी मध्यमवर्गीय कुटुंबात झाला. यांच्या वडिलांनी त्यांना शिक्षणासाठी वाई येथील याज्ञ पाठशाळा या अकादमीतील पातळीवरील सर्वात महत्त्वाच्या अशा या शाळेत पाठविले. 1914 ते 1917 या काळात प्राज्ञपाठशाळेत आपले गुरु नारायण शास्त्री मराठे उर्फ ब्राम्हीभूत स्वामी केवलानंद सरस्वती यांच्याकडून व्याकरण न्याय मीमांसा वेदांत इत्यादी शिकले. पुढे ते संस्कृत शिकण्यासाठी काशीला गेले त्यांनी सण 1923 मध्ये कलकत्त्याच्या शासकीय महाविद्यालयातून तर्कतीर्थ अशी उच्च पदवी मिळवली.

लेखन कार्य -

तर्कतीर्थ लक्ष्मण शास्त्री जोशी यांचे लेखन विपुल अशा विविध अंगी अकादमीक क्षेत्रातील आहे. त्यांनी आपल्या वांग्मयीन योगदानाबाबत असे दिसून येते की त्यांनी संस्कृत धर्म मीमांसा, वेदांत उपनिषदे प्राच्यवाद, प्रबोधन वाद मार्क्सवाद यातील रायवाद इत्यादी पर्यंत अशी एकही ज्ञान शाखा नाही की जिच्या

संदर्भात तर्क तीर्थांचे लेखन नाही. वैदिक संस्कृतीचा विकास हिंदू धर्माची समीक्षा आणि सर्व धर्म समीक्षा, लोकमान्य टिळक लेखसंग्रह आणि प्राज्ञ पाठशाळा आणि तिची परंपरा इत्यादी त्यांचे महत्त्वपूर्ण असे योगदान आहे.

स्वातंत्र्य चळवळीचे सहभागा अंतर्गत प्रखर भाषांकन - तर्क तीर्थांच्या विद्यार्थी दशेच्या का हा देशातील एकाच वेळी राजकीय आणि सामाजिक चळवळीचा आणि राष्ट्र घडवण्याच्या प्रचंड अशा उलथा पालथीचा असा काळ होता. यामुळे या सर्व चळवळीचा यांच्यावर प्रभाव पडला होता. यांच्या प्राज्ञपाठशाळा मधून मोठ्या प्रमाणात राष्ट्रवादाच्या विचारांचा प्रसार आणि प्रचार केला जात होता. या सबबीवर ब्रिटिशांनी या शाळेवर बंदी आणली होती. महात्मा गांधींच्या सविनय कायदेभंगाच्या दुसऱ्या जनआंदोलनाचा चळवळीचा प्रभाव सर्व देशभर पसरला होता याचा प्रभाव वाईमध्येही पडला होता. या वातावरण आणि सविनयाच्या कार्यक्रमाने प्रभावित होऊन तर्कतीर्थ जोशी यांनी वाई सातारा कराड इत्यादी ठिकाणी आपल्या व्याख्यानांचा जनजागृतीसाठी सपाटा लावला. त्यात कराड येथील प्रभावित अशा व्याख्यानातूनच महाराष्ट्राची पहिले मुख्यमंत्री मा. यशवंतराव चव्हाण घडले होते. अशी त्यांनी आपल्या गोदाकाठ या चरित्रात केली. (चव्हाण, 1990 प्रस्ता.)

राष्ट्र उभारणीसाठी सबंध जीवन जोशी यांनी समर्पित केले यासाठी त्यांनी नव तरुणांची पिढीच्या पिढी तयार व्हावी या हेतूने संगमनेर येथे कार्यकर्ता शिबिर दीर्घकाळ चालवले. यावेळी साराबंदी आणि जंगल सत्याग्रहहि केले. यासाठी त्यांना सहा महिने धुळ्याच्या कारागृहात ब्रिटिशांनी ठेवले होते. तरीही त्यांनी आपले क्रांति कार्य सुरूच ठेवले.

सामाजिक चळवळ

जोशींच्या व्यक्तिमत्त्वावर प्रामुख्याने एकाच वेळी महात्मा गांधी आणि डॉक्टर बाबासाहेब आंबेडकर या दोन्ही राष्ट्रीय नेत्यांचा प्रभाव पडला होता. महात्मा गांधींच्या जनआंदोलन आणि सत्याग्रहाचे सविनय मार्गाचा एकीकडे तर अस्पृश्यता निवारणाचा डॉक्टर आंबेडकरांचा विलक्षण प्रभाव पडला होता. यामुळे त्यांनी एकाच वेळी सविनयाच्या अंगाने कार्य केले. तर त्या सहज त्यांनी अस्पृश्यता निवारण आणि मंदिरात हरिजन प्रवेश अशी चळवळ चालवली होती. या सहज त्यांनी आंतरजातीय विवाह साठी ही कार्य केले.

या कार्यासह या स्वातंत्र्यानंतर महाराष्ट्रात प्रामुख्याने संयुक्त महाराष्ट्राची जी प्रकर अशी चळवळ उभी राहिली त्यातही तर्क तीर्थांनी कृतीशील सहभाग घेतला होता. या तीव्र अशा लढ्यात त्यांनी संयुक्त महाराष्ट्राची भूमिका हिररीने

मांडली होती. याकरिता ते अखेरपर्यंत या चळवळीत कटिबद्ध राहिले

तर्कतीर्थांचा सर्वांग परिपूर्ण व्यासंग

तर्क तीर्थांचे एकूणच जीवन चरित्र पाहिल्यास एक बाप प्रकर्षाने दिसून येते की त्यांच्या व्यासंगाचा आवाकाच खूप विस्तृत होता. त्यांनी तत्कालीन ज्या ज्या विचारधारा होत्या त्या अगदी संस्कृत वेद उपनिषदे वेदांते यापासून ते भरतनिदचा indology प्राच्यविद्यावाद, गांधीवाद फुले शाहू आंबेडकरवाद, मार्क्सवाद त्यातही रॉयवाद अशा सर्वच अभ्यास क्षेत्रावर त्यांची जोरदार अशी पकड होती. आणि या सर्वच ज्ञानशाखावर त्यांनी भरीव अशा प्रकारचे सिद्धांतिक लेखन संपादन केले आहे. त्यांचा व्यासंग हा काळाच्याही पुढेच असे होता.

उपसंहार –

वरील प्रकारच्या एकूणच महाराष्ट्राची आधुनिकतेची वाटचाल ही ज्या अनुषंगाने खऱ्या अर्थाने पुरोगामीत्व आणि सर्वच चळवळी विचारधारांचा संकल्पनात्मक पातळीवर होणारा विकास आणि त्या सर्वच चळवळी व विचारधारांना महाराष्ट्रात एक सृजनशील असे अधिष्ठान प्राप्त झाले यात एका प्रशाळेची उभारणीही प्राज्ञपाठशाळेने केली की ज्याच्या उभारण्यात जोशींचे अपूर्व योगदान आहे त्यामुळे आपणास निश्चितपणे असे म्हणता येईल की पुरोगामीत व महाराष्ट्राच्या उभारणीचा सिंहाचा वाटा तर्कतीर्थांचा आहे त्यांच्या या अकारिक कार्यास शतशः नमन..

संदर्भ ग्रंथ -

1. यशपाल ग्रोवर, 1990, आधुनिक भारताचा इतिहास के सागर प्रकाशन पुणे
2. भिडे पाटील, 1999, महाराष्ट्रातील सामाजिक चळवळीचा इतिहास फडके प्रकाशन कोल्हापूर
3. चौधरी के के , 2020, आधुनिक महाराष्ट्राचा इतिहास
4. कुबेर गिरीश, 2025, रियासन्स स्टेट राजहंस प्रकाशन मुंबई
5. बगाडे उमेश, 2010, वर्ग जाती प्रभुत्व सुगावा प्रकाशन पुणे
6. भोळे भाल, 2017, राजश्री शाहू महाराज गंधर्ववेद प्रकाशन पुणे
7. लाटे सुनील कुमार, 2020, तर्कतीर्थ लक्ष्मण शास्त्री जोशी एक आकलन, म. सा. स. मं. मुंबई
8. चव्हाण यशवंतराव, 1990, गोदाकाठ, मराठी म. रा. सा सं. मंडळ मुंबई
9. पवार जयसिंगराव, 1999, आधुनिक भारताचा इतिहास फडके प्रकाशन
10. तेलतुबडे आनंद, २०२५, अपार्ट अपार्ट नवायान प्रकाशन दिल्ली

****

- **लेखक**

प्रा. डॉ. दिलीप तुकाराम कदम, कै. न्हानाभाऊ म. तु. पाटील कला महाविद्यालय, मारवड, ता. अमळनेर जि. जळगांव

7

तर्कतीर्थ लक्ष्मणशास्त्री जोशी - आधुनिक महाराष्ट्राचे ज्ञानमहर्षी - प्रा. रवींद्र गोविंदराव पाटील

प्रस्तावना (Introduction)

आधुनिक महाराष्ट्राच्या वैचारिक आणि सांस्कृतिक जडणघडणीत ज्या मोजक्या महनीय व्यक्तींचा सिंहाचा वाटा आहे, त्यामध्ये **तर्कतीर्थलक्ष्मणशास्त्रीजोशी** (१९०१-१९९४) हे नाव अग्रक्रमाने घेतले जाते. विसाव्या शतकातील भारत हा स्थित्यंतराचा काळ होता. एका बाजूला प्राचीन परंपरांचा पगडा होता, तर दुसऱ्या बाजूला पाश्चात्य शिक्षणामुळे आलेली आधुनिक विज्ञाननिष्ठा आणि लोकशाही मूल्ये होती. या दोन टोकांच्या प्रवाहांना आपल्या बुद्धिमत्तेने, तर्काने आणि समन्वयाने एकत्र जोडण्याचे ऐतिहासिक कार्य शास्त्रीजींनी केले.

तर्कतीर्थांची ओळख केवळ एक 'पंडित' एवढ्यापुरती मर्यादित नव्हती. ते एकाच वेळी प्राच्यविद्या पंडित (Indologist), तर्कशास्त्रज्ञ, कोशकार, स्वातंत्र्यसैनिक आणि आधुनिक महाराष्ट्राचे वैचारिक मार्गदर्शक होते.

महाराष्ट्राच्या सार्वजनिक जीवनावर त्यांनी आपल्या प्रगल्भ विचारांनी सात दशकांहून अधिक काळ प्रभाव टाकला. त्यांच्या विद्वत्तेचा आवाका हा केवळ संस्कृत साहित्यापुरता मर्यादित नसून, तो वेद, उपनिषदे, स्मृती, पुराणे यांपासून ते आधुनिक समाजशास्त्र, अर्थशास्त्र आणि मार्क्सवादापर्यंत विस्तारलेला होता.(मे. पु. रेगे:

प्रस्तुत शोधनिबंधाचा मुख्य उद्देश लक्ष्मणशास्त्री जोशी यांच्या बहुआयामी व्यक्तिमत्त्वाचा आणि त्यांच्या कार्याचा वेध घेणे हा आहे. शास्त्रीजींनी 'धर्मकोश' आणि 'मराठी विश्वकोश' यांसारख्या महाकाय प्रकल्पांच्या माध्यमातून ज्ञानाचे लोकशाहीकरण कसे केले, याचे विश्लेषण करणे अनिवार्य ठरते. विशेषतः सनातनी हिंदू धर्माच्या चौकटीत राहूनही त्यांनी ज्या धाडसाने सामाजिक सुधारणांचे समर्थन केले, ते त्यांच्या 'ज्ञानमहर्षी' या पदवीला सार्थ ठरवते.

तर्कतीर्थांच्या विचारांचा केंद्रबिंदू हा **'माणूस'** आणि त्याचा **'विवेक'** हा होता. "जे बुद्धीला पटेल तेच स्वीकारावे," हा आग्रह त्यांनी आयुष्यभर धरला. त्यांच्या जीवनातील वैचारिक प्रवास हा अत्यंत रंजक आणि प्रेरणादायी आहे. एका पारंपरिक संस्कृत पाठशाळेतील विद्यार्थ्याचा 'रॅडिकल ह्युमॅनिस्ट' (मूलगामी मानवतावादी) होण्यापर्यंतचा प्रवास हा आधुनिक भारताच्या बौद्धिक इतिहासाचा एक महत्त्वाचा अध्याय आहे.

या शोधनिबंधात त्यांच्या बालपणातील संस्कार, वाईच्या प्राज्ञपाठशाळेतील त्यांचे योगदान, महात्मा गांधी आणि एम. एन. रॉय यांच्याशी आलेला संबंध, तसेच त्यांनी साहित्यात आणि संस्कृतीच्या अभ्यासात दिलेले मौलिक योगदान यांचा सविस्तर आढावा घेण्यात आला आहे. आधुनिक महाराष्ट्राला वैचारिक दिशा देणाऱ्या या महामानवाच्या कार्याचे मूल्यमापन करणे, हाच या संशोधनाचा मुख्य गाभा आहे.

संशोधनाची उद्दिष्टे (Research Objectives)

प्रस्तुत संशोधन निबंधाची मुख्य उद्दिष्टे खालीलप्रमाणे निश्चित करण्यात आली आहेत.

1. तर्कतीर्थ लक्ष्मणशास्त्री जोशी यांच्या पारंपरिक वैदिक विद्वत्तेकडून आधुनिक विवेकवादाकडे झालेल्या वैचारिक प्रवासाचे विश्लेषण करणे.
2. 'मराठी विश्वकोश' आणि 'धर्मकोश' यांसारख्या बृहद् ज्ञानप्रकल्पांच्या माध्यमातून त्यांनी केलेल्या वाङ्मयीन व संपादकीय कार्याचे मूल्यमापन करणे.

3. आधुनिक, प्रगतीशील आणि विज्ञाननिष्ठ महाराष्ट्राच्या जडणघडणीत 'ज्ञानमहर्षी' म्हणून त्यांच्या योगदानाची प्रासंगिकता अधोरेखित करणे.

संशोधनाची गृहीतके (Research Hypotheses)
या संशोधनाचे निष्कर्ष खालील प्रमुख गृहीतकांवर आधारित आहेत:

1. तर्कतीर्थ लक्ष्मणशास्त्री जोशी यांचे पांडित्य केवळ भूतकाळाचे कौतुक करणारे नव्हते, तर ते वर्तमान आणि भविष्यातील समाजाला प्रगतीची दिशा दाखवणारे होते.
2. 'मराठी विश्वकोश' आणि 'साहित्य संस्कृती मंडळ' यांच्या माध्यमातून शास्त्रीजींनी मराठी भाषेला केवळ साहित्याची भाषा न ठेवता खऱ्या अर्थाने जागतिक दर्जाची 'ज्ञानभाषा' बनवण्याचे ऐतिहासिक कार्य केले.
3. आजच्या आधुनिक, विज्ञाननिष्ठ आणि लोकशाहीवादी महाराष्ट्राच्या वैचारिक पायाभरणीत शास्त्रीजींच्या विवेकवादी (Rationalist) विचारांचे स्थान पायाभूत स्वरूपाचे आहे.

२. बालपण आणि शिक्षण: परंपरेचा पाया

तर्कतीर्थ लक्ष्मणशास्त्री जोशी यांचा जन्म २७ जानेवारी १९०१ रोजी सातारा जिल्ह्यातील **पिंपळनेर** येथे झाला, परंतु त्यांच्या आयुष्यातील आणि कार्याचा मुख्य केंद्रबिंदू **वाई** ही नगरी राहिली. वाई हे शहर 'दक्षिणेची काशी' म्हणून ओळखले जाई, जिथे संस्कृत विद्वत्ता आणि धार्मिक परंपरांचा वारसा जतन केला जात असे. शास्त्रीजींचे वडील उमाजी जोशी हे धार्मिक वृत्तीचे होते, ज्यांच्याकडून लक्ष्मणशास्त्रींना बालपणीच संस्कारांचे बाळकडू मिळाले.

२.१पारंपरिकसंस्कृतअध्ययन

लक्ष्मणशास्त्रींचे प्राथमिक शिक्षण संपल्यानंतर त्यांना वाईच्या प्रसिद्ध **'प्राज्ञपाठशाळेत'** दाखल करण्यात आले. ही पाठशाळा म्हणजे त्या काळातील प्राचीन भारतीय ज्ञानशाखांच्या अभ्यासाचे एक महत्त्वाचे केंद्र होते. येथे त्यांनी **स्वामी केवलानंद सरस्वती** यांच्या मार्गदर्शनाखाली संस्कृत व्याकरण, साहित्य, न्यायशास्त्र, मीमांसा आणि वेदांताचे अत्यंत कठोर आणि सखोल अध्ययन केले. तासन् तास चालणाऱ्या चर्चा, पाठांतर आणि सूत्रांच्या विश्लेषणातून त्यांच्या बुद्धीला तर्काची धार चढली.

२.२ 'तर्कतीर्थ' पदवीआणिकोलकताप्रवास

शास्त्रीजींच्या बुद्धिमत्तेची चमक वाईतच दिसून आली होती, पण त्यांच्या ज्ञानाला अधिकृत मोहोर लागली ती कोलकत्ता येथे. त्यांनी बंगालमधील विद्वानांच्या समोर आपल्या तर्कशास्त्राचे प्रभुत्व सिद्ध केले. **'तर्कतीर्थ'** ही पदवी त्यांनी संपादन केली, जी त्या काळी भारतीय न्यायशास्त्रातील सर्वोच्च मानली जात असे. या पदवीने त्यांना केवळ सन्मानच दिला नाही, तर कोणत्याही विषयाच्या मुळाशी जाऊन, पूर्वपक्ष आणि उत्तरपक्षाची मांडणी करून सत्याचा शोध घेण्याची दृष्टी दिली.

२.३आधुनिकविचारांचाप्रवेश

विशेष म्हणजे, जेव्हा शास्त्रीजी प्राचीन धर्मग्रंथांचे अध्ययन करत होते, तेव्हाच त्यांनी इंग्रजी भाषेचा आणि पाश्चात्य तत्वज्ञानाचाही अभ्यास सुरू केला. एका बाजूला शंकराचार्यांचे भाष्य आणि दुसऱ्या बाजूला **हर्बर्ट स्पेन्सर, जॉन स्टुअर्ट मिल आणि कार्ल मार्क्स** यांचे विचार अशा दोन भिन्न विश्वांचा त्यांचा एकाच वेळी अभ्यास सुरू होता. या समन्वयामुळेच त्यांच्यात एक 'आधुनिक पंडित' घडत होता. त्यांनी केवळ प्राचीन ग्रंथांचे पठण केले नाही, तर त्या ग्रंथांची ऐतिहासिक आणि सामाजिक संदर्भात चिकित्सा करण्यास सुरुवात केली. या शैक्षणिक कालखंडाने शास्त्रीजींना एक असे अस्त्र दिले, ज्याचा वापर करून त्यांनी पुढे सनातनी विचारांच्या भिंतींना तडे दिले. त्यांच्या शिक्षणाचा हा टप्पा केवळ वैयक्तिक प्रगतीचा नव्हता, तर तो महाराष्ट्राच्या भावी वैचारिक क्रांतीची पूर्वतयारी होता.

३. वैचारिक परिवर्तन: सनातनी ते क्रांतीकारक

तर्कतीर्थ लक्ष्मणशास्त्री जोशी यांच्या जीवनातील हा कालखंड त्यांच्या व्यक्तिमत्त्वाचा खरा 'अग्निदिव्य' काळ मानला जातो. एका कर्मठ वैदिक परंपरेत शिक्षण घेतलेला विद्वान जेव्हा आधुनिक मानवी मूल्यांचा पुरस्कार करतो, तेव्हा होणारा वैचारिक संघर्ष या भागात अधोरेखित होतो.

३.१ गांधीजींशी भेट आणि अस्पृश्यता निवारण

१९३० च्या सुमारास शास्त्रीजींचा संबंध महात्मा गांधींशी आला. गांधीजींनी जेव्हा अस्पृश्यता निवारणाचे कार्य हाती घेतले, तेव्हा त्याला सनातनी वर्गाकडून कडाडून विरोध झाला. सनातनी लोकांचा असा दावा होता की, अस्पृश्यता ही धर्मशास्त्राचा भाग आहे. या कठीण प्रसंगी गांधीजींना अशा एका विद्वानाची गरज होती, जो धर्मशास्त्राच्या आधारेच या कुप्रथेचे खंडन करू शकेल. शास्त्रीजींनी ही जबाबदारी स्वीकारली. त्यांनी प्राचीन स्मृती आणि सूत्रांचा आधार घेऊन हे सिद्ध केले की, "अस्पृश्यता ही धर्माची आज्ञा नसून तो मानवनिर्मित दोष आहे." त्यांच्या

या भूमिकेमुळे ते गांधीजींचे वैचारिक सल्लागार बनले.

३.२ सामाजिक सुधारणांचे शास्त्राधार

शास्त्रीजींनी केवळ अस्पृश्यता निवारणच नव्हे, तर स्त्रियांचे अधिकार, विधवा विवाह आणि आंतरजातीय विवाह यांवरही मौलिक विचार मांडले. त्यांनी वाईच्या प्राज्ञपाठशाळेत राहून अनेक सनातनी पंडितांशी शास्त्रार्थ (वादसंवाद) केला. त्यांचा मुख्य युक्तिवाद असा होता की, 'धर्म हा कालातीत नसून तो कालसापेक्ष असतो.' परिस्थितीनुसार धर्मात बदल करणे हे धर्माचे रक्षण करण्यासारखेच आहे, हे त्यांनी ठामपणे सांगितले.

३.३ सत्याग्रहातील सहभाग आणि कारावास

त्यांचे विचार केवळ ग्रंथांपुरते मर्यादित नव्हते. १९३० च्या सविनय कायदेभंग चळवळीत त्यांनी सक्रिय सहभाग घेतला. मिठाच्या सत्याग्रहासाठी त्यांना अटक झाली आणि त्यांनी येरवडा कारागृहात सहा महिन्यांचा कारावास भोगला. या कारावासाच्या काळातच त्यांचा संबंध अनेक थोर नेत्यांशी आला आणि त्यांच्या जागतिक राजकारणाच्या आकलनात भर पडली.

३.४ एम. एन. रॉय आणि मानवतावाद

शास्त्रीजींच्या वैचारिक प्रवासातील सर्वात मोठे वळण म्हणजे त्यांची मानवेंद्रनाथ रॉय (M. N. Roy) यांच्याशी झालेली भेट. रॉय यांच्या 'रॅडिकल ह्युमॅनिस्ट' (मूलगामी मानवतावाद) या विचाराने शास्त्रीजी प्रभावित झाले. त्यांनी धर्माच्या चौकटीतून बाहेर पडून 'विशुद्ध बुद्धीवाद' (Pure Rationalism) स्वीकारला. त्यांनी मांडले की, मानवाचे स्वातंत्र्य हे कोणत्याही ईश्वरी सत्तेपेक्षा श्रेष्ठ आहे. हा प्रवास एका वैदिक पंडिताचा आधुनिक मानवी हक्कांच्या कैवाऱ्यापर्यंतचा प्रवास होता.

४. धर्मकोशाचे संपादन: ज्ञानाचे संकलन आणि चिकित्सा

तर्कतीर्थ लक्ष्मणशास्त्री जोशी यांच्या प्रज्ञेचे सर्वात देदीप्यमान आणि अजरामर स्मारक म्हणजे त्यांनी संपादित केलेला 'धर्मकोश' होय. हा महाप्रकल्प म्हणजे केवळ हिंदू धर्मग्रंथांचे संकलन नसून, भारतीय संस्कृतीच्या पाच हजार वर्षांच्या इतिहासाचे शास्त्रशुद्ध, कालानुक्रमिक आणि चिकित्सक विश्लेषण आहे. या कार्यामुळेच त्यांना जागतिक स्तरावर 'प्राच्यविद्या पंडित' (Indologist) म्हणून मान्यता मिळाली.

४.१ प्रकल्पाची पार्श्वभूमी आणि संकल्पना

विसाव्या शतकाच्या प्रारंभी, भारतीय धर्मशास्त्राचा अभ्यास प्रामुख्याने पाश्चात्य विद्वानांनी (उदा. मॅक्स म्युलर) केला होता. मात्र, त्यामध्ये अनेकदा

भारतीय दृष्टिकोनाचा अभाव किंवा पाश्चात्य पूर्वग्रह असत. वाई येथील प्राज्ञपाठशाळेचे संस्थापक आणि लक्ष्मणशास्त्रींचे गुरू स्वामी केवलांनद सरस्वती यांनी हिंदू धर्माच्या सर्व शाखांमधील ज्ञानाचे एकत्रीकरण करण्याची संकल्पना मांडली. स्वामीजींच्या निधनानंतर (१९३२), हे शिवधनुष्य तर्कतीर्थांनी आपल्या खांद्यावर घेतले.

४.२ संपादकीय पद्धती आणि व्याप्ती

धर्मकोशाचे संपादन करताना शास्त्रीजींनी केवळ पारंपरिक पद्धतीचा अवलंब न करता, आधुनिक 'ऐतिहासिक आणि तुलनात्मक चिकित्सा' (Historical and Comparative Criticism) पद्धती वापरली. साधनांचे संकलन: त्यांनी वेद, ब्राह्मणग्रंथे, उपनिषदे, श्रौतसूत्रे, गृह्यसूत्रे, धर्मसूत्रे, स्मृती, पुराणे आणि मध्ययुगीन निबंधग्रंथ या सर्वांचे सखोल वाचन करून त्यातील महत्त्वाचे उतारे विषयवार विभागले. विषयानुसार मांडणी: धर्मकोशाची रचना केवळ ग्रंथांनुसार नसून विषयानुसार केली गेली. यामध्ये 'वर्णसंस्था', 'जातिसंस्था', 'संस्कार', 'राजनीती', 'न्यायदान', 'दान', 'श्राद्ध' यांसारख्या विविध पैलूंचा समावेश आहे. मूळ संहिता आणि भाष्य: त्यांनी केवळ मूळ संस्कृत श्लोक दिले नाहीत, तर त्यावरील विविध कालखंडातील भाष्यांचे (Commentaries) संकलन करून विचार कसा बदलत गेला, हे स्पष्ट केले.

४.३ धर्माची ऐतिहासिक चिकित्सा

शास्त्रीजींच्या धर्मकोशाचे सर्वात मोठे वैशिष्ट्य म्हणजे त्यांनी लिहिलेल्या प्रदीर्घ प्रस्तावना (Prefaces). या प्रस्तावनांमध्ये त्यांनी धर्माच्या नावाखाली चालणाऱ्या रुढींचा उगम शोधला. उदाहरणार्थ, अस्पृश्यता, बालविवाह किंवा सती प्रथा या मूळ वेदात नव्हत्या, तर त्या नंतरच्या काळात कशा शिरल्या, हे त्यांनी पुराव्यानिशी सिद्ध केले. "धर्म हा मानवनिर्मित असून तो काळानुसार बदलला पाहिजे," हे त्यांचे तत्त्वज्ञान धर्मकोशाच्या पानापानांतून दिसून येते.

४.४ जागतिक संशोधनात स्थान

धर्मकोशाचे काम सुरू असताना वाई ही नगरी जागतिक संशोधनाचे केंद्र बनली. हा कोश आजही जगभरातील विद्यापीठांमध्ये (उदा. हार्वर्ड, ऑक्सफर्ड) संशोधनासाठी प्रमाणभूत ग्रंथ (Reference Work) मानला जातो. या ग्रंथामुळे हिंदू धर्माचा अभ्यास करण्यासाठी एक ठोस वैज्ञानिक आधार प्राप्त झाला. तर्कतीर्थांनी आपले संपूर्ण आयुष्य या कोशासाठी वेचले, ज्यामुळे भारतीय संस्कृतीचा हा अमूल्य वारसा आधुनिक जगाला नीट समजून घेता आला.

५. मराठी विश्वकोश: आधुनिक ज्ञानाचा प्रसार

तर्कतीर्थ लक्ष्मणशास्त्री जोशी यांनी केवळ प्राचीन ज्ञानाचे संकलन केले नाही, तर आधुनिक जगातील विज्ञान, तंत्रज्ञान आणि मानव्यविद्या सर्वसामान्यांपर्यंत मराठी भाषेतून पोहोचाव्यात, यासाठी 'मराठी विश्वकोश' या महाप्रकल्पाचे नेतृत्व केले.

५.१ विश्वकोश निर्मितीची पार्श्वभूमी

१९६० मध्ये महाराष्ट्र राज्याची निर्मिती झाल्यानंतर, तत्कालीन मुख्यमंत्री यशवंतराव चव्हाण यांनी मराठी भाषेला खऱ्या अर्थाने 'राज्यभाषा' आणि 'ज्ञानभाषा' बनवण्याचे स्वप्न पाहिले. त्यासाठी जगातील सर्व प्रकारचे ज्ञान मराठीत उपलब्ध करून देणारा एक सर्वसमावेशक कोश हवा होता. १ डिसेंबर १९६० रोजी 'महाराष्ट्र राज्य मराठी विश्वकोश निर्मिती मंडळा'ची स्थापना झाली आणि त्याचे पहिले अध्यक्ष म्हणून तर्कतीर्थ लक्ष्मणशास्त्री जोशी यांची नियुक्ती करण्यात आली.

५.२ शास्त्रीजींची दूरदृष्टी आणि नियोजन

विश्वकोशाचे स्वरूप कसे असावे, यासाठी शास्त्रीजींनी जगभरातील प्रसिद्ध कोशांचा (उदा. एन्सायक्लोपीडिया ब्रिटानिका) अभ्यास केला. त्यांच्या मते, विश्वकोश हा केवळ माहितीचा साठा नसावा, तर तो आधुनिक मानवाच्या गरजा पूर्ण करणारा 'ज्ञानकोश' असावा. त्यांनी विज्ञानापासून ते ललित कलेपर्यंत आणि धर्मापासून ते अणुविज्ञानापर्यंत सर्व विषयांची विभागणी केली. प्रत्येक विषयासाठी त्यांनी त्या-त्या क्षेत्रातील तज्ज्ञांच्या नियुक्त्या केल्या आणि स्वतः प्रत्येक नोंदीची बारकाईने तपासणी केली.(Deshpande, M. M. (Ed.). (2015)Pp-45.)

५.३ परिभाषेची निर्मिती

मराठीत अनेक तांत्रिक आणि शास्त्रीय विषयांसाठी शब्द उपलब्ध नव्हते. शास्त्रीजींनी आपल्या अफाट संस्कृत ज्ञानाचा वापर करून अनेक सुटसुटीत आणि अर्थवाही प्रतिशब्द तयार करण्यास मदत केली. त्यांनी आग्रह धरला की, हे शब्द केवळ क्लिष्ट संस्कृत नसावेत, तर ते मराठीच्या प्रकृतीशी जुळणारे असावेत. यामुळे मराठी भाषा अधिक लवचिक आणि समृद्ध बनली.

५.४ज्ञानप्रसाराचे साधन

शास्त्रीजींच्या कार्यकाळात विश्वकोशाचे अनेक खंड प्रकाशित झाले. त्यांनी या कोशाच्या माध्यमातून महाराष्ट्रातील वाचक आणि संशोधकांसाठी ज्ञानाची कवाडे उघडली. "ज्ञानाचे लोकशाहीकरण" हेच त्यांचे अंतिम ध्येय होते. त्यांच्या मार्गदर्शनाखाली तयार झालेला हा कोश आजही मराठी भाषेतील सर्वात मोठा

आणि प्रमाणभूत ग्रंथ मानला जातो.

निष्कर्ष (Conclusion)

- तर्कतीर्थ लक्ष्मणशास्त्री जोशी हे पारंपरिक सनातनी वैदिक संप्रदायातून बाहेर पडून आधुनिक विज्ञान, लोकशाही आणि मानवतावादाचा स्वीकार करणारे वैचारिक क्रांतीचे अद्‌वितीय प्रतीक होते.
- त्यांनी प्राचीन धर्मशास्त्राचा अभ्यास अंधश्रद्‌धेचे समर्थन करण्यासाठी केला नाही, तर परंपरेची अंतर्गत चिकित्सा करून समाजसुधारणा व मानवी समतेचा मार्ग मोकळा करण्यासाठी केला.
- 'मराठी विश्वकोश' आणि 'धर्मकोश' यांसारख्या भव्य प्रकल्पांच्या संपादनातून त्यांनी मराठी भाषेला केवळ साहित्याची भाषा न ठेवता, जागतिक दर्जाची समृद्‌ध 'ज्ञानभाषा' म्हणून नावारूपास आणले.
- एम. एन. रॉय यांच्या विचारांच्या प्रभावातून त्यांनी 'रॅडिकल ह्युमॅनिझम' (मूलगामी मानवतावाद) स्वीकारला आणि ईश्वरी सत्तेपेक्षा मानवी बुद्‌धीचे प्रामाण्य व स्वातंत्र्य सर्वश्रेष्ठ मानले.
- स्वातंत्र्य चळवळीतील सहभागासोबतच स्वातंत्र्यसोत्तर काळात पंडित नेहरू आणि यशवंतराव चव्हाण यांचे वैचारिक सल्लागार म्हणून महाराष्ट्राच्या शैक्षणिक व सांस्कृतिक धोरणाची पायाभरणी करण्यात त्यांनी महत्त्वाची भूमिका बजावली.
- आजच्या एकविसाव्या शतकात जेव्हा समाज जात, धर्म आणि संकुचित मानसिकतेत अडकत चालला आहे, अशा वेळी शास्त्रीजींनी दिलेली विज्ञाननिष्ठ, विवेकवादी आणि सर्वसमावेशक दृष्टी अधिक प्रासंगिक व मार्गदर्शक ठरते.

समारोप :

विसाव्या शतकातील आधुनिक महाराष्ट्राच्या वैचारिक क्षितिजाचा वेध घेतला, तर तर्कतीर्थ लक्ष्मणशास्त्री जोशी हे नाव एका महामेरूसारखे उत्तुंग भासते. महाराष्ट्राच्या प्रबोधन पर्वात ज्ञानोबा-तुकोबांपासून ते महात्मा फुले, राजर्षी शाहू आणि डॉ. बाबासाहेब आंबेडकरांपर्यंत जी पुरोगामी आणि न्याय्य समाजाची परंपरा चालत आली, त्या परंपरेला आपल्या प्रकांड पांडित्याचे वैचारिक अधिष्ठान

देण्याचे ऐतिहासिक कार्य शास्त्रीजींनी केले.

त्यांचा जीवनप्रवास हा केवळ एका व्यक्तीचा प्रवास नव्हता, तर तो जुन्या, साचलेल्या सनातनी विचारांकडून आधुनिक, प्रवाही आणि विज्ञाननिष्ठ विचारांकडे होणाऱ्या संपूर्ण समाजाच्या संक्रमणाचा आरसा होता. प्राचीन संस्कृतीचा अभिमान बाळगतानाच, कालबाह्य रूढींवर आणि विषमतेवर कडाडून प्रहार करण्याचे धैर्य त्यांनी दाखवले. म्हणूनच त्यांनी सिद्ध केलेले ग्रंथ, 'मराठी विश्वकोश' आणि 'धर्मकोश' हे केवळ छापील शब्द राहिले नाहीत, तर ते महाराष्ट्राच्या बौद्धिक प्रगतीचे जिवंत दस्तऐवज बनले.

थोडक्यात सांगायचे तर, शास्त्रीजींनी महाराष्ट्राला केवळ अक्षरांचे ज्ञान दिले नाही, तर 'विवेक कसा जागा ठेवावा' याचे अखंड बाळकडू दिले. एका हाताने प्राचीन परंपरेचे मर्म जपणारा आणि दुसऱ्या हाताने आधुनिक विज्ञानाला कवेत घेणारा हा ज्ञानमहर्षी खऱ्या अर्थाने आधुनिक महाराष्ट्राचा वैचारिक दीपस्तंभ ठरला. त्यांनी पेटवलेली ही विवेकाची आणि ज्ञानसाधनेची मशाल पुढे नेणे, हाच प्रगतीशील महाराष्ट्राचा खरा सन्मान ठरेल.

संदर्भ

1. Joshi, L. S. (1992). *Criticism of Hindu Religion* (English Trans.). Bombay: Popular Prakashan.
2. फडके, य. दि. (२००५). *तर्कतीर्थ लक्ष्मणशास्त्री जोशी: व्यक्ति आणि विचार.* पुणे, राजहंस प्रकाशन. (पृष्ठ क्र. ४५-६८).
3. जोशी, ल. शा. (१९७५). *आत्मचरित्रपर काही आठवणी.* वाईः प्राज्ञपाठशाळा मंडळ पत्रिका.
4. केळकर, ग. र. (१९८०). *आधुनिक महाराष्ट्राचे शिल्पकार.* मुंबईः महाराष्ट्र राज्य साहित्य आणि संस्कृती मंडळ. (पृष्ठ क्र. ११०).
5. जोशी, ल. शा. (१९९२). *हिंदू धर्माची समीक्षा.* मुंबईः मौज प्रकाशन. (पृष्ठ क्र. ८-१२).
6. सरदेसाई, वि. ह. (१९९५). *तर्कतीर्थांचे विचारविश्व.* पुणेः कॉन्टिनेन्टल प्रकाशन. (पृष्ठ क्र. १८०-१९५).
7. महाराष्ट्र शासन. (१९९४). *तर्कतीर्थ लक्ष्मणशास्त्री जोशी गौरव ग्रंथ.* मुंबईः शासकीय मुद्रणालय. (पृष्ठ क्र. १८०-१९५).
8. जोशी, ल. शा. (१९४९). *वैदिक संस्कृतीचा विकास.* वाईः प्राज्ञपाठशाळा मंडळ. (पृष्ठ क्र. ११०-१२).

9. Deshpande, M. M. (Ed.). (2015). *The Writings of Tarkatirtha Lakshman Shastri Joshi*. New Delhi: Sahitya Akademi. (pp. 45-60).
10. साळुंखे, आ. ह. (२००१). *तर्कतीर्थांची प्रज्ञा*. कोल्हापूर: लोकवाङ्मय गृह. (पृष्ठ क्र. ८२).

****

- **लेखक**

प्रा. रवींद्र गोविंदराव पाटील, शासकीय ज्ञान विज्ञान महाविद्यालय, छत्रपती संभाजीनगर

८

तर्कतीर्थ लक्ष्मणशास्त्री जोशींच्या लेखनातील संस्कृतीची संकल्पना - प्रा. डॉ. चांगुणा विठ्ठल कदम

<u>प्रास्ताविक -</u>

वेद व्यासंगी, प्रकांड संस्कृत पंडित, भारतीय स्वातंत्र्यलढ्यातील सेनानी, रा?यवादी तत्ववेत्ते, महाराष्ट्र राज्य साहित्य आणि संस्कृती मंडळ व महाराष्ट्र राज्य मराठी विश्वकोश निर्मिती मंडळाचे संस्थापक अध्यक्ष, धर्मकोश, मीमांसा कोश, पदनाम कोशाचे संपादक, नवभारत मासिकाचे संचालक, साहित्यिक, प्रबोधक अशी कितीतरी वैशिष्ट्ये तर्कतीर्थ लक्ष्मणशास्त्री जोशी यांच्या व्यक्तिमत्त्वाचे पैलू अधोरेखित करतात. तर्कतीर्थ लक्ष्मणशास्त्री जोशी यांनी स्वातंत्र्योत्तर काळात आणि त्यातही महाराष्ट्र राज्याच्या निर्मितीनंतर मराठी भाषेचा विकास ज्ञानभाषा म्हणून केला आणि मराठी साहित्यात आपल्या लेखनाने अभिजात बनवले.

बुद्धीप्रामाण्यवादी, विवेकवादी विचारवंत म्हणून त्यांचा लौकिक कायमच राहिला आहे. एकाच आयुष्यात ते सनातनी- पुरोगामी, क्रांतिकारी - काँग्रेसी,

गांधीवादी - गांधीवाद विरोधी, भौतिकवादी - अधिभौतिकवादी दिसून येतात. संस्कृती ही तर्कतीर्थ लक्ष्मणशास्त्री जोशी यांच्या वाचन, चिंतन, मनन आणि लेखनाचा विषय होता. वैदिक संस्कृतीचा विकास हा अभिजात मराठी ग्रंथ त्याचा पुरावा होय. माणूस नावाच्या प्राण्याचा कायाकल्प सुसंस्कृत नागरिकात झाला याचे श्रेय संस्कृतीस द्यावे लागते. या नोंदीत व्याख्या, संकल्पना इतर सोपस्कार पूर्ण करून तर्कतीर्थ तिच्या स्वरूप विवेचनास हात घालतात, तेव्हा लक्षात येते की, संस्कृती हे जीवनाइतकेच व्यापक विश्व असून त्याचे अनेक पैलू आहेत.

प्रस्तुत शोधनिबंधाच्या माध्यमातून तर्कतीर्थ लक्ष्मणशास्त्री जोशी यांचा अल्पपरिचय, संस्कृतीचे सैद्धांतिक अधिष्ठान, तर्कतीर्थ लक्ष्मणशास्त्री जोशींच्या लेखनातील संस्कृतीची संकल्पना याविषयी ऊहापोह करण्यात आलेला आहे.

<u>मुख्यशब्द</u> -तर्कतीर्थ लक्ष्मणशास्त्री जोशी अल्पपरिचय, संस्कृतीचे सैद्धांतिक अधिष्ठान, तर्कतीर्थ लक्ष्मणशास्त्री जोशींच्या लेखनातील संस्कृतीची संकल्पना

<u>शोधनिबंधाचीउद्दिष्टे -</u>

१) तर्कतीर्थ लक्ष्मणशास्त्री जोशी यांचा अल्पपरिचय अधोरेखित करणे.

२) संस्कृतीच्या सैद्धांतिक अधिष्ठान विशद करणे.

३) तर्कतीर्थ लक्ष्मणशास्त्री जोशींच्या लेखनातील संस्कृतीची संकल्पना विशद करणे.

<u>शोधनिबंधाचीगृहीतके -</u>

१) महाराष्ट्रातील एक थोर विचारवंत, संस्कृत पंडित व मराठी विश्वकोशाचे प्रमुख संपादक म्हणून तर्कतीर्थ लक्ष्मणशास्त्री जोशी यांचा लौकिक आहे.

२) संस्कृतीचे सैद्धांतिक अधिष्ठान व्यापक स्वरूपाचे असलेले दिसून येते.

३) तर्कतीर्थ लक्ष्मणशास्त्री जोशी यांचे संस्कृती विषयक विचार व्यापक स्वरूपाचे असलेले दिसून येतात.

<u>संशोधनपद्धती -</u>

प्रस्तुत शोधनिबंधासाठी ऐतिहासिक संशोधन पद्धतीचा अवलंब करण्यात आलेला आहे.

<u>तर्कतीर्थलक्ष्मणशास्त्रीजोशीयांचाअल्पपरिचय -</u>

तर्कतीर्थ लक्ष्मणशास्त्री जोशी यांचा जन्म धुळे जिल्ह्यातील पिंपळनेर येथे वडील बाळाजी व आई चंद्रभागा यांच्या पोटी झाला. अवघ्या साडेतीन वर्षांच्या अवधीमध्ये लक्ष्मणशास्त्रींनी काव्य, व्याकरण, श्रुती, स्मृती पुराणे, आस्तिक

नास्तिक दर्शने, त्यावरील भाष्ये व टीका या सर्वांचा संगोपांग अभ्यास पूर्ण केला. लक्ष्मणशास्त्री वयाच्या चौदाव्या वर्षी वाईच्या प्राज्ञ पाठशाळेत दाखल झाले. तेथे केवलानंद सरस्वती यांच्या मार्गदर्शनाखाली त्यांनी न्याय, वेदांतादी प्राचीनशास्त्रांचे अध्ययन केले. तर्कतीर्थांचे शिक्षण स्थूलरूपाने १९२३ ला पूर्ण झाले.मानवी संस्कृतीचा अर्थ ऐतिहासिक दृष्टीने तपासल्यास अधिक चांगला कळतो. हिंदू धर्मातील विविध देव, त्यांच्या पूजा पद्धती, रुढी यामध्ये मूलभूत भिन्नता सापडते. धर्माचे हे स्वरूप कळण्यासाठी ऐतिहासिक पद्धतीचा उपयोग केला जाणे योग्य ठरते. प्राज्ञ पाठशाळेतील बुद्धीवादी धर्मसमीक्षेच्या कामाला लक्ष्मणशास्त्री यांनी प्रथमपासून जुंपून घेतले होते.

गांधी तत्वज्ञानाच्या आकर्षणाने ते स्वातंत्र्य चळवळीत उतरले. बंदिवासात असताना द्वा. भ. कर्णिक यांच्या समवेत मार्क्सच्या साहित्याचा त्यांनी सखोल अभ्यास केला. दास कम्युनिस्ट व मेनिफेस्टोशिवाय हेगेलचे विरोधविकासवादी तत्त्वज्ञानही त्यांनी वाचले. परंपरेतील ज्ञानविज्ञाने यापुरती तर्कतीर्थांच्या ज्ञानाची झेप मर्यादित नव्हती. आधुनिक विज्ञानाच्या प्रगतीमुळे माणसाचे भौतिक जीवन समृद्ध झाल्याचे त्यांना जाणल्यामुळे, वैज्ञानिक युगामुळे झालेल्या सांस्कृतिक क्रांतीचे त्यांना कौतुक होते. मिळवलेल्या ज्ञानाचा प्रत्यक्ष मानवी जीवनाशी कसा सांधा जुळवायचा यामध्ये त्यांना रस असल्यामुळे त्या ज्ञानाचे साफल्य समाज जीवनात उतरवण्याचे त्यांचे प्रयत्न राहिले. माणूस, त्याची जीवन यशस्वी करण्याची धडपड, त्यांनी निर्मिलेली भाषा, धर्म, कला, साहित्य किंबहुना तो जी संस्कृती जन्माला घालतो याबद्दल त्यांना फार कुतूहल होते. डॉ. रा. ना. दांडेकर यांनी लक्ष्मणशास्त्री यांच्याबद्दल म्हटले होते की, "त्यांना मानवाशी संबंधित असलेली कोणतीही गोष्ट परकी किंवा अप्रस्तुत वाटत नाही"१.

जी मूल्ये समाजाला कल्याणकारक आहेत ती भारतीय किंवा त्याबाहेरील परंपरेतील आहेत की आधुनिक, ती संस्कृतीने आत्मसात करण्यात हित असते. असा निष्कर्ष त्यांनी काढला. काशी, कलकत्ता येथील उच्च शिक्षण पूर्ण करून ते पुन्हा प्राज्ञपाठशाळा वाई येथे परतले. जाताना ते येथील न्याय, वेदांताचे ज्ञान घेऊन गेले होते. येताना न्याय, वेदांताशिवाय तर्क, अलंकारशास्त्र, व्याकरण यांचे ज्ञान ग्रहण करून शिक्षक झाले. व प्राज्ञपाठशाळेत शिकवू लागले. 1923 ते 1929 हा सहा वर्षांचा काळ नारायणशास्त्री मराठे उर्फ स्वामी केवलानंद सरस्वतींबरोबर आणि त्यांच्या मार्गदर्शनाखाली धर्मसभा, पंडित परिषदा, धर्म परिषदांमध्ये वादविवाद खंडनमंडणाचा होता. तर्कतीर्थ या काळात संस्कृत साहित्य वाचून थांबले नाहीत. तर त्यांनी बकल, गिबन, मिल, स्पेन्सर, लोट्झे, सिग्व्हार्ट

वाचायला प्रारंभ केल्याने ते पश्चिमी संस्कृती आणि जगाशी परिचित झाले. त्यांना प्रबोधन काळातील पुनरुज्जीवन चळवळ लक्षात आली होती. त्यातून धर्म आणि समाज सुधारणांविषयी त्यांचे आकलन विस्तारू लागले.

धर्मरक्षक म्हणवून घेणारा पुरोहित, पंडित वर्ग झोपेतून जागा होत नाही हे लक्षात येऊन स्वातंत्र्य चळवळीत सक्रिय होऊन देश धर्माच्या नसला तरी राजकीय गुलामगिरीतून मुक्त करण्याच्या आशेने आपला मोर्चा त्यांनी राष्ट्रीय चळवळीकडे वळविला. एका संस्कृत पंडितांचे रूपांतर त्यावेळी स्वातंत्र्यसैनिक, अस्पृश्यता निर्मूलक, आंतरजातीय धर्मीय विवाह समर्थक, रॉयवादी, हरिजन मंदिर प्रवेश समर्थक, कॉंग्रेस प्रबोधक, ज्ञानसाधक, नियतकालिक संपादक, प्राच्यविद्‌या संशोधक, भाषांतरकार, कोश निर्माता अशा काळाच्या ओघात विविध भूमिकांत होणे ही सहज घडलेली गोष्ट नव्हती. तर्कतीर्थांच्या सर्वंकष विचारामुळे त्यांना राष्ट्रीय स्तरावरील महत्त्वाचे पुरस्कार लाभले. १९७४ मध्ये त्यांना संस्कृत पंडित, १९७७ मध्ये पद्‌मभूषण, तर १९९९ मध्ये तर्कतीर्थांना पद्‌मविभूषण या मानचिन्हाने सन्मानित करण्यात आले.

<u>संस्कृतीचेसैद्‌धांतिकअधिष्ठान –</u>

संस्कृती हा शब्द सांप्रत कल्चर या इंग्रजी शब्दाचा प्रतिशब्द म्हणून रुढ झाला आहे. संस्कार हा शब्द आपण प्राचीन काळापासून वापरत आलो आहे. संस्कार आणि संस्कृती हे दोन्ही शब्द सम अधिक कृ या एकाच धातूपासून बनले आहेत. त्यांचा अर्थही व्याकरणिकदृष्ट्‌या एकच आहे. पण संस्कार हा शब्द धार्मिक क्षेत्रापुरता मर्यादित राहिला. तर धर्मासह समग्र अंतर्बाह्य जीवनाच्या उन्नत अवस्थेसाठी संस्कृती हा शब्द वापरला जातो. या शब्दाचा अर्थही खूप व्यापक आहे. मानव इतर गटांकडून अगर व्यक्तींकडून आपले व्यक्तिमत्व अधिक विकसित करण्यासाठी आचारविचार, कौशल्य, ज्ञान, कल्पना यांचे संपादन करीत असतो. आपले जीवन समृद्‌ध करण्याचा प्रयत्न करीत असतो. परंपरेने येणारे वाङ्.मय वा साहित्य, नृत्य, संगीत, जनरीती लोकाचार, नीतीमूल्ये अशा विविध घटकांद्‌वारे संस्कृतीची रूपे प्रतीत होत असतात. संस्कृतीची सुटसुटीत व्याख्या करता येत नाही. पण त्या शब्दाच्या जोडीने प्रकृती व विकृती हे दोन शब्द ठेवण्यास संस्कृतीचा नेमका अर्थ मनात ठसू शकतो. संस्कृतीची विवरणात्मक व्याख्या सांगावयाची झाल्यास, "मनुष्य व त्याच्या भोवतीचे विश्व मिळून निसर्ग बनतो. या निसर्गामध्ये जीवनोत्कर्षाला अनुकूल असे बदल करून म्हणजेच निसर्गावर काही संस्कार करून मनुष्य आपली जीवनयात्रा चालवित असतो. मनुष्य हा देखील भोवतालच्या निसर्गाचाच एक अंश आहे. तो केवळ बाह्य

विश्वातील पदार्थांवर संस्कार करतो असे नव्हे तर, स्वतःचा देह, मन, बुद्धी यांच्यावरही संस्कार करून स्वतःमध्ये बदल घडवून आणतो. संस्कृती या शब्दात हे दोन्ही प्रकारचे बदल किंवा संस्कार अभिप्रेत आहेत."२.

अधिभौतिक आणि अध्यात्मिक ही दोन विशेषणे वेगवेगळी असली तरी संस्कृती या नावाची वस्तू एकच असते. बाह्य विश्वाचा अनेक प्रकारे उपभोग घेणे, निसर्गाला आपल्या सेवेत राबवणे आणि तशी महत्त्वाकांक्षा धरून सतत प्रयत्नशील असणे या गोष्टी अधिभौतिक संस्कृतीच्या निदर्शक आहेत. तर धर्म, नीती, कायदा, विद्या, ललित कला, वाङ्मय, सभ्यता आणि शिष्टाचार या गोष्टींचा संस्कृतीच्या अध्यात्मिक भागात समावेश होतो. माणसाच्या मानसिक आशा आकांक्षांना अधिभौतिक सुधारणेमुळे मूर्त स्वरूप येते. आणि भौतिक सुधारणांची इमारत अध्यात्माच्या पायावर उभी केली गेली तरच तिला संस्कृतीचा दर्जा प्राप्त होतो. सुसंस्कृत जीवनात बाह्य समृद्धीबरोबर मन, बुद्धी आणि पंचेंद्रिय यांच्यावरही नियंत्रण असावे लागते. या दोन्ही गोष्टी एकसमयावच्छेदाने साध्य करण्याच्या प्रक्रियेलाच संस्कृती असे म्हणता येईल.

तर्कतीर्थ लक्ष्मणशास्त्री जोशी यासंबंधी लिहितात, "प्रत्येक संस्कृतीची विशेष रचना असते. तिच्यात सर्व सामाजिक संस्था एकमेकीत गुंतलेल्या असतात. त्या एकमेकींवर अवलंबूनही असतात. त्यांच्यापैकी एका घटकसंस्थेत बदल झाला की त्याचा परिणाम इतर संस्थांवर होतो. भिन्न संस्कृती परस्परांच्या सानिध्यात आल्यावरही त्यांच्यात प्रथम संघर्ष सुरू होतो. पुढे त्या परस्परांत देवघेव करू लागतात. शेवटी त्या दोघींचे मिळून एक नवेच स्वरूप उदयाला येते. देश काल परिस्थितीच्या भिन्नत्वाने जगाच्या पाठीवर संस्कृतीची विविधता दृष्टोत्पत्तीस येते. जीवनोपयोगी लहान सहान वस्तूंपासून अध्यात्मिक विचारांपर्यंत सर्वच भिनभिन्न प्रकारची निर्मिती आढळते. त्यामुळे संस्कृतींची अनेकता ही वस्तुस्थिती मान्य करावेच लागते."३

प्रा. केच यांच्या मते एखादा समाज आपल्या समस्या सोडविण्यासाठी जी विशिष्ट वस्तूरूप व वर्तनरूप परंपरा निर्माण करतो तिला संस्कृती असे म्हणतात. मानवी जीवनाचा इतिहास गेल्या सहा लाख वर्षांचा माहीत झाला आहे. एकट्या दुकट्या व्यक्तीच्या जीवनक्रमात संस्कृतीची निर्मिती होणे अशक्य असते. कुटुंब, घरदार, शेतवाडी,धनसंपदा, वस्त्रे, भूषणे आप्तेष्टांचा परिवार या सर्व सांसारिक उपाधीतूनच संस्कृतीची निर्मिती होते. संस्कृतीची दोन रूपे असतात. एक स्पर्शाला जाणवणारे डोळ्यांना दिसणारे व हातांना मिळणारे असते. तर दुसरे ज्ञानेंद्रियांच्याद्वारे समजून घ्यायचे असते. या दोन स्वरूपाविषयी श्रीमती

इरावती कर्वे यांचा सारांश असा की, "घर, कपडे लत्ते आणि खाण्यापिण्याचे पदार्थ डोळ्यांनी दिसतात व स्पर्शाने जाणवतात. हे संस्कृतीचे बाह्य आणि स्थूल स्वरूप होय. व्यक्ती या स्थूल निर्मितीचा उपभोग घेत असते. मात्र ती सृष्टी म्हणजे त्या एकट्या व्यक्तीची निर्मिती असते असे नाही. काही भाग मागील पिढ्यांनी निर्माण करून ठेवलेला असतो. व तो सामाजिक वारशाने त्यांच्याकडे येतो. या स्थूल वस्तू इतर व्यक्तींच्या श्रमाने निर्माण झालेल्या असतात. व त्या देवघेवीच्याद्वारे माणसाला मिळतात."४.

संस्कृतीचे दुसरे रूप बुद्धिगम्य आहे. हे रूप म्हणजे माणसाने सामाजिक जीवन जगण्यासाठी ठरवून घेतलेली रीत होय. कोणतीही संस्कृती स्थिर व अपरिवर्तनीय नसते. तिच्यात हळूहळू नित्य बदल होत असतात. क्रांतिकालात तर हा बदल फार मोठा असतो. हा बदल माणूसच घडवून आणतो. संस्कृती हा एक प्रचंड प्रवाह आहे आणि माणूस हा त्या प्रवाहात पडलेले एक काष्ठ आहे. हे खरे असले तरी माणूसच संस्कृतीला वळण लावतो हे नाकारता येणार नाही. एखाद्या समाजाची संस्कृती काय आहे हे ठरवायचे झाल्यास त्यातील व्यक्तींच्या जीवनक्रमाचे सूक्ष्म परीक्षण करावे लागते. एका दृष्टीने संस्कृती ही माणसाला दैवाने मिळते. पण दुसऱ्या दृष्टीने संस्कृतीचा कर्ता धर्ता समाजातला एक माणूसच असतो. माणूस ज्या संस्कृतीत जन्माला येईल तिला अनुसरून त्याचा जीवनक्रम ठरतो हे बऱ्याच अंशाने खरे असले तरी माणसाला स्वतःचा जीवनक्रम घडविण्याची थोडीफार स्वतंत्रता व तसे करीत असताना सामाजिक संस्कृती बदलण्याचीही थोडी फार शक्ती मिळते.

संस्कृती ही समाजाच्या अंतर्बाह्य जीवनातून बनत असते. अप्रत्यक्षपणे प्रत्येक जण ती घडवीत असतो. तिच्या परिवर्तनात प्रत्येकाचा हात असतो.एकांत राहिलेला रॉबिन्सन क्रूसो किंवा गिरीकंदरी वास करणारे ऋषीमुनी यांचे जीवन संस्कृती संपन्न असते. पण ते समाजनिरपेक्ष नसते. सामाजिक जीवन जरी संस्कृतीच्या निर्मितीला आवश्यक असले तरी पुरेसे नसते. मनुष्य आपली सर्व भौतिक व मानसिक संपत्ती ठेवून जातो. व ती पुढच्या पिढीला उपयोगी पडते हेच संस्कृतीचे मुख्य बीज आहे. मानव इतर मानवांपासून परंपरागत वस्तूंचा व मूल्यांचा वारसदार होऊ शकतो. म्हणून संस्कृती निर्माण होते जतन होते व वाढीसही लागते.

संस्कृतीची उत्पत्ती, जतन व संक्रमण भाषेच्याद्वारे होते. भाषा ही संस्कृतीचे एक प्रभावी अंग आहे. भाषेशिवाय संस्कृतीची निर्मितीही होणार नाही व संक्रमण तर सर्वस्वी अशक्य आहे. संस्कृतीत बदल व्हावयास त्या संस्कृतीत जन्मलेल्या

व्यक्तींचे गुण व वर्तन जसे कारणीभूत होते तसेच इतर संस्कृतींशी संबंध आला म्हणजे परिवर्तनास मदत होते.

संस्कृतीच्या अंगोपांगांचा एक असा नियम आहे की, ती एकमेकांना बळकटी आणतात. वाङ्.मय, धर्म, तत्त्वज्ञान ही सर्व संस्कृतीची अंगे असतात असे नव्हे तर तिला ती उचलून धरीत असतात. निरनिराळ्या परिस्थितीत मानवाला जीवनासाठी जो झगडा करावा लागतो त्यातून सामाजिक जीवनामुळे व भाषेच्या सहाय्याने मानवी संस्कृती निर्माण होत असते. निरनिराळ्या देशात निरनिराळ्या काळी संस्कृती भिन्न भिन्न असते. जितक्या व्यक्ती तितक्या संस्कृतीच्या प्रकृती असतात.

<u>तर्कतीर्थलक्ष्मणशास्त्रीजोशींच्यालेखनातीलसंस्कृतीचीसंकल्पना -</u>

तर्कतीर्थांनी संस्कृतीबाबत व्यापक विचार केल्यानंतर ते भारतीय संस्कृतीचा परामर्श घेतात. येथील संस्कृतीचा उल्लेख त्यांनी वैदिक संस्कृती असा केलेला आहे. तर्कतीर्थांच्या मते, संस्कृतींचे वेगळेपण त्यांची भाषा, कपडे, पेहराव, धर्म, ईश्वराची आराधना करण्याची पद्धत, घरेदारे, खाणे पिणे, स्त्रियांना वागवण्याच्या पद्धती, उत्पादनाची साधने आणि आर्थिक नियोजन वगैरे कितीतरी बाबतीत असते. याशिवाय तर्कतीर्थांनी संस्कृतीची उच्च मूल्ये कोणती? कमी प्रतीची कोणती हे सांगितले आहे.त्यांच्या मते,ही मूल्ये कायम नसतात तर देश कालानुसार काही वेळा मूल्यांमध्ये फरक पडतो. संस्कृतीला गती असते. तिचा विकासही होतो किंवा ती क्षीणही पावू शकते. संस्कृतीचा विकास कोणत्या कारणांवर ठरविता येतो याचीही त्यांनी चर्चा केलेली आहे.

तर्कतीर्थांनी 'वैदिक संस्कृतीचा विकास' या ग्रंथात भारतीय संस्कृतीची संक्रमणे विदित केलेली आहेत. संस्कृतीचा इतिहास लक्षात न घेता वर्तमान समाजाच्या प्रवृत्ती कळत नाहीत. शिवाय भविष्यकालीन समाज संस्कृतीची दिशाही लक्षात येत नाही ते त्यांनी इतिहासाच्या, तत्त्वज्ञानाच्या आणि मानवजातीशास्त्राच्या दृष्टिकोनातून केल्याचे स्पष्टपणे मांडले आहे. भाषा, संस्कृती व राज्य या त्रितत्त्वाचा एकात्म विचार हेच राजकारणाचे अभिन्न अंग बनले आहे हे तर्कतीर्थांनी भाषा संस्कृती व राज्य संबंध व लेखातून स्पष्ट केलेले आहे. त्यातून त्यांचे राज्यशास्त्र विषयक आकलन स्पष्ट होते. भाषा, संस्कृती व राज्य संबंधांचे हे विश्लेषण त्यांचा व्यासंग अधोरेखित करणारे आहे. त्यांच्या म्हणण्यानुसार भाषा संस्कृती व राज्य हे मानवी समाजाचे सर्वथा आवश्यक असलेले घटक होत. भाषा व संस्कृती ही मानव्याची लक्षणे व अविष्कार होत. संस्कृतीत भाषेचा अंतर्भाव होतो. संस्कृती हेच मानव्य होय असे निश्चितपणे

म्हणता येते.

लक्ष्मणशास्त्री जोशी यांच्या मते आज आपण भारतीय संस्कृती म्हणून जिचा विचार करतो ती मुलतः हिंदू संस्कृती होय. हिंदू, मुसलमान, ख्रिश्चन, पारशी,आदी सुसंस्कृत समाज गट देशात आहेत. पण भारतीय संस्कृती म्हणताना त्याचा विसर पडलेला असतो. वरील सर्व धर्म, समाज घटकांचे भिन्नभिन्न सांस्कृतिक वैशिष्ट्य आहेत. या सर्वांची मिळून जी संस्कृती आहे त्यावर हिंदुत्वाची छाप पडलेली आहे. भाषा, आहार, वाङ्.मय, ललित कला, व्यवसाय, यावर हा प्रभाव पडलेला दिसतो. भारतात अस्सल व उच्च दर्जाची इस्लामी संस्कृती विशेषत्वाने आली नाही. जगाच्या सगळ्याच प्राचीन व अर्वाचन संस्कृती या देवाण-घेवाण किंवा अनुकरण करून जगल्या आहेत. त्या सर्व संस्कारक्षम, सर्वअनुकरणक्षम आणि परंपरेतून व पूर्वसंस्कारातून उत्तीर्ण होणे इष्ट असल्यास तसे करण्यास पूर्ण समर्थ आहेत. दुसऱ्या संस्कृतीतील योग्य किंवा अयोग्य काय याचा विचार करून उचलण्याचे सामर्थ्य संस्कृतीच्या ठिकाणी जेव्हा नष्ट होते त्यावेळी ती संस्कृती नष्टप्राय होते. भिन्नभिन्न संस्कृतींचा समागम ही मानवी इतिहासातील अत्यंत मोलाची घटना असते. भारतीय संस्कृती हजार बाराशे वर्षांच्या इतिहासात जीर्णावस्थेस पोहोचली आहे. भारतीय व पाश्चात्त्य नागरिक फरकातून ते स्पष्ट होते. भारतीय संस्कृतीच्या अधःपतनाची कारणे तिच्या जातीसंस्थेत आहेत. भिन्न जातींमध्ये परस्परांत राहिल्यामुळे सामाजिक दौर्बल्य पराकाष्ठेस गेले आहे. गृहस्थ जीवन विसंगत झाल्याने सांस्कृतिक जीवन डबगाईस आले आहे. सामाजिक आरोग्य राहिले नाही. सांस्कृतिक समरसता न आल्याने भिन्न सामाजिक गटांमध्ये खिंडारे पडली आहेत. जिव्हाळा राहिलेला नाही. जातिभेद हिंदू संस्कृतीस लागलेली महाव्याधी होय.

संस्कृती म्हणजे केवळ जुन्या प्रथांची यादी नसून ती आध्यात्मिक, भौतिक आणि सामाजिक बदलांमधून विकसित होणारी एक जिवंत प्रक्रिया आहे. असे त्यांचे मत होते. भारतीय संस्कृती ही एकसंध नसून ती विविध संस्कृतींच्या संगमातून निर्माण झाली आहे आणि ती व्यामिश्रच आहे असे त्यांचे मत होते. त्यात विविध विचारप्रणालींचा समावेश आवश्यक आहे असे ते म्हणत असत. त्यांनी परंपरेला आधुनिकतेची जोड दिली. भारतीय संस्कृतीचा विकास यासारख्या ग्रंथातून वेदकाळापासून ते आधुनिक काळापर्यंतचा भारतीय समाजाची स्थित्यंतरे त्यांनी मांडली. धर्माचे मर्म जाणणे आणि संस्कृतीचे मर्म जाणणे यातील फरक त्यांनी स्पष्ट केला. संस्कृती ही धर्मापेक्षा व्यापक असून ती मानवी जीवनाच्या सर्व पैलूंना स्पर्श करते असे त्यांचे विचार होते. भाषा आणि

साहित्य यांचा संस्कृतीच्या जडणघडणीत मोठा वाटा असतो. यावर त्यांनी अनेक लेख लिहिले जसे की भाषा संस्कृती व राज्यसंबंध या विषयावरील त्यांचे विचार. त्यांनी मराठी विश्वकोशामध्ये संस्कृती या विषयावर १५ पानांची विस्तृत नोंद लिहिली. ज्यात संस्कृतीचे अध्यात्मिक आणि अधिभौतिक विश्व त्यांनी मांडलेले दिसून येते.

तर्कतीर्थ लक्ष्मणशास्त्री जोशी यांच्या संस्कृतीविषयक विवेचनानुसार, मानवजातीशास्त्रज्ञांनी मानव संस्कृतीची मीमांसा जगातील सगळ्या सांस्कृतिक सामग्रीचे संकलित चिंतन करून चालविली आहे. त्यांच्या मते जगातील सर्व देशांतील व सर्व कालांतील मानव जातीच्या आरंभापासूनच्या सर्व प्रकारच्या संस्कृतीचे स्वरूपे भिन्न जरी दिसत असली तरी मौलिक दृष्टीने ती एकच मानवी संस्कृती होय. कारण भाषा, धर्म, कला, विज्ञान, अर्थशास्त्र, समाजसंघटनेचे तंत्र यांचा प्रत्येकी अभ्यास करीत असताना प्रत्येकी एक सर्वसाधारण प्रक्रिया निश्चित करता येते. प्रत्येक भाषा प्रत्येक धर्म किंवा प्रत्येक संस्कृती स्वरूप आणि भिन्न दिसत असली तरी सर्व भाषा, सर्व धर्म व सर्व संस्कृती एकाच सामान्य मानवी संस्कृतीचे विशेष अविष्कार होत. प्रत्येक संस्कृतीची स्वतंत्र रचना असते हे खरे आहे. "परंतु प्रत्येक महानदी निराळी असली तरी नदी या दृष्टीने तिचा सामान्य धर्म एकच असतो. तसेच सर्व संस्कृतींचा सामान्य धर्म एकच आहे. प्रत्येक माणूस निराळा असला तरी मानव प्रकृती हे सामान्य रूप एकच आहे." ५

तर्कतीर्थ लक्ष्मणशास्त्री जोशी यांच्या मते, आज विश्वव्यापी अशी मानव संस्कृती उत्पन्न होऊ पाहत आहे. जुन्या सर्व मानव संस्कृतींना स्वतःमध्ये समाविष्ट करून किंवा आत्मसात करून नवी मानवसंस्कृती अवतरणार की जुन्या सर्व संस्कृतींचे विसर्जन करून नवी मानव संस्कृती अवतरणार की जुन्या सर्व संस्कृतींचे विसर्जन करून नवी मानव संस्कृती उत्पन्न होणार? असा मोठा प्रश्न आहे. संस्कृतीची स्थापना करणे हे जगातील सर्व राष्ट्रांतील मानवांचे आद्य व श्रेष्ठ कर्तव्य आहे. हे सर्वात वरिष्ठ असे मानवी कर्तव्य आहे. कर्तव्याची प्रथम जाणीव माणसास हजार वर्षांपूर्वी झाली. सर्वव्यापी नीतिशास्त्राचे सिद्धांत जेव्हा माणसाने पाहिले व त्यांना मूलभूत मानले तेव्हाच विश्वव्यापी मानवी संस्कृतीचे अधिष्ठान निर्माण झाले. याशिवाय वैदिक संस्कृती जगातील प्राचीन संस्कृतींपैकी एक महान संस्कृती आहे. ती आजच्या भारतवर्षाची संस्कृती आहे. तिच्यात प्राचीन काळापासून आजपर्यंत मानववंशांनी भर टाकली आहे. आजपर्यंत तिची वाढ होत आली आहे. तिच्यात परिवर्तन व क्रांत्या अनेक वेळा झाल्या आहेत. तिच्यात अनेक संस्कृती एकत्र येऊन एकरूप झाल्या आहेत. जगातील

दुसऱ्या मोठ्या संस्कृतींनी आपले भाग तिला दिले आहेत आणि तिच्यापासून विविध ऋणे घेतली आहेत. वैदिक संस्कृती आज विश्व संस्कृतीचा भागीदार बनली आहे. संस्कृतीविषयक विस्तृत मांडणी विचारांची मांडणी करताना तर्कतीर्थ लक्ष्मणशास्त्री असे अधोरेखित करतात की, मानव जातिशास्त्रज्ञांत मानव समाजाच्या सांस्कृतिक सर्व अंगांचा अभ्यास करण्याची पद्धती पडली आहे. त्यांच्या दृष्टीने संस्कृतीची व्याख्या प्रथम सांगतो. संस्कृतीच्या दोन व्याख्या येथे सांगावयाच्या आहेत. एक विस्तृत अर्थाची व दुसरी अधिक मर्यादित अर्थाची. कारण संस्कृती हा शब्द दोन अर्थाने भिन्न प्रसंगी वापरलेला असतो. मनुष्याने निर्मिलेले अध्यात्मिक व अधिभैतिक विश्व एका अर्थात समाविष्ट होते. तर दुसऱ्या अर्थात माणसाच्या मानसिक उन्नतीचा समावेश होतो. विस्तृत अर्थाने संस्कृतीची व्याख्या अशी आहे, "मनुष्य व्यक्तिशः व समुदायशः जी जीवनपद्धती निर्माण करतो आणि जीवन साफाल्यार्थ स्वतः वर व बाह्य विश्वावर संस्कार करून जे अविष्कार करतो ती पद्धती वा तो आविष्कार म्हणजे संस्कृती होय.".६ निसर्गावर विजय मिळविण्याचा क्रम म्हणजे संस्कृती होय.

तर्कतीर्थ लक्ष्मणशास्त्री जोशी यांच्या विवेचनानुसार कोणत्याही राष्ट्रीय संस्कृतीचे अधिष्ठान असलेली शक्ती व विश्वसंस्कृतीचे अधिष्ठान असलेली शक्ती एकच असते. वस्तुतः विश्व संस्कृतीचे बीजच राष्ट्रीय संस्कृतीच्या रूपाने प्रकट होत असते. कोणत्याही संस्कृतीत प्रगतीच्या कालखंडात जे काही असते ते मर्यादित मूल्याचेच असते. परंपरेने प्राप्त झालेल्या उच्चतम मूल्यांच्या संरक्षणाने आणि नवीन उच्चतम मूल्यांच्या आविष्काराने संस्कृतीची प्रगती होत असते. कोणत्याही संस्कृतीच्या स्वरूपाचे प्रत्यंतर त्या संस्कृतीतील व्यक्तींच्या जीवनात मिळत असते. संस्कृती म्हणजे विकसित मानव्य होय. व्यक्तित्व आणि मानव्य या गोष्टी एकच आहेत. सर्व सांस्कृतिक मूल्यांचा अंतिम अर्थ व्यक्तित्वाचा विकास हाच असतो. प्राचिन भारतीय संस्कृतीचे प्रत्यंतर म्हणजे रामायण महाभारत यातील रामाचे व पांडवांचे जीवन होय. व्यक्तित्वाचा विकास हाच प्रगतीचा मुख्य मानदंड होय. त्यांच्या विवेचनानुसार भारतीय संस्कृतीचे भवितव्य विश्व संस्कृतीच्या भवितव्याशी निगडित आहे. म्हणून विश्व संस्कृतीच्या तत्वांच्या प्रकाशात भारतीय संस्कृतीचे मनन करणे आवश्यक आहे.

निष्कर्ष -

१) विसाव्या शतकाच्या अखेरच्या दशकापर्यंत महाराष्ट्राच्या सांस्कृतिक जीवनावर तर्कतीर्थ लक्ष्मणशास्त्री जोशी यांचा विलक्षण प्रभाव राहिला.

२) धर्म व संस्कृती यांचे भाष्यकार म्हणून तर्कतीर्थ विसाव्या शतकाच्या जवळजवळ अखेरपर्यंत वावरले.

३) एक विचारवंत म्हणून भारतीय प्रबोधनाचे विशेषतः महाराष्ट्राच्या विसाव्या शतकातील वैचारिक जीवनाचे ते महत्त्वाचे प्रतिनिधी होते.

४) तर्कतीर्थांनी संस्कृतीकडे एक गतिशील, बहुआयामी आणि समग्र दृष्टिकोनातून पाहिले. ज्यात परंपरा, आधुनिकता, धर्म आणि सामाजिक जीवन या सर्वांचा समावेश होता.

५) तर्कतीर्थ लक्ष्मणशास्त्री जोशी केवळ पुस्तकी पंडित नव्हते तर ते कृतिशील विचारवंत होते.

६) तर्कतीर्थ लक्ष्मणशास्त्री जोशी यांनी संस्कृतीचे अध्यात्मिक आणि अधिभौतिक स्वरुप स्पष्ट केले.

७) संस्कृतीच्या जडणघडणीत भाषा आणि साहित्याचा मोठा वाटा असतो यावरही त्यांनी भाष्य केलेले दिसून येते.

<u>संदर्भटिपा -</u>

१) अरुंधती खंडकर, तर्कतीर्थ लक्ष्मणशास्त्री जोशी, गंधर्ववेद प्रकाशन, पुणे २०१०. पृ. १७.

२) पंडित महादेवशास्त्री जोशी, (संपा.), भारतीय संस्कृती कोश, खंड ९, अनमोल प्रकाशन, पुणे तृतीयावृत्ती, २०००, पृ. ५९६.

३) तत्रैव, पृ.५९७.

४) तत्रैव, पृ. ५९९.

५) तर्कतीर्थ लक्ष्मणशास्त्री जोशी, वैदिक संस्कृतीचा विकास, दी प्राज्ञ प्रेस वाई, आवृत्ती पहिली, १९५१, पृ. ०४.

६) तत्रैव, पृ. १२.

७) तारा भवाळकर, संस्कृतीची शोधयात्रा, पद्मगंधा प्रकाशन, प्रथमावृत्ती, २००५.

८) इरावती कर्वे, आमची संस्कृती, देशमुख आणि कंपनी पब्लिशर्स, पुणे, दुसरी आवृत्ती २०००.

९) स. मा. गर्गे, समाज विज्ञान कोश ४, समाज विज्ञान मंडळ पुणे, पहिली आवृत्ती १९९०.

****

- लेखक

प्रा. डॉ. चांगुणा विठ्ठल कदम, इतिहास विभाग, बी. डी. काळे महाविद्यालय, घोडेगाव. ता. आंबेगाव, जि. पुणे.

9

तर्कतीर्थ लक्ष्मणशास्त्री जोशी यांचे हिंदू धर्मविषयक विवेचन - सिंधू निवृत्ती लोणकर

प्रस्तावना :-

महाराष्ट्राचे थोर तत्वचिंतक आणि संस्कृतचे गाढे पंडित, मराठी विश्वकोशाचे प्रमुख संपादक तर्कतीर्थ लक्ष्मणशास्त्री जोशी हे धर्मशास्त्राचे चिकित्सक अभ्यासक होते. अभ्यास, वाचन,अध्यापन, लेखन आणि व्याख्याने हा त्यांचा जीवनक्रम होता. वाईच्या प्राज्ञपाठशाळेत वयाच्या चौदाव्या वर्षी स्वामी केवलानंद सरस्वती यांच्या मार्गदर्शनाखाली त्यांनी न्याय, वेदांतादी प्राचीन शास्त्रांचे अध्ययन केले. 1923 साली कलकत्याच्या शासकीय संस्कृत महाविद्‌यालयाने त्यांना 'तर्कतीर्थ' ही पदवी त्यांनी संपादन केली. महाराष्ट्रात धार्मिक व सामाजिक सुधारकांची एक थोर परंपरा आहे.त्याच परंपरेतील तर्कतीर्थ लक्ष्मणशास्त्री जोशी हे एक असून त्यांचे सामाजिक व धार्मिक चळवळीतील कार्य हे अतिशय महत्त्वपूर्ण आहे. जोशी हे हिंदू धर्माचे गाढे अभ्यासक आणि आधुनिक भाष्यकार होते. माणसाच्या व्यक्तीगत व सामाजिक जीवनाचे नियंत्रण करणारी धर्म ही मूलभूत व व्यापक अशी संस्था आहे म्हणून त्यांनी धर्माला आपल्या आयुष्यभराच्या चिंतनाचा मुख्य विषय म्हणून निवडले होते.एक विचारवंत म्हणून तर्कतीर्थ यांचे धर्मचिंतन हे सर्व विचारवंतामध्ये उठून दिसणारे आहे. धर्म

हा विषय तर्कतीर्थ लक्ष्मणशास्त्री जोशी यांच्या अध्ययन, अध्यापनाचा तसेच तो आस्थेचाही विषय होता.त्यांनी हिंदू धर्माचा सखोल अभ्यास करून हिंदू धर्मातील दोष आपल्या व्याख्यानातून जनतेसमोर मांडले. भारतात हिंदू समाजातील लोकांवर धर्मग्रंथ, अंधश्रद्धा, प्रथा, परंपरा,रूढी ह्याचा खूप मोठा प्रभाव आहे म्हणून हिंदू धर्मावर टीका करणे हे जबाबदारीचे व जोखमीचे काम आहे असे असले तरीही तर्कतीर्थांनी ही ऐतिहासिक जबाबदारी स्वीकारून हिंदू धर्मातील दोषांवर आपल्या व्याख्यानातून आणि पुस्तकातून परखडपणे टीका केली आहे.

तर्कतीर्थ लक्ष्मणशास्त्री जोशी यांनी हिंदू धर्माचा सखोल अभ्यास करून हिंदू धर्माची व्याख्या केली आहे. त्यांच्या मते "निसर्गातील अत्यंत पवित्र, संपूर्ण मानवी भवितव्याशी संबंध जीवन व विश्व अथवा निसर्ग यांची नियंत्रक अशा अलौकिक शक्तीवर माणसाची श्रद्धा असते. त्या त्या शक्तीचा स्वतःशी अनुकूल, पवित्र व घनिष्ठ संबंध स्थापित करणारी वैयक्तिक अथवा सामाजिक मनःप्रवृत्ती व त्यातून निघणारी आचरणाची पद्धती म्हणजे धर्म होय आणि त्या शक्तीशी प्रतिकूल मन प्रवृत्ती व आचरण म्हणजे अधर्म होय "[1] तर्कतीर्थांनी धर्माची व्याख्या करून हिंदू धर्मात जे दोष आहेत ते दाखवून दिले आहेत. तर्कतीर्थानी हिंदू धर्माचा सखोल अभ्यास करून हिंदू धर्माची समीक्षा हा ग्रंथ लिहिला. हा ग्रंथ नागपूर विद्यापीठामध्ये सन 1940 मध्ये 'श्रीधर गणेश परांजपे' व्याख्यानमालेचे आयोजन केले होते.त्यातील तर्कतीर्थानी दिलेल्या तीन व्याख्यानावर हा ग्रंथ आधारित आहे.या ग्रंथाचे दोन भाग असून पहिल्या भागात हिंदू धर्मसमीक्षा असून दुसऱ्या भागात सर्व धर्मसमीक्षा आहे.या ग्रंथातील धर्मविषयक विवेचन हे मार्क्सवादी पद्धतीवर आधारित आहे. "तर्कतीर्थानी कार्ल मार्क्स,महात्मा गांधी आणि मावेन्द्रनाथ रॉय विचारधारा स्वीकारत नवमानवतावादाचे समर्थन केले "[2] धर्मप्रधान व धर्मांध समाजात पारतंत्र्य प्रभावाढीचा धोका असतो अशा दोषांचे कालांतराने निराकरण होणे हे समाजाच्या व राष्ट्राच्या हिताचे असते असे तर्कतीर्थ यांनी आपल्या धर्मसमीक्षेची भूमिका या पहिल्या व्याख्यानात स्पष्ट केले आहे.

तर्कतीर्थांनी हिंदू धर्माची समीक्षा ही ऐतिहासिक समाजशास्त्राच्या दृष्टीने केली आहे.त्यांच्यामते बुद्धिवादी दृष्टिकोनातून हिंदू धर्माची समीक्षा करून जुने विचार व आचार यांचे निराकरण करणे हे समाजाच्या प्रगतीसाठी आवश्यक आहे यातूनच सामाजिक नवजीवनास प्रेरणा मिळेल. धर्म हा माणसाच्या भौतिक गरजेतून निर्माण झाला आहे.मनुष्य आणि निसर्गाला जोडण्याचे काम धर्म हा करत असतो. भारतात हिंदू धर्मीय मोठ्या प्रमाणात असल्यामुळे व हिंदू धर्मातील

धार्मिक परंपराचा पगडा येथील समाजमनावर असल्यामुळे हिंदू धर्मावर टीका करणे जोखीमीचे काम आहे परंतु "स्वतःच्या परंपरेच्या विरुद्ध बंड करणारा बुद्धीवादी स्वतःच्या राष्ट्रात व समाजात उच्चस्तर स्थित्यंतरे घडवून आणू शकतो असा त्यांचा ठाम विश्वास होता"[3] म्हणून त्यांनी हिंदू धर्माचा सखोल अभ्यास करून हिंदू धर्मातील दोष यावर परखडपणे टीका केली आहे. हिंदू धर्मिय दीर्घकाळ दास -दास्यात राहिल्यामुळे सुशिक्षित हिंदूमध्ये आपल्या परंपरा, धर्म याबाबत एक प्रकारचा दुराभिमान निर्माण झाला आहे पण आपणास आता सर्व समाज घटकांना सारखे स्वातंत्र्य देणारा व सर्वांच्या प्रगतीस अवसर देणारा समाज निर्माण करायचा आहे व जुने विचार हे दूर करायचे आहेत म्हणून ही हिंदू धर्मात परिवर्तन होणे आवश्यक आहे असे तर्कतीर्थांनी प्रतिपादित केले. तर्कतीर्थ यांच्यामते, धर्म समीक्षेच्या तीन बाजू आहेत त्या म्हणजे ऐतिहासिक विकास व धर्म समाजपरिवर्तन, धर्मपरिवर्तन व धर्म आणि संस्कृती, संस्कृती व तिचे अधिभौतिक आणि अध्यात्मिक स्वरूप होय.

तर्कतीर्थांनी धर्माची चर्चा करत असताना विवेकवाद व विज्ञानवांदाचा पुरस्कार केला आहे. त्यांनी धर्माला "अलौकिक शक्तीच्या कल्पनेवर आधारलेले व श्रेयस्कर मानलेले मानवी आचरण म्हणजे धर्म असे म्हटले आहे"[4]. भारतात स्मृती, श्रुती,पुराण, वेद हे धर्माचे आधार आहेत. यज्ञसंस्थेतून श्रुती जन्माला आल्या.श्रुतीतून चातुर्वर्ण्य व्यवस्था अस्तित्वात आली व धर्मात कर्मकांडांचे प्राबल्य निर्माण झाले. त्यातून शोषण,अन्याय, अंधश्रद्धा जन्मास आल्या. उपनिषदात आलेले तत्त्वज्ञान हे एकाएकी निर्माण झालेले तत्त्वज्ञान नसून ते वेद आणि ब्राह्मण ग्रंथातून विकसित झाले आहे असे शास्त्री म्हणतात.

तर्कतीर्थांनी धर्माचा अभ्यास करत असताना धर्म विकासाच्या तीन अवस्था सांगितलेल्या आहेत.

1. जादू,निसर्ग,आराधना,पितृ पूजा
2. मानव सदृश्य देवपूजा
3. एकेश्वरवाद ब्रह्मवाद व तत्ववाद होय.

या तीनही अवस्था समाजात अस्तित्वात आहेत. एकेश्वरवाद व सर्वेश्वर हा भक्तीसंप्रदायच मानणारा धर्मसंस्थेची खरी परिणिती होय. आज ज्या धर्माला आपण हिंदू धर्म या नावाने संबोधतो त्याला प्राचीन काळात केवळ धर्म या नावाने संबोधले जात होते.

तर्कतीर्थ्यांच्या मते, हिंदू धर्मात अनेक दोष आहेत. हिंदू धर्मात एकसूत्रीपणा नाही, हिंदू धर्मात अनेक जाती आहेत, जाती-जाती मध्ये उच्च -निच्च असा भेदभाव आहे, हिंदू धर्मात विषमता आहे जातीसंस्था हे हिंदू धर्माचे वैशिष्ट्य आहे. हिंदू धर्मांनी अस्पृश्यांना अनेक काळापासून स्मृतींचा अधिकारही परंपरेने नाकारलेला आहे परंतु अस्पृश्यांनी नमः शिवाय ऐवजी शिवाय नमः असे म्हणावे कारण नमः शिवाय हे अस्पृश्यांना म्हणता येत नाही. आणि नमः शिवाय ही श्रुतीत ओळ नाही व दोन्हीचाही अर्थ एकच होतो. हिंदू धर्मात असलेली जातीसंस्था ही एका समाजाला दुसऱ्या समाजापासून आणि एका समाज गटाला दुसऱ्या समाज गटापासून मानसिकरित्या वेगळे करते. त्यामुळे समाजात विषमतेची भावना वाढत जाते अशी ही धर्मसंस्था नष्ट होणे आवश्यक आहे.तर्कतीर्थ हे आधुनिक विचाराचे पुरस्कर्ते असल्यामुळे त्यांच्या घरात सोवळ्या ओवळ्यांचे संस्कार, पवित्र -अपवित्रता,श्राद्धपक्ष, वार्षिक सत्यनारायण पूजा,एकादशी, शिवरात्र हे पाळल्या जात नव्हते . या सर्व गोष्टीला त्यांचा विरोध होता. ह्या गोष्टीमुळे हिंदू समाज अंधःकारात डुबत चालला आहे. त्यामुळे समाजाची अधोगती होत चालली आहे. हिंदू धर्मात जातीव्यवस्था,अंधश्रद्धा अस्पृश्यता व अनेक देवता पूजन, स्त्रीदास्य असे अनेक दोष आहेत या दोषांवर तर्कतिर्थांनी आपल्या व्याख्यानातून व ग्रंथातून प्रखर अशी टीका केली आहे. परंपरागत धर्म श्रद्धेतून येथील समाजाला बाहेर काढण्याचे काम त्यांनी अविरत कार्य केले व समाज परिवर्तनासाठी लोकमानस तयार करणे ही त्यांनी आपली जबाबदारी समजून हिंदू धर्माची चिकित्सा केली. तर्कतीर्थ हे समाज परिवर्तनासाठी नेहमी पुढे राहत असत.

सारांश :

तर्कतीर्थ लक्ष्मणशास्त्री जोशी यांचे हिंदू धर्मविषयक विवेचन यांचा आढावा घेतला असता असे दिसून येते की, लक्ष्मणशास्त्री जोशी यांचे हिंदू धर्म सुधारणासंबंधीचे विचार हे अधिक मूलभूत,अधिक प्रगती पर व अधिक प्रेरणादायी होते. तर्कतीर्थ आधुनिक विचाराचे पुरस्कर्ते असल्यामुळे त्यांनी परंपरागत विचारांना विरोध केला. धर्म ही सामाजिक संस्था असून हिंदू धर्मात अनेक दोष आहेत ते दोष हे नष्ट झाले पाहिजेत व आधुनिक विचारांचा पुरस्कार केला जावा ह्यासाठी ते नेहमी तळमळीने कार्य करत असत. हिंदू धर्मातील जातीसंस्थेमुळे समाजात विषमता निर्माण झाली आहे एक धर्म दुसऱ्या धर्मापासून वेगळा झाला आहे. हिंदू धर्मातील लोकांना प्रगतीपथावर नेण्यासाठी हिंदू धर्मातील दोषांचे निराकरण करून परंपरागत धर्म श्रद्धेतून येथील समाजाला बाहेर काढणे

आवश्यक आहे ही बाब त्यांनी ओळखली होती. ती जबाबदारी स्वीकारून येथील लोकांना धर्म श्रद्धेतून बाहेर काढण्याचे कार्य केले. तर्कतीर्थांनी आयुष्यभर आपल्या व्याख्यानातून आधुनिक विचाराचा पुरस्कार व प्रचार केल्याचे दिसून येते.

संदर्भ :

1. मराठी विश्वकोश खंड -7, महाराष्ट्र राज्य साहित्य आणि संस्कृती मंडळ,मुंबई, पृ.क्र 17.
2. जोशी तर्कतीर्थ लक्ष्मणशास्त्री, हिंदू धर्माची समीक्षा,प्राज्ञपाठशाळा, वाई, पृ. क्र 58.
3. लवटे सुनिलकुमार, तर्कतीर्थलक्ष्मणशास्त्री जोशी :सर्वकश आकलन, कोल्हापूर, पृ. क्र. 167.
4. धर्माचे मानसशास्त्र व समाजशास्त्र प्रदक्षिणा, कॉन्टीनेंटल प्रकाशन,पुणे पृ. क्र 10.

****

- लेखक

सिंधू निवृत्ती लोणकर, संशोधक विद्यार्थिनी, इतिहास विभाग, डॉ. बाबासाहेब आंबेडकर मराठवाडा विद्यापीठ, छ. संभाजीनगर.

10

विज्ञानानिष्ठा आणि बुद्धिप्रामाण्यवाद: तर्कतीर्थांचा विचारप्रवास - सुवर्णलता भरतव ठाकूर

प्रस्तावना (Introduction)

भारतीय प्रबोधनाच्या इतिहासात असे काही मोजके विचारवंत होऊन गेले, ज्यांनी केवळ ज्ञानाची उपासना केली नाही, तर परंपरेच्या अंधाऱ्या वाटांतून विवेकाचा प्रकाश शोधण्याचे धाडस दाखवले. या मांदियाळीतील सर्वात लख्ख नाव म्हणजे **तर्कतीर्थ लक्ष्मणशास्त्री जोशी**. विसाव्या शतकातील महाराष्ट्राच्या आणि भारताच्या वैचारिक जडणघडणीत तर्कतीर्थांचे स्थान एका 'आधुनिक सॉक्रेटिस'सारखे आहे. एका बाजूला कट्टर वैदिक परंपरेचे संस्कार आणि दुसरीकडे आधुनिक विज्ञानाची तर्कशुद्ध ओढ, या दोन टोकांमधील त्यांचा प्रवास हा भारतीय मनाच्या आधुनिकीकरणाचा एक जिवंत दस्तऐवज आहे.

तर्कतीर्थांचा विचारप्रवास हा केवळ एका पंडिताचा व्यक्तिगत प्रवास नसून तो **'श्रद्धेकडून सत्याकडे'** आणि **'ग्रंथाकडून विज्ञानाकडे'** जाणारा समष्टीचा प्रवास आहे. वाईच्या प्राज्ञपाठशाळेत न्यायशास्त्राचे आणि वेदांचे अध्ययन करतानाच

त्यांच्यातील 'तर्क' जागृत झाला. त्यांनी हे ओळखले की, एखादी गोष्ट 'प्राचीन' आहे म्हणून ती 'श्रेष्ठ' नसते, तर ती 'सत्य' असेल तरच ती स्वीकारार्ह असते. हीच त्यांच्या **बुद्धिप्रामाण्यवादाची** (Rationalism) पहिली पायरी होती.

तर्कतीर्थांच्या विचारांचा गाभा हा **विज्ञानानिष्ठा** (Scientific Temper) हा आहे. त्यांच्या मते, विज्ञानानिष्ठा म्हणजे केवळ भौतिक शास्त्रांचा अभ्यास किंवा यंत्रांचा वापर नव्हे; तर ती मानवी प्रज्ञेला प्राप्त झालेले एक 'स्वातंत्र्य' आहे. त्यांनी विज्ञानाला 'चमत्कार' आणि 'दैववाद' यांच्या विरोधातील सर्वात मोठे हत्यार मानले. त्यांचा हा प्रवास प्रामुख्याने तीन महत्त्वाच्या टप्प्यांतून विकसित झाला:

1. **वैदिक अध्ययन आणि चिकित्सक दृष्टी:** जिथे त्यांनी शास्त्रांचा आधार घेऊनच समाजातील अनिष्ट रूढींना (उदा. अस्पृश्यता) आव्हान दिले.
2. **मार्क्सवाद आणि ऐतिहासिक भौतिकवाद:** या टप्प्यावर त्यांनी भारतीय संस्कृतीचे विश्लेषण करताना 'अलौकिक' शक्तीला नाकारून 'भौतिक' कारणांचा शोध घेतला.
3. **रॉयवाद आणि नवा मानवतावाद:** एम.एन. रॉय यांच्या प्रभावाखाली त्यांनी 'माणूस' आणि त्याचा 'विवेक' यांना विश्वाच्या केंद्रस्थानी ठेवले.

प्रस्तुत शोधनिबंधात किंवा चर्चेत, तर्कतीर्थांनी आपल्या बुद्धीच्या बळावर सनातनी परंपरेचे कपाळमोक्ष कसे केले आणि विज्ञानानिष्ठेला महाराष्ट्राच्या मातीत 'मराठी विश्वकोशा'च्या रूपाने कसे रुजवले, याचा धांडोळा आपण घेणार आहोत. एका वैदिक पंडिताने विज्ञानाचा पुरस्कर्ता होणे, ही घटना भारतीय संस्कृतीच्या विकासातील एक **'अपूर्व'** स्थित्यंतर आहे. हा प्रवास आजही आपल्याला शिकवतो की, बुद्धी हेच मानवाचे श्रेष्ठ लक्षण आहे आणि विज्ञानानिष्ठा हाच प्रगतीचा एकमेव मार्ग आहे.

३. बुद्धिप्रामाण्यवाद: विवेकाची कसोटी

तर्कतीर्थांच्या विचारविश्वात 'बुद्धी' हेच सर्वोच्च प्रमाण होते. त्यांच्या मते, "जे बुद्धीला पटत नाही, ते धर्मात सांगितले असले तरी स्वीकारार्ह नाही."

- **चिकित्सक दृष्टी:** त्यांनी धर्मग्रंथांना 'अपौरुषेय' किंवा अंतिम सत्य मानण्याऐवजी ऐतिहासिक दस्तऐवज मानले.
- **परंपरा आणि बंडखोरी:** सातारा येथील प्राज्ञपाठशाळेत शिक्षण घेत असतानाच त्यांच्यावर लोकमान्य टिळकांच्या जहाल विचारांचा आणि नंतर महात्मा

गांधींच्या सत्याग्रहाचा प्रभाव पडला. मात्र, सामाजिक प्रश्नांची उत्तरे शोधताना त्यांनी 'तर्क' हाच मुख्य आधार मानला.

- **अस्पृश्यता निवारण:** शास्त्रांचा आधार घेऊनही त्यांनी अस्पृश्यता ही कशी अधर्मी आहे, हे सनातन्यांना ठामपणे पटवून दिले.

४. विज्ञानानिष्ठा आणि 'वैदिक संस्कृतीचा विकास'

शास्त्रीजींची विज्ञानानिष्ठा त्यांच्या 'वैदिक संस्कृतीचा विकास' (१९५१) या महत्त्वपूर्ण ग्रंथात स्पष्टपणे उमटलेली दिसते. ऐतिहासिक भौतिकवादाविषयी त्यांनी मार्क्सवादी आणि वैज्ञानिक दृष्टिकोनातून भारतीय इतिहासाचे विश्लेषण केले. १ संस्कृतीचा विकास हा केवळ ईश्वरी प्रेरणेने नसून तो मानवी श्रम, गरजा आणि संघर्षातून झाला आहे, हे त्यांनी सिद्ध केले. नैसर्गिक कारणमीमांसा चमत्कारांवर विश्वास न ठेवता नैसर्गिक कारणांचा शोध घेणे, हीच त्यांची विज्ञानानिष्ठा होती. त्यांनी भारतीय दर्शनांमधील (उदा. सांख्य, वैशेषिक) भौतिकवादी विचारांना पुनरुज्जीवित केले.२

५. एम. एन. रॉय यांचा प्रभाव आणि 'नवा मानवतावाद'

तर्कतीर्थांच्या वैचारिक प्रवासातील सर्वात मोठे वळण म्हणजे एम.एन. रॉय यांच्याशी आलेला संबंध. मार्क्सवादाकडून मानवतावादाकडे झालेली सुरुवात आणि मार्क्सवादाचा प्रभाव असलेले शास्त्रीजी नंतर रॉय यांच्या 'रॅडिकल ह्युमॅनिझम' (Radical Humanism) कडे वळले.३ स्वातंत्र्य आणि विवेक याकडे पाहण्याचा दृष्टीकोन "माणूस हाच सर्व गोष्टींचा मापदंड आहे" (Man is the measure of all things) हे तत्व त्यांनी स्वीकारले. विज्ञानानिष्ठा म्हणजे केवळ यंत्रांचा वापर नव्हे, तर मानवाचे मानसिक स्वातंत्र्य आणि वैश्विक विवेकवाद होय, ही धारणा त्यांनी आयुष्यभर जपली.४

६. ज्ञान प्रसार आणि मराठी विश्वकोश

विज्ञानानिष्ठा आणि बुद्धिप्रामाण्यवाद हे केवळ विद्वानांपुरते मर्यादित न राहता ते सामान्य जनतेपर्यंत पोहोचले पाहिजेत, या विचारातून त्यांनी 'मराठी विश्वकोश' प्रकल्पाचे नेतृत्व केले.

- **ज्ञानाचे लोकशाहीकरण:** मराठी भाषेत विज्ञानापासून कलेपर्यंत सर्व विषय उपलब्ध करून देणे, हा त्यांचा विज्ञानानिष्ठ प्रयत्न होता.
- **भाषा आणि विज्ञान:** आधुनिक विज्ञानासाठी मराठी भाषेत नवीन संज्ञा तयार करणे आणि तर्कशुद्ध मांडणी करणे हे त्यांचे मोठे योगदान आहे.५

७. निष्कर्ष (Conclusion)

तर्कतीर्थ लक्ष्मणशास्त्री जोशी यांचा विचारप्रवास आपल्याला शिकवतो की, परंपरेचा सखोल अभ्यास आणि विज्ञानाची ओढ यात विरोध असण्याचे कारण नाही. त्यांनी प्राचीन शहाणपणाला आधुनिक विज्ञानाच्या कसोटीवर घासून पाहिले. आजच्या 'Post-truth' (सत्योत्तर) काळात, जिथे अफवा आणि भावनांना महत्त्व दिले जाते, तिथे तर्कतीर्थांचा 'बुद्धिप्रामाण्यवाद' हा समाजाला योग्य दिशा देणारा दिशादर्शक आहे. त्यांच्या विचारांची विज्ञाननिष्ठा ही केवळ प्रयोगशाळेपुरती मर्यादित नसून ती मानवी जीवनाच्या सर्वांगीण कल्याणासाठी होती.

८. संदर्भ सूची (References)

1. जोशी, लक्ष्मणशास्त्री - *वैदिक संस्कृतीचा विकास*, प्राज्ञपाठशाळा, सातारा. पृ. क्र.१२५
2. जोशी, लक्ष्मणशास्त्री - *हिंदू धर्माची समीक्षा*, देशमुख आणि कंपनी, पुणे. पृ. क्र.१५
3. रॉय, एम. एन. - *Reason, Romanticism and Revolution*. पृ. क्र.१५०-१६०
4. रेगे, मे. पु. - *तर्कतीर्थ लक्ष्मणशास्त्री जोशी: व्यक्ती आणि विचार*. पृ. क्र.४५
5. *मराठी विश्वकोश* - खंड १ ते २०, महाराष्ट्र राज्य विश्वकोश निर्मिती मंडळ. पृ. क्र.२५५

****

- लेखक

श्रीमतीसुवर्णलता भरतवठाकूर, डॉ. बाबासाहेब आंबेडकर मराठवाडा विद्यापीठ, छ. संभाजीनगर

11

तर्कतीर्थ लक्ष्मणशास्त्री जोशी यांची विज्ञाननिष्ठा - डॉ. गायकवाड गौरी हेमकांत

प्राचीन जगाच्या विज्ञानाचा पाया भारताने घालून दिला, मात्र भारतीयांची ही प्रगती ८ व्या शतकापासून खुंटली. याचे कारण भारतात निर्माण झालेली जातिसंस्था हे तर्कतीर्थांनी सांगितल्याचे दिसते. त्यांच्यामते जातीसंस्थेने कृतिस्वातंत्र्य नष्ट होते. वेदकालाच्या अंतिम भागात ही जातीसंस्था निर्माण झाली. बुध्दकाळापासून भारतीय जातीसंस्था दृढ झाली. सर्व स्तरातील लोकांना ही संस्था उपजिविकेची हमी देत होती. त्यातून एकमेकांचे उद्योग, व्यवसाय करण्यास निर्बंध आले. शुद्रांचा व सुसंस्कृत, बौध्दिक जीवन जगणाऱ्या उच्च जातींचा संबंध या बंधनामुळे तुटला. बौध्दिक विचारांशी ज्याचा संबंध होता तो प्रत्यक्ष नैसर्गिक वस्तुच्या स्वभावज्ञानापासून बंचित झाला. त्यातून विद्या कुंठित झाली. एकंदर पुस्तकी विद्या ब्राह्मणांच्या हातात राहिल्या. समाज शिलीभूत झाला. पाश्चात्य देशात मात्र वैज्ञानिक दृष्टी वाढीस लागून तेथे विज्ञानाचा उदय झाला. युरोपात इसवी सन १७ व्या शतकात विज्ञानाचा व तंत्रविद्येचा उदय होवून आजपर्यंत तो विकसित होत राहिला. वैज्ञानिक दृष्टीने संशोधन करणाऱ्या व्यक्ती, युरोपातील मध्यम वर्गात निर्माण झाल्या. वैज्ञानिक दृष्टीला विचारस्वातंत्र्याचे अधिष्ठान असावे लागते. त्यातून निरिक्षण आणि

प्रयोगाच्या अनुभवाने निसर्गाचे ज्ञान प्राप्त होते. यातून निसर्गाच्या अन्वेषणाची प्रेरणा म्हणजे 'वैज्ञानिक दृष्टी' निर्माण होणारी अशी सर्वसाधारण व्याख्या आढळते. अंकगणित व बीजगणित यांचा शास्त्रीय स्वरूप प्रथम भारतीयांनी दिले. दशांकपध्दती व शून्याची कल्पना ही जगाला मिळालेली भारतीय ॠणे मानली जातात. तर्कतीर्थांच्या मते भारत हे संस्कृतीतील विज्ञानाचे एक महत्वाचे केंद्र होते. वैज्ञानिक दृष्टीने संशोधन करण्याची कल्पना प्राचीन भारतीयांमध्ये दृढमुल होती. भारतीय वनस्पती व प्राणी यांची परिगणना आर्युवेदात केल्याने वनस्पतीविज्ञान व प्राणीविज्ञान हे मूळचे भारतीय मानावे लागते.

तर्कतीर्थ लक्ष्मणशास्त्री जोशी हे महाराष्ट्रातील प्रख्यात विद्वान, धर्मचिंतक व समाजसुधारक होते. त्यांच्या विचारांमध्ये विज्ञाननिष्ठा (Scientific Temper) हा अत्यंत महत्त्वाचा गुण दिसून येतो. विज्ञाननिष्ठा म्हणजे काय? विज्ञाननिष्ठा म्हणजे —प्रत्येक गोष्टीकडे तर्क, बुद्धी आणि अनुभवाच्या आधारे पाहणे, आंधळ्या श्रद्धा, अंधविश्वास आणि रूढी यांना प्रश्न विचारून सत्य स्वीकारताना पुरावा आणि कारणमीमांसा महत्त्वाची मानणे आवश्यक आहे. जोशींनी धर्मग्रंथ, परंपरा आणि सामाजिक रूढी यांचा अभ्यास तर्कशुद्ध पद्धतीने केला. त्यांनी आंधळेपणाने परंपरा स्वीकारल्या नाहीत. त्यांनी समाजातील अंधश्रद्धा, जातिभेद, कर्मकांड यांवर टीका केली आणि समाजाला विवेकनिष्ठ बनवण्याचा प्रयत्न केला. धर्म आणि विज्ञान यांचा समन्वय साधून जोशींना धर्म नाकारायचा नव्हता, पण धर्माचे आचरण विज्ञान आणि विवेकाच्या कसोटीवर तपासले पाहिजे, असे त्यांचे मत होते. विज्ञाननिष्ठा म्हणजे कोणतीही गोष्ट तर्क, बुद्धी, अनुभव आणि पुराव्याच्या आधारे स्वीकारणे. जोशींनी धर्म, परंपरा व सामाजिक रूढी यांचा अभ्यास अंधश्रद्धेने नव्हे तर तर्कशुद्ध पद्धतीने केला. त्यांनी जातिभेद, कर्मकांड आणि अंधविश्वास यांवर टीका केली. त्यांच्या मते धर्माचे आचरण विवेक आणि विज्ञानाच्या कसोटीवर तपासले गेले पाहिजे. ते धर्मनिरपेक्ष नव्हते, परंतु धर्माला मानवकल्याणाच्या दृष्टीने समजून घेण्याचा त्यांचा आग्रह होता. धर्म आणि विज्ञान यांचे नाते त्यांच्या मते धर्म आणि विज्ञान यांच्यात संघर्ष नसून, धर्माला वैज्ञानिक दृष्टिकोनातून समजून घेतले पाहिजे. त्यांनी वेद-शास्त्रांचे स्पष्टीकरण आधुनिक ज्ञानाच्या प्रकाशात केले. अंधश्रद्धेविरुद्ध त्यांनी अंधश्रद्धा, रूढी, कालबाह्य प्रथा यांना विरोध केला. समाजसुधारणेसाठी विज्ञानाधारित विचारसरणी आवश्यक आहे असे त्यांनी ठामपणे मांडले. मानवतावादी दृष्टिकोन त्यांच्या विज्ञाननिष्ठेत मानवकल्याणाला प्राधान्य होते. कोणतीही गोष्ट मानवाच्या प्रगतीस उपयुक्त

असेल तरच ती स्वीकारावी, असे ते मानत. विज्ञाननिष्ठेचे महत्त्व (जोशींच्या दृष्टीने) समाजातील अंधश्रद्धा कमी होतात सामाजिक समता वाढते. व्यक्ती स्वावलंबी आणि विवेकी बनते, राष्ट्राची प्रगती होते. तर्कतीर्थ लक्ष्मणशास्त्री जोशी यांची विज्ञाननिष्ठा ही केवळ तत्त्वज्ञानापुरती मर्यादित नव्हती, तर ती सामाजिक परिवर्तनाचे साधन होती. त्यांनी तर्क, विवेक आणि मानवतावाद यांच्या आधारे समाजाला प्रबुद्ध करण्याचा प्रयत्न केला. त्यांच्या विचारसरणीचा केंद्रबिंदू विज्ञाननिष्ठा हा होता. जोशींच्या विज्ञाननिष्ठ विचारांमुळे समाजात विवेक, समता आणि प्रगतीचा मार्ग खुला झाला. म्हणूनच त्यांची विज्ञाननिष्ठा ही सामाजिक परिवर्तनाचे प्रभावी साधन ठरली. तर्कतीर्थ लक्ष्मणशास्त्री जोशी हे परंपरागत धर्मशास्त्राचे अभ्यासक असूनही आधुनिक, वैज्ञानिक दृष्टीकोनाचे पुरस्कर्ते होते. त्यांनी भारतीय संस्कृती आणि धर्म यांचा अभ्यास तर्क, बुद्धी आणि वैज्ञानिक विचारसरणी यांच्या आधारावर केला. कोणतीही गोष्ट आंधळ्या श्रद्धेने स्वीकारू नये, ती तर्काच्या कसोटीवर तपासावी असे त्यांचे मत होते. त्यांनी समाजात वैज्ञानिक वृत्ती (Scientific Temper) वाढवण्यावर भर दिला. परंपरा टिकवताना त्या विवेकाधिष्ठित असाव्यात असे ते म्हणत.

आधुनिकतेचा स्वीकार पाश्चात्य विज्ञान व तंत्रज्ञानाचा स्वीकार करताना भारतीय संस्कृतीची मुळं टिकवावीत असे त्यांचे मत होते. त्यांनी भारतीय समाजाला आधुनिक, प्रगत आणि विवेकशील बनवण्याचा आग्रह धरला. “परंपरेला तर्काची जोड आणि श्रद्धेला विवेकाची साथ.” त्यांच्या मते खरे धर्मज्ञान आणि विज्ञान यांचा उद्देश एकच आहे — लक्ष्मणशास्त्री जोशी यांनी प्रत्येक गोष्ट तर्क आणि विवेक यांच्या आधारे तपासावी असे सांगितले. आंधळ्या श्रद्धेला त्यांनी विरोध केला. वैज्ञानिक दृष्टिकोन त्यांच्या मते समाजाची प्रगती वैज्ञानिक वृत्तीवर अवलंबून असते. धर्म, परंपरा आणि रूढी यांचा अभ्यासही विज्ञानाच्या प्रकाशात करावा. धर्मसुधारणा धर्म हा मानवकल्याणासाठी आहे. कालबाह्य प्रथा, जातीभेद आणि अन्यायकारक रूढी दूर करून धर्म अधिक शुद्ध व मानवतावादी बनवावा, असे तर्कशास्त्रीं म्हणतात. सामाजिक समता त्यांनी समानता, बंधुता आणि सामाजिक न्याय यांचा पुरस्कार केला. समाजातील विषमता दूर करण्यासाठी शिक्षण आणि विवेक आवश्यक आहे असे तर्कशास्त्रींनी सांगितले. आधुनिकतेचा स्वीकार पाश्चात्य विज्ञान आणि तंत्रज्ञान स्वीकारताना भारतीय संस्कृतीची मुळे जपली पाहिजेत, असा त्यांचा समन्वयवादी दृष्टिकोन होता.

निष्कर्ष

तर्कतीर्थ लक्ष्मणशास्त्री जोशी यांचे विचार तर्क, विवेक, वैज्ञानिक दृष्टिकोन आणि मानवकल्याण यांवर आधारित होते. त्यांनी धर्म आणि विज्ञान यांचा समन्वय साधून समाजसुधारणेचा मार्ग दाखवलेला आहे.

संदर्भग्रंथसुची

१) जोशी महादेव शास्त्री (संपा), 'भारतीय संस्कृतीकोश खंड -१, महाराष्ट्र राज्य साहित्य आणि संस्कृती मंडळ, भारतीय संस्कृतीकोश मंडळ, ४१० शनिवार पेठ, पुणे ४११०३०.

२) जोशी लक्ष्मणशास्त्री (संपा.), 'मराठी विश्वकोश', खंड १८, महाराष्ट्र निर्मिती मंडळ, मुंबई.

३) जोशी लक्ष्मणशास्त्री, 'वैदिक संस्कृतीचा विकास', प्राज्ञपाठशाळामंडळ, वाई, १९९६.

४) जोशी लक्ष्मणशास्त्री (संपा.), 'नवभारत, भाषा, संस्कृती व राज्य, वर्ष ८, अंक १२

६) जोशी लक्ष्मणशास्त्री (संपा.), 'नवभारत, बौद्ध धर्म व भारतीय संस्कृती, मे-जून १९८८, वर्ष ४१, अंक ८, ९

७) कळमकर यशवंत, (संपा.), तर्कतीर्थ लक्ष्मणशास्त्री जोशी जन्मशताब्दी विशेषांक, प्राज्ञपाठशाळामंडळ, वाई, २००१.

****

-लेखक

Dr. Gaikwad Gouri Hemkant, Dept. of Philosophy, Mudhoji College, Phaltan

12

जातिव्यवस्था आणि अस्पृश्यता निर्मूलनासाठी तर्कतीर्थ लक्ष्मणशास्त्री जोशी यांचे वैचारिक व व्यवहारिक योगदान : - अश्विनीकुमार सखाराम साबळे

१. प्रस्तावना

भारतीय समाजरचनेतील जातिव्यवस्था ही केवळ सामाजिक वर्गीकरण नसून ती एक ऐतिहासिक, धार्मिक आणि सत्तात्मक संरचना आहे. जन्माच्या आधारे सामाजिक दर्जा निश्चित करणारी ही व्यवस्था मानवी समता, स्वातंत्र्य आणि बंधुता या सार्वत्रिक मूल्यांशी मूलभूतरीत्या विसंगत आहे. या व्यवस्थेचा सर्वात अमानवी आणि क्रूर आविष्कार म्हणजे अस्पृश्यता होय. अस्पृश्यतेमुळे विशिष्ट समाजघटकांना धार्मिक अधिकार, सार्वजनिक साधने, शिक्षण आणि मानवी सन्मान यांपासून पद्धतशीररीत्या वंचित ठेवण्यात आले (Srinivas,

1962).

धर्मग्रंथांच्या निवडक अर्थलागड्या, कर्मकांडप्रधान परंपरा आणि अंधश्रद्धा यांच्या साहाय्याने जातिव्यवस्थेला नैतिक व धार्मिक वैधता देण्याचा प्रयत्न करण्यात आला. त्यामुळे सामाजिक अन्याय हा "दैवी व्यवस्था" म्हणून स्वीकारला गेला. या पार्श्वभूमीवर जातिव्यवस्था व अस्पृश्यता निर्मूलनासाठी झालेली समाजसुधारणा ही केवळ सामाजिक आंदोलन नसून ती वैचारिक संघर्षाची प्रक्रिया ठरते.

विसाव्या शतकात महाराष्ट्रात फुले–शाहू–आंबेडकर परंपरेत सामाजिक परिवर्तनाचा एक सशक्त बौद्धिक प्रवाह निर्माण झाला. याच प्रवाहात तर्कतीर्थ लक्ष्मणशास्त्री जोशी यांचे योगदान विशेष महत्त्वाचे ठरते. त्यांनी परंपरेच्या बाहेरून नव्हे, तर परंपरेच्या आतूनच परंपरेवर तर्काधिष्ठित व नैतिक प्रहार केला. जातिव्यवस्था व अस्पृश्यतेला शास्त्रीय आधार नाही, हे दाखवून देताना त्यांनी विवेक, मानवता आणि नैतिकता यांना केंद्रस्थानी ठेवले. म्हणूनच तर्कतीर्थांचे कार्य भारतीय समाजसुधारणेच्या इतिहासात स्वतंत्र व महत्त्वपूर्ण स्थान प्राप्त करते.

२. तर्कतीर्थ लक्ष्मणशास्त्री जोशी : जीवन आणि बौद्धिक जडणघडण

तर्कतीर्थ लक्ष्मणशास्त्री जोशी यांचा जन्म पारंपरिक ब्राह्मण कुटुंबात झाला. बालपणापासूनच त्यांना संस्कृत भाषा, वेद, उपनिषद, स्मृतीग्रंथ आणि भारतीय दर्शनशास्त्राचे सखोल शिक्षण मिळाले. न्याय, मीमांसा आणि वेदान्त या शाखांतील त्यांचे प्रभुत्व त्यांना "तर्कतीर्थ" ही उपाधी प्राप्त करून देणारे ठरले. तथापि, त्यांच्या बौद्धिक घडणीत केवळ पारंपरिक पांडित्य नव्हे, तर आधुनिक विवेकवाद आणि नैतिक चिंतन यांचीही महत्त्वाची भूमिका होती.

तर्कतीर्थांनी लवकरच हे ओळखले की, धर्मग्रंथांचे अंधानुकरण समाजाला प्रगतीकडे नेण्याऐवजी स्थैर्य आणि अन्यायाकडे घेऊन जाते. त्यामुळे त्यांनी एक मूलभूत प्रश्न उपस्थित केला —

"शास्त्र हे मानवाच्या कल्याणासाठी आहे की सामाजिक विषमता टिकवण्यासाठी?"

या प्रश्नातूनच त्यांच्या संपूर्ण वैचारिक प्रवासाची दिशा ठरली.

त्यांच्या मते, शास्त्र जर मानवी प्रतिष्ठेला बाधा आणत असेल, तर त्या शास्त्राचे पुनर्मूल्यांकन करणे हेच खरे धार्मिक कर्तव्य ठरते (Joshi, 1952). त्यामुळे तर्कतीर्थ हे परंपरावादी धर्मपंडित न राहता परंपरेचे चिकित्सक आणि विवेचक विचारवंत म्हणून पुढे आले. त्यांनी ब्राह्मण समाजालाच

आत्मपरीक्षणासाठी प्रवृत्त केले, ही बाब त्यांच्या सामाजिक धैर्याची साक्ष देते.

३. जातिव्यवस्थेबाबत तर्कतीर्थांची वैचारिक चिकित्सा

३.१ जन्माधारित जातिव्यवस्थेचा निषेध

तर्कतीर्थांच्या मते, जात ही जन्मावर आधारित नसून गुण, कर्म आणि आचरणावर आधारित असावी. वेदकालीन वर्णव्यवस्था ही कार्यविभागणी होती; पुढील काळात तिचे जातिव्यवस्थेत रूपांतर झाले (Joshi, 1956). स्मृतिग्रंथांतील विषम नियम हे ऐतिहासिक परिस्थितीजन्य असून त्यांना शाश्वत मानणे अयोग्य आहे, असे ते स्पष्ट करतात

३.२ धर्म, शास्त्र आणि नैतिकता

तर्कतीर्थ धर्म आणि नैतिकता यांत स्पष्ट भेद करतात. जो धर्म मानवी प्रतिष्ठेला नाकारतो, तो अधर्म ठरतो, असे त्यांचे मत होते (Joshi, 1960). या भूमिकेमुळे जातिव्यवस्थेचे धार्मिक समर्थन मूलभूतरीत्या खोडून निघते.

३.३ तर्कबुद्धी व विवेक

अंधश्रद्धा आणि कर्मकांड समाजाला गुलामगिरीकडे नेतात, असे तर्कतीर्थ मानत. त्यांनी विवेकाला सामाजिक परिवर्तनाचे मुख्य साधन मानले.

४. अस्पृश्यतेविषयी तर्कतीर्थांची भूमिका

अस्पृश्यता ही केवळ सामाजिक रूढी नसून मानवी सभ्यतेवरील कलंक आहे. तर्कतीर्थांनी तिला अधार्मिक, अमानवी आणि नैतिक अपराध ठरवले (Joshi, 1960). अस्पृश्यतेला शास्त्रीय आधार आहे, हा दावा त्यांनी संदर्भासह खोडून काढला.

५. व्यवहारिक योगदान

५.१ लेखन व सार्वजनिक व्याख्याने

तर्कतीर्थांनी विविध नियतकालिकांतून जातिव्यवस्था व अस्पृश्यतेवर निर्भीड लेखन केले. सार्वजनिक व्याख्यानांतून त्यांनी विशेषतः ब्राह्मण समाजाला आत्मपरीक्षणाचे आवाहन केले (Joshi, 1952).

५.२ सनातनी विरोधाला प्रत्युत्तर

सनातनी विचारसरणीकडून झालेल्या टीकेला त्यांनी भावनिक नव्हे तर तर्काधारित प्रत्युत्तर दिले, ज्यामुळे त्यांच्या कार्याला बौद्धिक अधिष्ठान प्राप्त झाले (Deshpande, 2002).

६. आंबेडकरवादी विचारांशी तुलना

भारतीय जातिव्यवस्था व अस्पृश्यतेविरोधी संघर्षात डॉ. बाबासाहेब आंबेडकर यांचे विचार मूलगामी आणि क्रांतिकारक स्वरूपाचे आहेत. आंबेडकरांनी

जातिव्यवस्थेला केवळ सामाजिक दोष न मानता ती धर्मसत्तेवर आधारित शोषणाची संरचना असल्याचे स्पष्ट केले. त्यांच्या मते, हिंदू धर्मातील ग्रंथपरंपरा आणि जातिव्यवस्था यांचे अतूट नाते आहे; त्यामुळे जातिनिर्मूलनासाठी धर्मसत्तेचे उच्चाटन आवश्यक आहे (Ambedkar, 1936).

याच्या तुलनेत तर्कतीर्थांचा दृष्टिकोन वेगळा आहे. त्यांनी धर्मसत्तेचे संपूर्ण उच्चाटन सुचवले नाही; मात्र धर्माच्या नावाखाली चालणाऱ्या अन्यायकारक रूढींचे तर्काधिष्ठित खंडन केले. त्यांचा भर धर्माच्या अंतर्गत सुधारणांवर होता. म्हणजेच, आंबेडकरांचा मार्ग क्रांतिकारक आणि संरचनात्मक बदलाचा, तर तर्कतीर्थांचा मार्ग नैतिक आणि बौद्धिक परिवर्तनाचा होता.

तथापि, या भिन्न मार्गांमुळे दोघांचे ध्येय वेगळे होत नाही. दोघांचे अंतिम उद्दिष्ट जातिव्यवस्था व अस्पृश्यतेचे संपूर्ण उच्चाटन हेच होते. तर्कतीर्थांचे कार्य विशेषतः ब्राह्मण समाजात वैचारिक अस्वस्थता निर्माण करण्यात यशस्वी ठरले, तर आंबेडकरांचे आंदोलन व कायदेशीर संघर्ष दलित समाजाच्या प्रत्यक्ष मुक्तीसाठी निर्णायक ठरले. म्हणूनच तर्कतीर्थांचे विचार आंबेडकरवादी सामाजिक क्रांतीला वैचारिक पूरकता देतात, असे म्हणता येईल (Zelliot, 1992).

७. चिकित्सक मूल्यमापन

तर्कतीर्थांच्या विचारांची मर्यादा अशी की, त्यांनी आर्थिक व राजकीय सत्तासंबंधांचा तुलनेने कमी विचार केला. तथापि, ब्राह्मण परंपरेतील आत्मपरीक्षणाची प्रक्रिया सुरू करणे हे त्यांचे ऐतिहासिक योगदान नाकारता येत नाही

८. निष्कर्ष

प्रस्तुत संशोधन निबंधातून असे स्पष्टपणे दिसून येते की भारतीय समाजातील जातिव्यवस्था आणि अस्पृश्यता या केवळ सामाजिक रूढी नसून त्या ऐतिहासिक, धार्मिक आणि सत्तात्मक संरचनांचा परिणाम आहेत. जन्माधारित विषमता, धार्मिक पवित्रीकरण आणि कर्मकांडप्रधान परंपरा यांच्या माध्यमातून या व्यवस्थांना दीर्घकाळ वैधता देण्यात आली. अशा पार्श्वभूमीवर जातिनिर्मूलनासाठी झालेल्या समाजसुधारणेचा संघर्ष हा केवळ आंदोलनात्मक नसून तो बौद्धिक, नैतिक आणि वैचारिक स्वरूपाचा होता.

या संदर्भात तर्कतीर्थ लक्ष्मणशास्त्री जोशी यांचे योगदान विशेष महत्त्वाचे ठरते. परंपरागत संस्कृत शास्त्रांचे गाढे पंडित असूनही त्यांनी शास्त्रांचे अंधानुकरण न करता विवेक आणि तर्क यांच्या आधारे त्यांचे पुनर्मूल्यांकन

केले. वेद, उपनिषद आणि स्मृतिग्रंथांचे पुनर्वाचन करताना त्यांनी जन्माधारित जातिभेदाला शास्त्रीय व नैतिक अधिष्ठान नाही, हे सप्रमाण सिद्ध केले (Joshi, 1956). त्यांच्या मते, जो धर्म मानवी प्रतिष्ठेला नाकारतो तो अधर्म ठरतो; त्यामुळे जातिव्यवस्था आणि अस्पृश्यता या अधार्मिकच आहेत (Joshi, 1960).

तर्कतीर्थांचे महत्त्वाचे योगदान म्हणजे त्यांनी ब्राह्मण परंपरेतील आत्मपरीक्षणाची प्रक्रिया सुरू केली. जातिव्यवस्था टिकवून ठेवणाऱ्या धर्मसत्तेवर त्यांनी परंपरेच्या आतूनच प्रश्न उपस्थित केले. हा मार्ग सामाजिकदृष्ट्या जोखमीचा असतानाही त्यांनी तो स्वीकारला, ही बाब त्यांच्या नैतिक धैर्याची साक्ष देते. सार्वजनिक लेखन, व्याख्याने आणि बौद्धिक संवाद यांच्या माध्यमातून त्यांनी समाजमन परिवर्तनाचा प्रयत्न केला (Deshpande, 2002).

तथापि, तर्कतीर्थांच्या विचारांची काही मर्यादाही स्पष्टपणे जाणवतात. त्यांनी जातिव्यवस्थेच्या आर्थिक व राजकीय सत्तासंबंधांचा तुलनेने कमी विचार केला. त्यामुळे त्यांचा सुधारणा मार्ग प्रामुख्याने नैतिक व बौद्धिक पातळीवर केंद्रित राहिला. याच्या तुलनेत डॉ. बाबासाहेब आंबेडकर यांनी जातिव्यवस्थेला धर्मसत्तेवर आधारित शोषणरचना मानून तिच्या मूलगामी उच्चाटनाची मागणी केली (Ambedkar, 1936). आंबेडकरांचा दृष्टिकोन संरचनात्मक आणि क्रांतिकारक होता, तर तर्कतीर्थांचा दृष्टिकोन अंतर्गत सुधारणा व विवेकनिष्ठ परिवर्तनाचा होता.

तरीही, या भिन्न मार्गांमुळे दोघांचे अंतिम ध्येय वेगळे होत नाही. तर्कतीर्थांचे वैचारिक कार्य आणि आंबेडकरांचे सामाजिक-राजकीय आंदोलन हे परस्परविरोधी नसून परस्परपूरक ठरतात. तर्कतीर्थांनी जातिव्यवस्थेची नैतिक व बौद्धिक वैधता खंडित केली, तर आंबेडकरांनी तिच्या संस्थात्मक रचनेवर निर्णायक प्रहार केला (Zelliot, 1992).

समारोपतः असे म्हणता येईल की तर्कतीर्थ लक्ष्मणशास्त्री जोशी यांचे योगदान भारतीय समाजसुधारणेच्या इतिहासात विवेकनिष्ठ, मानवतावादी आणि नैतिक सुधारणेचे महत्त्वपूर्ण उदाहरण आहे. आजच्या काळातही जातीय विषमता, सामाजिक बहिष्कार आणि धार्मिक असहिष्णुता यांसारख्या समस्यांच्या पार्श्वभूमीवर तर्कतीर्थांचा विवेकवाद, तर्कबुद्धी आणि मानवी प्रतिष्ठेवरचा आग्रह अत्यंत उपयुक्त ठरतो. म्हणूनच, जातिनिर्मूलनाच्या व्यापक लढ्यात तर्कतीर्थांचे वैचारिक योगदान हे इतिहासातील केवळ एक अध्याय नसून आजही मार्गदर्शक ठरणारे बौद्धिक साधन आहे.

References

1) Ambedkar, B. R. (1936). Annihilation of caste. Bombay: Self-Published.

2)Ambedkar, B. R. (1989). Dr. Babasaheb Ambedkar: Writings and speeches (Vols. 1–5). Mumbai: Government of Maharashtra.

3)Deshpande, G. (2002). Social reform movements in Maharashtra. New Delhi: Manohar.

4)Joshi, L. S. (1948). धर्म आणि समाज. पुणे: देशमुख प्रकाशन.

5)Joshi, L. S. (1952). निवडक लेख. पुणे: पॉप्युलर बुक डेपो.

6)Joshi, L. S. (1956). वैदिक धर्माचे स्वरूप. पुणे: कॉन्टिनेंटल.

7)Joshi, L. S. (1960). सामाजिक समता आणि धर्म. पुणे: साकेत.

8)Omvedt, G. (1994). Dalits and the democratic revolution. New Delhi: Sage.

9)Srinivas, M. N. (1962). Caste in modern India. Bombay: Asia Publishing House.

10)Zelliot, E. (1992). From untouchable to Dalit. New Delhi: Manohar.

****

13

तर्कतीर्थ लक्ष्मणशास्त्री जोशी : ज्ञानलोकशाही, धर्ममीमांसा आणि आधुनिक महाराष्ट्रातील सार्वजनिक बुद्धिजीवित्व - डॉ. अभिजीत ए. पंडित

प्रस्तावना: संशोधनसमस्या आणि वैचारिक चौकट

विसाव्या शतकातील महाराष्ट्राचा वैचारिक इतिहास परंपरा–आधुनिकता यांतील संघर्ष/समन्वय आणि ज्ञानाच्या "अभिजन-नियंत्रणा"विरुद्ध ज्ञानाच्या "लोकशाहीकरणा"चा आग्रह या दोन समांतर ताणांनी चिन्हांकित झाला आहे. जोशींच्या कार्याकडे पाहताना हे दोन ताण केवळ "विषय" म्हणून नव्हे, तर "पद्धत" म्हणूनही उपस्थित असतात. एकीकडे त्यांनी संस्कृत परंपरेतील न्याय, मीमांसा, वेदांत इ. शास्त्रपरंपरेशी संवाद ठेवला; दुसरीकडे आधुनिक सार्वजनिक जीवनातील वैज्ञानिक दृष्टिकोन, सामाजिक न्याय, आणि लोकशाही नागरिकत्व

(democratic citizenship) यांना केंद्रस्थानी ठेवून भाषिक-ज्ञानसंस्था उभारण्याचे काम केले.[3]

१.१ महाराष्ट्रातील सार्वजनिक क्षेत्र आणि "बुद्धिजीवित्व"ची नवी गरज

आधुनिक महाराष्ट्रातील सार्वजनिक क्षेत्राचे (public sphere)एक प्रमुख वैशिष्ट्य म्हणजे भाषिक-राजकीय संघटनांबरोबरच मुद्रित माध्यमे, व्याख्यानमाला, सभासंस्कृती, आणि संस्थात्मक समित्या यांच्या माध्यमातून मतनिर्मिती घडत राहणे. अशा क्षेत्रात बुद्धिजीवींची भूमिका दोन दिशांनी ताणली जाते. पहिली दिशा म्हणजे 'तज्ज्ञता' (expertise):एखाद्या विषयाचे संदर्भ, संकल्पना आणि पुरावे याबाबत नागरिकांना मार्गदर्शन करणे. दुसरी दिशा म्हणजे 'नागरी शिक्षण' (civic pedagogy):समाजाने कोणते निकष मान्य करावेत तर्क, समता, पुरावा, सार्वजनिक हित याविषयी मानकांची निर्मिती करणे.

यामुळे "सार्वजनिक बुद्धिजीवी"ची संकल्पना येथे केवळ वैचारिक नेतृत्व म्हणून न राहता "मानक-निर्मिती" (norm-setting)म्हणूनही दिसते. उदाहरणार्थ, सार्वजनिक चर्चेत धर्मसमीक्षा करताना 'काय वाटते'पेक्षा 'काय कारण देता येते' हा निकष स्वीकारला, तर चर्चा अधिक विवेकी बनते. तसेच ज्ञान-प्रकल्पात 'कोण लिहितो'पेक्षा 'कसे संपादित होते' हा निकष स्वीकारला, तर ज्ञानाची विश्वसनीयता वाढते. जोशींच्या बाबतीत हे दोन्ही निकष एकत्र येतात; म्हणूनच त्यांच्या अभ्यासात "विचार" आणि "प्रक्रिया" हे दोन्ही समान महत्त्वाचे घटक आहेत.

या लेखात "सार्वजनिक बुद्धिजीवी" ही संकल्पना तीन घटकांनी परिभाषित केली आहे: (अ) सार्वजनिक प्रश्नांवर तर्काधिष्ठित व जबाबदार हस्तक्षेप, (आ) ज्ञानाची विश्वसनीयता निर्माण करणारी संपादकीय/संस्थात्मक शिस्त, आणि (इ) ज्ञानप्रवेश वाढविण्यासाठी भाषिक व शैक्षणिक पायाभूत सुविधा. या तीन घटकांच्या आधारे जोशींचे योगदान "विचार" आणि "इन्फ्रास्ट्रक्चर" या दोन्ही पातळ्यांवर विश्लेषित केले आहे. यामुळे संशोधनाचे चार प्रश्न स्पष्ट होतात: (१) जोशींच्या वैचारिक व्यक्तिमत्त्वाचे केंद्र "धर्म" आहे की "ज्ञान" की दोन्हींची एकत्रित तर्करचना? (२) मराठी विश्वकोश हा त्यांच्या विचारांचा परिणाम होता की विचारांची प्रयोगशाळा? (३) धर्मसमीक्षा, जडवाद आणि मानवतावाद यांमध्ये त्यांनी कोणती पद्धत वापरली, आणि ती आंतरराष्ट्रीय अकादमिक निकषांशी कुठे जुळते? (४) विश्वकोश मंडळ, राज्य साहित्य-संस्कृती मंडळ इ. संस्थात्मक नेतृत्व आणि वैचारिक लिखाण यांचे परस्परसंबंध कोणते?

२. संशोधनपद्धती: स्रोत-श्रेणी, पुराव्याचा निकष आणि मर्यादा

या अभ्यासात गुणवत्तात्मक, द्वितीयक-आधारित विश्लेषण स्वीकारले आहे. स्रोत तीन श्रेणींत विभागले आहेत. पहिली श्रेणी: अधिकृत/अर्ध-अधिकृत दस्तऐवज उदा., महाराष्ट्र शासनाचा साहित्य विभाग प्रकाशित चरित्रग्रंथ, साहित्य अकादेमीचे फेलोशिप-पत्रक, भारत सरकारची पद्मभूषण अधिसूचना आणि अधिकृत Padma Awardsसूची.[4] दुसरी श्रेणी: विश्वकोशीय नोंदी व संस्थात्मक संकेतस्थळे उदा., मराठी विश्वकोशाच्या संपादक-प्रमुखांच्या कार्यकाळाविषयीची नोंद आणि विश्वकोशातील "**Author**" पृष्ठ.[56] तिसरी श्रेणी: आंतरराष्ट्रीय तत्त्वज्ञान संदर्भ उदा., लोकायत/चार्वाक-परंपरेविषयी आणि रॅडिकल ह्युमॅनिझमविषयी प्रामाणिक, तृतीयक पण लेखक-समकक्ष (authoritative tertiary)मानल्या जाणाऱ्या नोंदी.[79]

पुराव्याचा मूलभूत निकष असा ठेवला आहे की तथ्यविषयक दावे (उदा., जन्म-मृत्यू, पद्मभूषण वर्ष, कार्यकाळ) शक्यतो अधिकृत दस्तऐवजांनी पुष्ट केलेले असावेत. यामुळे लोकप्रिय दुय्यम नोंदींमध्ये दिसणाऱ्या विसंगतींचे निरसन करता येते; उदाहरणार्थ, काही ठिकाणी पद्मभूषण वर्ष वेगळे दिलेले आढळते, परंतु राजपत्रातील अधिसूचना आणि अधिकृत डॅशबोर्ड ही "लोड-बेअरिंग" साधने मानली आहेत.[4]

२.२ त्रिकोणीकरण (triangulation) आणि उद्धरण-शिस्त

माहितीची पुष्टी करण्यासाठी या लेखात साधनांचे 'त्रिकोणीकरण' केले आहे: (अ) अधिकृत कागदपत्रे, (आ) संस्था/विश्वकोश नोंदी, आणि (इ) शास्त्रीय तत्त्वज्ञान-संदर्भ. या तिन्ही श्रेणींपैकी कोणतेही एक साधन अपुरे ठरल्यास उर्वरित दोन साधने संदर्भ देऊन निष्कर्ष स्थिर केले आहेत. उदाहरणार्थ, जोशींच्या विश्वकोशीय भूमिकेचा कार्यकाळ संस्थात्मक नोंदीतून मिळतो, तर त्यांच्या "लेखक" म्हणून उपस्थिती संकेतस्थळावरून मिळते; आणि त्यांची वैचारिक चौकट समजण्यासाठी तत्त्वज्ञान-संदर्भ मदत करतात. या पद्धतीत उद्धरण-शिस्त महत्त्वाची आहे: प्राथमिक-समकक्ष दस्तऐवजांवर (अधिसूचना/अधिकृत सूची) आधारित दावे आणि तृतीयक तत्त्वज्ञान-संदर्भांवर आधारित संकल्पनात्मक दावे यांत स्पष्ट भेद राखला आहे.

या लेखाची मर्यादा अशी की जोशींच्या सर्व मूळ ग्रंथांचे पूर्ण पाठ येथे एकत्रित तपासलेले नाहीत; त्यामुळे काही निष्कर्ष "विश्वसनीय नोंदी आणि संदर्भाधारित अनुमान" यांच्या आधारे मांडले आहेत.

२.१ विश्लेषणात्मक साधने: "बौद्धिक इतिहास" आणि "संस्था-अभ्यास"

या लेखात जोशींच्या विचारांकडे 'बौद्धिक इतिहास' (intellectual history)या दृष्टिकोनातून पाहिले आहे. या दृष्टिकोनात विचार हा केवळ वैयक्तिक प्रतिभेचा परिणाम न मानता तो वाचन-परंपरा, वादसंवाद, राजकीय संदर्भ, आणि संस्थात्मक गरजांमधून घडतो असे गृहित धरले जाते. त्यामुळे जोशींच्या बाबतीत "ग्रंथ" आणि "संस्था" या दोन्हींचा संयुक्त अभ्यास आवश्यक ठरतो. उदाहरणार्थ, एखाद्या धर्मविषयक चर्चेत त्यांनी कोणती तर्कपद्धती वापरली याचे उत्तर त्यांच्या शास्त्रीय प्रशिक्षणात सापडते; पण त्याच चर्चेचा सार्वजनिक परिणाम समजण्यासाठी त्यांची व्याख्यान/लेखन-संस्कृतीतील उपस्थिती आणि संस्थात्मक कामकाज समजणे आवश्यक ठरते.

'संस्था-अभ्यास' (institutional analysis) येथे दोन प्रश्न केंद्रस्थानी ठेवतो: (अ) कोणत्या प्रकारच्या ज्ञानाला सार्वजनिक मान्यता दिली जाते, आणि (आ) ती मान्यता मिळवण्यासाठी कोणत्या संपादकीय/प्रक्रियात्मक यंत्रणा वापरल्या जातात. विश्वकोशाच्या संदर्भात हे प्रश्न अधिक ठळक होतात, कारण विश्वकोश लेख हा "लेखकाचा मतलेख" नसतो; तो संपादकीय प्रक्रियेतून गेलेला सार्वजनिक संदर्भ (public reference)असतो. त्यामुळे जोशींचे नेतृत्व हे "विचार मांडणे" आणि "विचारांची सार्वजनिक प्रमाणिकता" निर्माण करणे या दुहेरी भूमिकेत कार्यरत राहते.

३. जीवनवृत्त आणि "रोल ट्रान्सफॉर्मेशन": पंडितत्त्वाचे सार्वजनिक रूपांतर

जोशींचा जन्म २७ जानेवारी १९०१ रोजी आणि निधन २७ मे १९९४ रोजी झाल्याची नोंद उपलब्ध आहे.[1] त्यांच्या आयुष्याचा कालखंड महाराष्ट्रातील वसाहतकालीन आधुनिकता, स्वातंत्र्यलढा, आणि राज्यनिर्मितीनंतरचे संस्थाकरण या टप्प्यांशी समांतर चालतो. या दीर्घ कालखंडात त्यांचे "रोल ट्रान्सफॉर्मेशन" लक्षात घ्यावे लागते: पारंपरिक अर्थाने शास्त्रपंडित असताना त्यांनी आधुनिक सार्वजनिक प्रश्नांसाठी पद्धतशीर तर्काचा वापर केला आणि ज्ञाननिर्मितीची सार्वजनिक रचना उभारण्यात नेतृत्व केले.

साहित्य अकादेमीच्या फेलोशिप-पत्रकात त्यांना मराठी व संस्कृत विद्वान, समालोचक आणि दार्शनिक म्हणून अधोरेखित केले आहे.[2] हा उल्लेख फक्त सन्मानसूचक नाही; तो त्यांच्या कामातील बहुपेडी स्वरूपाचा निर्देश देतो भाषा (मराठी/संस्कृत), तत्त्वज्ञान, आणि समीक्षा या क्षेत्रांत सक्रियता. दुसरीकडे, महाराष्ट्र शासनाच्या चरित्रग्रंथात ते महाराष्ट्र राज्य साहित्य आणि संस्कृती मंडळाचे पहिले अध्यक्ष असल्याचे नमूद असल्यामुळे त्यांच्या सार्वजनिक संस्थात्मक भूमिकेला अधिकृत आधार मिळतो.[3] या दोन नोंदी एकत्र वाचल्यास

जोशींची "सार्वजनिक बुद्धिजीवी" म्हणून निर्मिती ही दोन दिशांनी घडल्याचे दिसते: (अ) बौद्धिक-विशेषज्ञता आणि (आ) ज्ञानसंस्थांचे नेतृत्व.

४. वैचारिक कार्यक्रमाची संगती: तर्क, इतिहास आणि सार्वजनिक हित

जोशींच्या विचारांना "धर्म" आणि "ज्ञान" या द्वैतात विभागणे उपयोगी असले, तरी वास्तवात त्यांची संगती या दोन घटकांच्या परस्परावलंबनातून उभी राहते. धर्म ही सामाजिक संस्था असल्यामुळे तिचे विश्लेषण ज्ञानमीमांसा, सत्तासंबंध, आणि नैतिकता या चौकटींशिवाय अपुरे ठरते; आणि ज्ञान हे सार्वजनिक वस्तू (**public good**) असल्यामुळे त्याचे वितरण, भाषा, आणि प्रवेशयंत्रणा यांचा विचार केल्याशिवाय लोकशाही गुणवत्तेचा प्रश्न सुटत नाही. म्हणूनच जोशींच्या कामाचा केंद्रबिंदू "सार्वजनिक विवेक" (public reason) आणि "ज्ञाननीती" (epistemic ethics) या संकल्पनांच्या दिशेने निर्देश करतो.

४.१ "तर्क" म्हणजे काय? शास्त्रीय प्रमाण आणि आधुनिक सार्वजनिक विवेक

जोशींच्या लेखनात 'तर्क' हा शब्द वापरला जातो तेव्हा तो दोन परंपरांचे संधिस्थान सूचित करतो. एक परंपरा म्हणजे भारतीय शास्त्रांतील प्रमाण-परंपरा, जिथे ज्ञानस्रोतांची चर्चा प्रत्यक्ष, अनुमान, उपमान, शब्द इ. रूपांत होते; आणि दुसरी परंपरा म्हणजे आधुनिक सार्वजनिक विवेकाची मागणी, जिथे ज्ञानाला वैज्ञानिक तपासणी, सुसंगतता आणि सार्वजनिक चर्चेत उत्तरदायित्व अपेक्षित असते. या दोन्ही परंपरांचा संगम केल्यामुळे जोशींचे लेखन 'अंतर्मुख' शास्त्रचर्चा न राहता 'बहिर्मुख' सार्वजनिक हस्तक्षेप बनते.

या दृष्टिकोनातून "धर्म" आणि "ज्ञान" यांचे द्वंद्व कमी होते. धर्मविषयक प्रश्नांमध्ये तर्काचा आग्रह हा धर्माच्या "वैयक्तिक श्रद्धा" या आयामावर थेट हल्ला न करता धर्माच्या "सार्वजनिक दाव्यां"वर प्रश्न उपस्थित करतो. उदाहरणार्थ, एखादी प्रथा सार्वजनिक जीवनात जबरदस्तीने लागू होत असेल, तर तिच्या समर्थनासाठी वापरले जाणारे प्रमाण, इतिहास आणि सामाजिक परिणाम यांची चर्चा अपरिहार्य ठरते. म्हणूनच जोशींची धर्ममीमांसा ही "नैतिक-राजकीय" पातळीवर कार्यरत होते ती नागरिकांना विचार करण्याची भाषा देते, आणि संस्थांना निर्णयासाठी निकष पुरवते.

या कार्यक्रमाचे तीन कार्य-क्षेत्रे पुढीलप्रमाणे दिसतात. पहिले, धर्ममीमांसेत पद्धतशास्त्रीय काटेकोरता: धर्मविषयक दावे कोणत्या प्रमाणांवर टिकतात, कोणत्या इतिहासात घडतात, आणि कोणत्या सामाजिक परिणामांना जन्म देतात ही त्रिसूत्री. दुसरे, जडवाद/लोकायत पुनर्वाचन: अनुभव, प्रत्यक्ष, कारणमीमांसा आणि वैज्ञानिक दृष्टिकोन यांना केंद्रस्थानी ठेवून सार्वजनिक

चर्चेची गुणवत्ता वाढविणे. तिसरे, मराठी विश्वकोशासारखा ज्ञानप्रकल्प: मराठीमध्ये विश्वसनीय ज्ञानाचा प्रवेश वाढविणे आणि संकल्पनांचे मानकीकरण.

५. धर्ममीमांसा: "श्रद्धा" नव्हे, "पद्धत" आणि "इतिहास"

जोशींच्या धर्मविषयक लेखनाचे विश्लेषण करताना सर्वात महत्त्वाची गोष्ट म्हणजे त्यांनी "धर्माचा अभ्यास" ही एक पद्धतशास्त्रीय समस्या मानली. या अर्थाने त्यांची धर्ममीमांसा ही आंतरराष्ट्रीय "**critical study of religion**"च्या दिशेने जाणारी, पण मराठी सार्वजनिक क्षेत्रात स्थानिकीकरण करणारी आहे. येथे "स्थानिकीकरण" म्हणजे विषयाचे मराठीकरण इतकेच नाही; तर अभ्यासाचे निकष, तर्कपरंपरा, आणि सामाजिक प्रश्न या तिन्ही स्तरांवर रूपांतरण.

धर्ममीमांसेत जोशी तीन प्रकारच्या प्रश्नांची चौकट मांडतात असे अनुमान करता येते. (अ) ऐतिहासिक प्रश्न: कोणती प्रथा कधी, कुठल्या सामाजिक स्थितीत, कुठल्या उद्दिष्टाने रूढ झाली? (आ) ज्ञानमीमांसी प्रश्न: त्या प्रथेचे समर्थन कोणत्या प्रमाणांवर आधारित आहे प्रत्यक्ष, अनुमान, की परंपरागत साक्ष (testimony)? (इ) न्याय प्रश्न: त्या प्रथेमुळे कोणाचे हित/अहित होते, आणि ती सत्तासंबंधांना कशी स्थिर करते? या चौकटीतील दुसरा प्रश्न, म्हणजे ज्ञानमीमांसी निकष, क्लासिकल भारतीय तत्त्वज्ञानातील प्रमाणविचाराशी सुसंगत आहे. SEP मधील भारतीय ज्ञानमीमांसेवरील नोंद अशा चर्चेला व्यापक चौकट देते.[८]

या पद्धतीचा सार्वजनिक अर्थ असा की धर्म हा खासगी श्रद्धेचा विषय राहू शकतो, पण सार्वजनिक धोरण, शिक्षण, आणि सामाजिक नैतिकता यांची चौकट विवेकाधारित असली पाहिजे. धर्ममीमांसा ही म्हणूनच "अँटी-रिलिजन" भूमिका न राहता "प्रो-रिझन" (pro-reason) भूमिका ठरते. या दृष्टीने जोशींचा हस्तक्षेप महाराष्ट्रातील सुधारणावादी परंपरेशी जोडता येतो: धर्मपरंपरेचे तर्काधिष्ठित पुनर्पाठ आणि सामाजिक न्यायाच्या निकषांवर तिचे मूल्यमापन.

६. जडवाद आणि लोकायत/चार्वाक: भारतीय भौतिकवादाचा आधुनिक पुनर्व्यवहार

जोशींच्या वैचारिक कार्यक्रमात "जडवाद" हा निर्णायक टप्पा ठरल्याची चर्चा त्यांच्या अभ्यासात वारंवार आढळते. या लेखात जडवादाचा विचार दोन पातळ्यांवर केला आहे: तत्त्वज्ञानातील संकल्पना म्हणून आणि सार्वजनिक विवेकनिर्मितीच्या साधन म्हणून. IEP मधील "Lokayata/Carvaka – Indian Materialism" या नोंदीत लोकायत/चार्वाक परंपरेचे मूलभूत प्रतिपादन असे दिले आहे की जगातील सर्व वस्तू आणि चेतना ही चार मूलद्रव्यांच्या मिश्रणातून समजावता येते; तसेच चेतना हीही भौतिक संघटनाचे उत्पादन मानली जाऊ

शकते.[7] या पातळीवर जडवाद हा "अलौकिक कारणमीमांसे"ला पर्याय ठरतो.

SEPमधील "Personhood in Classical Indian Philosophy" या नोंदीत चार्वाक भौतिकवादी 'आत्मतत्त्व' किंवा 'स्थायी सार' नाकारतात आणि व्यक्तीचा विचार मन-शरीराच्या (psychophysical complex)संयोगातून करतात असे नमूद आहे.[9] या आधारावर जडवादाची सार्वजनिक उपयोगिता स्पष्ट होते: व्यक्ती, नैतिकता आणि समाज यांचे स्पष्टीकरण अलौकिक तत्त्वांऐवजी अनुभव, कारण, आणि भौतिक-सामाजिक घटकांवर आधारित करणे. जोशींची मौलिकता येथे दिसते की त्यांनी 'भारतीय भौतिकवाद' हा विषय केवळ प्राचीन मतपंथांच्या इतिहासात मर्यादित न ठेवता आधुनिक समाजातील सार्वजनिक नैतिकता आणि सामाजिक न्याय यांच्या निकषांशी संवादात आणला.

या चर्चेत एक सावधगिरी आवश्यक आहे. लोकायत/चार्वाक परंपरेचे वाचन अनेकदा 'सरळ नास्तिकता' किंवा 'फक्त सुखवाद' अशा कार्टून-प्रतिमेत अडकते. परंतु IEPव SEPसारख्या नोंदी सूचित करतात की येथे ज्ञानस्रोत, व्यक्तित्वाची रचना, आणि नैतिक आधार यांसारखे तात्त्विक प्रश्नही उपस्थित आहेत.[79] जोशींच्या संदर्भात याचा अर्थ असा की जडवाद हा केवळ धार्मिक दाव्यांचे खंडन नसून सार्वजनिक ज्ञानव्यवस्थेतील "प्रमाण" आणि "शंका" यांचा शिस्तबद्ध वापर आहे.

या जोडणीमुळे जडवाद "नकार" या मर्यादेत राहात नाही. तो ज्ञानसंपादनातील शिस्त, सार्वजनिक चर्चेतील पुराव्याची मागणी, आणि चुकीच्या दाव्यांवर टीकात्मक चौकशी यांचे साधन बनतो. परिणामी, जोशींच्या जडवादाची भूमिका "बौद्धिक स्वच्छता" (intellectual hygiene) अशी समजावता येते जिथे सार्वजनिक निर्णयप्रक्रियेतील अवैज्ञानिकता कमी करणे हा मुख्य हेतू असतो.

७. रॅडिकल ह्युमॅनिझम आणि लोकशाही: सार्वजनिक विवेकाचा राजकीय पाया

जोशींच्या वैचारिक संदर्भात मानवेन्द्रनाथ रॉय यांच्या विचारांचा प्रभाव किंवा संवाद-परंपरा हा एक महत्त्वाचा धागा मानला जातो. येथे रॉयच्या विचारांची निव्वळ ऐतिहासिक माहिती देणे उद्दिष्ट नाही; तर 'मानवतावादी लोकशाही' आणि 'ज्ञानलोकशाही' यांचा वैचारिक संबंध स्पष्ट करणे उद्दिष्ट आहे. IEP मधील "Manbendra Nath Roy (1887–1954)" या नोंदीत रॉयचा आरंभिक क्रांतिकारी काळ, नंतरचा तत्त्वचिंतनात्मक विकास आणि मानवतावादी सामाजिक तत्त्वज्ञानाचा आलेख दिला आहे.[10] रॉयवादी रॅडिकल ह्युमॅनिझमचे महत्त्व असे की तो सार्वजनिक नैतिकतेचा पाया मानव-अनुभव, विवेक, आणि

सामाजिक न्याय यांवर ठेवतो.

या तत्त्वज्ञानातून 'लोकशाही'ची व्याख्या विस्तारित होते: लोकशाही म्हणजे फक्त निवडणूक-व्यवस्था नसून विवेकी नागरिकत्व, मुक्त चर्चा आणि पुराव्याधिष्ठित निर्णयप्रक्रिया यांचे संस्थाकरण. म्हणूनच जोशींच्या 'ज्ञानलोकशाही'चा राजकीय अर्थ उलगडतो. ज्ञानाला लोकाभिमुख करणे ही फक्त शैक्षणिक सुधारणा नाही; ती लोकशाहीची गुणवत्ता वाढविणारी कृती आहे. ज्याठिकाणी नागरिकांना विश्वसनीय माहिती, संकल्पनांची स्पष्टता आणि वादविवादाची भाषा मिळते, तिथे सार्वजनिक विवेकाची क्षमता वाढते.

८. मराठी विश्वकोश: ज्ञानलोकशाहीची संस्था आणि भाषा-प्रयोगशाळा

जोशींच्या कामातील सर्वाधिक दृश्य आणि दीर्घकालीन परिणाम देणारा प्रकल्प म्हणजे मराठी विश्वकोश. विश्वकोश हा आधुनिक समाजातील ज्ञानप्राधिकरणाचा (epistemic authority)सार्वजनिक अवतार आहे: तो परिभाषा ठरवतो, संदर्भमानक (reference standards) निर्माण करतो, आणि ज्ञानाच्या प्रवेश-वाटपात मध्यस्थाची भूमिका बजावतो. या अर्थाने विश्वकोश हा केवळ ग्रंथसंग्रह नाही; तो "ज्ञान-शासन" (governance of knowledge) करणारी संस्था आहे.

मराठी विश्वकोशाच्या संपादक-प्रमुखांच्या यादीत जोशींचा कार्यकाळ १९ नोव्हेंबर १९६० ते २७ मे १९९४ असा दिला आहे.[5] हे दीर्घ नेतृत्व दोन कारणांनी महत्त्वाचे ठरते. पहिले, महाराष्ट्र राज्य साहित्य आणि संस्कृती मंडळाच्या स्थापनेच्या काळाशी (१९६०) त्याची सांगड लागते आणि राज्य-प्रायोजित ज्ञानसंस्थेच्या प्रारंभीच्या रचनेत जोशींचा हस्तक्षेप दिसतो.[3] दुसरे, जोशींचे नेतृत्व केवळ प्रशासकीय नसून संपादकीय आणि बौद्धिक आहे. मराठी विश्वकोशाच्या अधिकृत संकेतस्थळावरील "Author:लक्ष्मणशास्त्री जोशी" या पृष्ठावर त्यांच्या लेखन-नोंदी आढळतात, ज्यातून त्यांची विश्वकोशीय उपस्थिती अधिक ठोस होते.[6]

८.१ विश्वकोश-कार्यपद्धती: परिभाषा, संपादन आणि "सामूहिक लेखन"

मराठी विश्वकोश हा 'सामूहिक लेखन' (collective authorship)आणि 'संपादकीय अधिकार' (editorial authority)या दोन संकल्पनांचा व्यवहार्य संगम आहे. ज्ञानलोकशाहीचा हेतू असला, तरी विश्वकोशाच्या दर्जासाठी काही प्रमाणात संपादकीय केंद्रीकरण आवश्यक असते. या ताणातून विश्वकोशाची कार्यपद्धती उभी राहते: अनेक लेखकांचा सहभाग, पण एकसंध शैली, संज्ञा-मानकीकरण, संदर्भांची काटेकोरता, आणि पुनरावलोकन. जोशींच्या नेतृत्वाचा

अर्थ इथे “फक्त लिहिणे” नसून “कसे लिहायचे” याची सार्वजनिक पद्धत घडवणे असा आहे.

परिभाषा निर्मिती (definition-making)ही या पद्धतीची गाभा-क्रिया मानता येते. एखादी संकल्पना उदा., धर्म, जडवाद, ईश्वरवाद, राज्यशास्त्र मराठीमध्ये आणताना तिची सीमा, उप-अर्थ, आणि शेजारील संकल्पनांशी असलेले नाते स्पष्ट करणे आवश्यक असते. मराठी विश्वकोशावर जोशींचे लेखक म्हणून असलेले पृष्ठ त्यांच्या या परिभाषात्मक/विषयक हस्तक्षेपाची साक्ष देते.[6] त्याचप्रमाणे त्यांच्या संपादकीय भूमिकेचा दीर्घ कार्यकाळ[5] हा ‘मानकीकरण’ आणि ‘सातत्य’ यांची संस्थात्मक हमी म्हणून वाचता येतो. ज्ञानलोकशाही ही म्हणूनच “सर्वांना लिहिण्याची मोकळीक” इतकीच नाही; ती “सर्वांसाठी विश्वसनीय संदर्भ” निर्माण करण्याची प्रक्रिया आहे.

८.२ भाषा-राजकारण आणि ज्ञानप्रवेश: मराठीकरणाची शैक्षणिक फलश्रुती

स्थानिक भाषेत ज्ञान उपलब्ध करणे ही भाषाविषयक भावना (linguistic pride)म्हणून समजली जाते; परंतु जोशींच्या विश्वकोशीय कामात ती मुख्यतः शैक्षणिक आणि नागरी (civic)गरज म्हणून दिसते. शैक्षणिक दृष्टिकोनातून, मराठी माध्यमातील विद्यार्थी आणि शिक्षकांना प्रमाणित संदर्भ मिळणे म्हणजे संकल्पनात्मक अस्पष्टता कमी होणे. नागरी दृष्टिकोनातून, प्रशासन, पत्रकारिता आणि सार्वजनिक वादविवादात “एकच शब्द वेगवेगळ्या अर्थाने” वापरला जाण्यामुळे निर्माण होणारी गोंधळाची स्थिती कमी करणे हा हेतू असतो. विश्वकोश ही भूमिका निभावू शकतो, कारण तो परिभाषा, संदर्भ आणि वापर यांना एकत्र बांधतो.

या प्रक्रियेत संस्कृत-परंपरेची दखल घेणे अपरिहार्य ठरते. Oxford Bibliographies मध्ये संस्कृत हा हिंदू परंपरेच्या ग्रंथसंपदेचा केंद्रस्थानी घटक असल्याचे अधोरेखित केले असल्यामुळे[11], त्या परंपरेतील संकल्पना मराठीत आणताना फक्त शब्द-रूपांतरण न करता ऐतिहासिक संदर्भ, भाषांतरातील मर्यादा, आणि आधुनिक संकल्पनांसोबतची तुलनात्मक मांडणी करावी लागते. जोशींचे पंडितत्त्व इथे “अभिजन ज्ञान” म्हणून न राहता “सार्वजनिक अनुवाद-क्षमता” म्हणून वापरले गेले असे म्हणता येईल म्हणजेच परंपरेतील ज्ञानाचे लोकाभिमुख रूपांतर.

याचा एक पूरक पुरावा म्हणून Internet Archiveवर उपलब्ध असलेल्या मराठी विश्वकोशाच्या एका खंडाच्या नोंदीत “Edited by Shri Lakshmana Shastri Joshi”असा उल्लेख दिसतो, ज्यामुळे त्यांच्या संपादकीय उपस्थितीचा

ग्रंथपरंपरागत मागोवा मिळतो.[12] हे संकेत "विचारांची प्रयोगशाळा" या संशोधनप्रश्नाला उत्तर देतात: विश्वकोश हा फक्त त्यांच्या विचारांचा परिणाम नव्हता; तो त्यांच्या पद्धतीचा व्यवहार-प्रयोग (practical experiment)होता, जिथे तर्क, परिभाषा, संदर्भ आणि सार्वजनिक उपयोगिता यांची सतत चाचणी घडते.

९. तथ्य-शिस्त आणि मान्यता: पद्मभूषण वर्षातील विसंगतीचे महत्त्व

जोशींच्या अभ्यासात पुरस्कार/सन्मान यांचा उल्लेख करताना पद्धतशीर सावधगिरी आवश्यक आहे. कारण लोकप्रिय आणि दुय्यम स्रोतांमध्ये पुरस्काराच्या वर्षाविषयी विसंगती आढळू शकते. उदाहरणार्थ, काही नोंदींमध्ये जोशींना पद्मभूषण १९७३ मध्ये मिळाल्याचा उल्लेख दिसतो;[1] परंतु भारत सरकारच्या राजपत्रातील १९७६च्या पद्मभूषण अधिसूचनेत "Shri Laxman Shastri Joshi"यांचा समावेश स्पष्ट आहे.[4] तसेच अधिकृत Padma Awardsडॅशबोर्डवरील १९७६च्या यादीतही त्यांचे नाव नोंदले आहे.[13]

या प्रकरणाचे विश्लेषण दोन स्तरांवर करता येते. पहिला स्तर: तथ्य-चाचणी. संशोधन लेखनात अधिकृत अधिसूचना आणि अधिकृत सूची यांना प्राथमिक पुरावा मानणे हे मूलभूत शिस्तीचे लक्षण आहे. दुसरा स्तर: ज्ञान-राजकारण. पुरस्काराची माहिती ही सार्वजनिक प्रतिमेच्या (public image)निर्मितीचा भाग असते; त्यामुळे दस्तऐवजीकरणातील विसंगती ही 'ज्ञानाची निर्मिती' कशी घडते याचेही उदाहरण ठरते. हेच जोशींच्या विश्वकोशीय कार्याला 'मेटा-समर्थन' देते: विश्वकोश म्हणजे माहितीचा संग्रह नाही; तो माहितीची शुद्धता आणि प्रमाणिकता राखणारी संस्था आहे.

१०. चर्चा: जोशींच्या कार्याची समकालीन उपयुक्तता आणि मराठी सार्वजनिक क्षेत्र

समकालीन काळात माहिती-प्रचंडता, सोशल मीडिया, आणि द्रुतगती सार्वजनिक मतनिर्मिती यामुळे "स्रोत-विश्वसनीयता" आणि "संपादकीय जबाबदारी" हे प्रश्न अधिक तीव्र झाले आहेत. अशा स्थितीत जोशींचा वारसा तीन समकालीन आव्हानांशी थेट जोडता येतो.

पहिले आव्हान: अंधश्रद्धा आणि धर्माधारित ध्रुवीकरण. धर्ममीमांसेत जोशींनी तर्क, इतिहास आणि न्याय या निकषांचे महत्त्व अधोरेखित केल्यामुळे सार्वजनिक चर्चेत "भावनिक दावे" आणि "अधिकारवादी प्रामाण्य" यांना पर्याय मिळतो. दुसरे आव्हान: ज्ञान-असमानता. मराठी विश्वकोशासारख्या प्रकल्पामुळे ज्ञानाचा प्रवेश वाढतो आणि संकल्पनांची स्पष्टता निर्माण होते; परिणामी

शिक्षण, परीक्षा, प्रशासन, पत्रकारिता आणि सार्वजनिक वादविवाद यांना एक प्रमाणित संदर्भव्यवस्था मिळते. तिसरे आव्हान: लोकशाहीची गुणवत्ता. विवेकी नागरिकत्वासाठी विश्वसनीय माहिती, परिभाषांची सुसंगती आणि पुराव्याधिष्ठित वादसंवाद आवश्यक असतो; जोशींची संस्थात्मक शिस्त हा लोकशाहीचा 'अदृश्य आधार' बनू शकतो.

येथे "सार्वजनिक बुद्धिजीवी"ची जोशींची भूमिका पुन्हा स्पष्ट होते. ते केवळ वैचारिक मांडणी करीत नाहीत; ते ज्ञानउत्पादनाच्या माध्यमांवर भाषा, परिभाषा, संपादन आणि संस्था थेट काम करतात. परिणामी त्यांच्या योगदानाला "सार्वजनिक तत्त्वज्ञान" (public philosophy)आणि "ज्ञानाचे समाजशास्त्र" (sociology of knowledge)या चौकटीत वाचणे अधिक सुसंगत ठरते. या चौकटीत त्यांचे कार्य हे एक प्रकारचे "लोकशाही ज्ञान-इन्फ्रास्ट्रक्चर" (democratic knowledge infrastructure)उभारण्याचे प्रात्यक्षिक ठरते.

११. निष्कर्ष

तर्कतीर्थ लक्ष्मणशास्त्री जोशी यांचे योगदान एका चौकटीत बंदिस्त होत नाही. ते संस्कृत परंपरेचे पंडित होते; परंतु आधुनिक महाराष्ट्रातील सार्वजनिक क्षेत्रात तर्काधिष्ठित बुद्धिजीवित्वाचे संस्थात्मक प्रतिनिधीही होते. त्यांच्या धर्ममीमांसेत श्रद्धा-राजकारणापेक्षा पद्धत-आकलन, इतिहास आणि न्याय यांना अग्रक्रम आहे. लोकायत/चार्वाकाच्या संदर्भातून त्यांनी जडवादाला अनुभव, कारणमीमांसा आणि सार्वजनिक विवेक यांच्याशी जोडले. आणि मराठी विश्वकोशाच्या नेतृत्वातून त्यांनी ज्ञानाचे लोकशाहीकरण भाषिक, संस्थात्मक आणि नैतिक अशा तीन पातळ्यांवर प्रत्यक्षात उतरवले.

एकूणच, जोशींचे आयुष्य आणि कार्य "स्थानिक भाषेत आधुनिक ज्ञानप्रकल्प उभारणे" या जागतिक आव्हानाचे महाराष्ट्रातील उत्तर म्हणून समजले पाहिजे. अधिकृत दस्तऐवज, आंतरराष्ट्रीय तत्त्वज्ञान-संदर्भ आणि विश्वकोशीय नोंदी यांच्या आधारे पाहता, त्यांचा वारसा आजही सार्वजनिक विवेक, ज्ञानविश्वसनीयता आणि लोकशाही गुणवत्तेच्या चर्चेत मानक-प्रकरण (benchmark case)ठरू शकतो.

यासाठी पुढील संशोधनात जोशींच्या प्रमुख ग्रंथांचे संपूर्ण पाठ-विश्लेषण, विश्वकोशातील निवडक लेखांचे तुलनात्मक संपादन-अध्ययन, आणि समकालीन मराठी ज्ञानप्रकल्पांवर त्यांच्या पद्धतीचा प्रभाव यांचे पद्धतशीर मापन उपयुक्त ठरेल, विशेषतः डिजिटल विश्वकोश, मुक्त ज्ञानचळवळी आणि स्रोत-नियमन या संदर्भात.

संदर्भसूची

[1] Wikipedia, “Lakshman Shastri Joshi,” Accessed: Dec. 30, 2025.

[2] Sahitya Akademi, “तर्कतीर्थ लक्ष्मणशास्त्री जोशी” (Fellowship note, PDF), Accessed: Dec. 30, 2025.

[3] महाराष्ट्र राज्य साहित्य आणि संस्कृती मंडळ (साहित्य विभाग), “तर्कतीर्थ लक्ष्मणशास्त्री जोशी” (चरित्रग्रंथ, PDF), 2022. Accessed: Dec. 30, 2025.

[4] President’s Secretariat, The Gazette of India, Extraordinary, Notification (Jan. 26, 1976): Padma Bhushan list. Accessed: Dec. 30, 2025.

Padma Awards

[5] Wikipedia, “Marathi Vishwakosh,” “Editors-in-Chief” section. Accessed: Dec. 30, 2025.

[6] Marathi Vishwakosh (official website), “Author: लक्ष्मणशास्त्री जोशी.”Accessed: Dec. 30, 2025.

[7] Internet Encyclopedia of Philosophy, “Lokayata/Carvaka – Indian Materialism.” Accessed: Dec. 30, 2025.

[8] Stanford Encyclopedia of Philosophy, “Epistemology in Classical Indian Philosophy.” Accessed: Dec. 30, 2025.

[9] Stanford Encyclopedia of Philosophy, “Personhood in Classical Indian Philosophy.” Accessed: Dec. 30, 2025.

[10] Internet Encyclopedia of Philosophy, “Manbendra Nath Roy (1887 1954).” Accessed: Dec. 30, 2025.

[11] Oxford Bibliographies, “Sanskrit – Hinduism.” Accessed: Dec. 30, 2025.

[12] Internet Archive, “Vishwakosh (Marathi) Part 13 ... Ed By Shri Lakshmana Shastri Joshi” (item record). Accessed: Dec. 30, 2025.

[13] Government of India, Padma Awards Dashboard, “1976–1976” (Padma Bhushan list). Accessed: Dec. 30, 2025.

****

- लेखक

डॉ.अभिजीतए.पंडित, विभाग प्रमुख, लोकप्रशासन विभाग, शासकीय ज्ञान विज्ञान महाविद्यालय,

छत्रपती संभाजीनगर (महाराष्ट्र)

14

तर्कतीर्थ लक्ष्मणशास्त्री जोशी यांच्या विचाराचे तात्त्विक अधिष्ठान - राहुल साळवे

जवळजवळ संपूर्ण विसावे शतक हा तर्कतीर्थांचा जीवनकाळ ठरतो. तर्कतीर्थांनी पश्चिमी चिंतकांच्या धर्मविषयक ग्रंथांचा सखोल अभ्यास केला. केवलानंदांनीही धर्मग्रंथांचा अर्थवाद ऐतिहासिक पद्धतीने लावण्यास सुरुवात केली होती. तशीच पद्धती स्विकारून धर्म, रुढी आणि सामाजिक वास्तव यांचा संबंध तर्कतीर्थांनी पडताळून पहाण्यास सुरुवात केली.तर्कतीर्थांचे वर्णजातीवरील विचार धर्मशास्त्रांवर आधारित असूनही अनेक पंडितांना पटत नव्हते.त्यांच्या युक्तिवादाचे सूत्र होते बुध्दीचा निकष.

तर्कतीर्थांच्या सामाजिकीकरणाचे स्वरूप सामाजिक परिवर्तनाला आवश्यक अशी तात्त्विक व नैतिक बैठक तयार करणे असे होते. ज्योतिराव फुल्यांच्या कार्याचा मागोवा घेणारा 'ज्योतिनिबंध' त्यांनी लिहिला. डॉ. सुमंत मुरंजन यांच्या 'पुरोहितवर्ग वर्चस्व' आणि 'भारताचा सामाजिक इतिहास' या पुस्तकांना त्यांनी विस्तृत प्रस्तावना लिहिल्या. त्या या संदर्भात महत्त्वाच्या ठरतात. जातिव्यवस्थेची सुरवात, तिचा विस्तार, दुष्परिणाम यामुळे येथील समाजावर झालेले दूरगामी परिणाम याची तर्कतीर्थांनी मीमांसा केली आहे. जातीची ढील आता कोठे कमी होते आहे. आजचा भारतीय समाज ३००० जातिउपजातींच्या

जाळ्यात फसल्यासारखा वाटतो. तर्कतीर्थांचे म्हणणे होते की, हिंदी समाज वठलेल्या झाडाप्रमाणे झाल्यामुळे त्याची प्रथम बरीचशी छाटणी करावयास हवी. मग त्याला अर्वाचीन कल्पनांचे खतपाणी घातले तर नवे धुमारे येतील. वरिष्ठ वर्गांना सोयिस्कर म्हणून ही जातिव्यवस्था टिकली.ही जाति समाजातून जाता जात नाही अशी त्यांची टिपणी असे. जातिबद्ध समाजाची वैगुण्ये दाखवतांना त्यांच्या विवेचनात काही वेगळे मुद्दे डोकावत.त्यातील एक होता बौद्धिक व शारीरिक श्रमांची केलेली दोषपूर्ण विभागणी. त्या श्रमांना पुनः पवित्र व अपवित्र अशा वर्गात गोवले गेले. ब्राह्मण, क्षत्रिय यांच्या कौशल्यांना पवित्र ठरविले गेले तर बांधकाम, सुतारकाम, धातूला आकार देण्याचे काम, सोनारकाम, कातडी साफ करण्याचे काम वगैरे प्रकारची कामे कमी प्रतिष्ठेची ठरविले जाणे हे मोठे चमत्कारिक होते. एक विचित्र गोष्ट म्हणजे जातिनिर्बंध कडक असतानाही वर्णसंकर होत राहिला. या परिस्थितीमुळे धर्मग्रंथ तपासण्याची गरज निर्माण होते असे तर्कतीर्थांना वाटत राहिले.

समाजाचा इतिहास तपासणे हे म्हणूनच निकडीचे ठरले.समाजसंस्थांमधील संबंध बदलत गेले.याचा असाही अर्थ होतो की, गरजेनुसार त्यात आजही बदल होऊ शकतात. या प्रकारचे समाजावरील चिंतन त्यांच्या बौद्धिक जीवनाचा भाग होता. त्यांच्या प्रत्यक्ष आचरणात असा भेद कधीच नव्हता. त्यांच्या पत्नीला स्वयंपाकघरात हाताशी मदत करण्यात सावित्री नावाची नवबौद्ध महिला होती.रोज मेणवली गावातून दोन मैल चालून येणारी सावित्री घरातील सर्व कामे चांगली शिकली. इतकेच नाही तर सत्यवतीबाईंच्या निधनानंतर,श्राद्धविधीनंतर सावित्रीला सवाष्णीचे वाण दिले गेले.

नवमानवतावाद हा तर्कतीर्थांच्या मते संतवाङ्मयात आढळून येणाऱ्या मानवतावादापेक्षा बराच वेगळा. संतांच्या मानवतावादी विचारात मनुष्यापेक्षा श्रेष्ठ अशा ईश्वरास शरण जाण्याला महत्त्व होते. अशा ध्येयवादात मनुष्याचा आत्मविश्वास तर्कतीर्थ लक्ष्मणशास्त्री जोशी वाढविण्याची ताकद नसते. तर्कतीर्थ म्हणून सांगत की, आत्मविश्वास बळकट होईल असा दृष्टिकोन माणसाला दिला पाहिजे. त्यासाठी अनुभव आणि बुद्धिवादाची गरज आहे.

तर्कतीर्थांनी धर्म, तत्त्वज्ञान, संस्कृती, राजकीय तत्त्वज्ञान, भारतीय नीतिशास्त्र, जैन, बौद्ध व हिंदुधर्म अशा विषयांवर विश्वकोशातून १०० च्या वर नोंदी लिहिल्या.१९८१ मध्ये अमरावतीला अखिल भारतीय दलित साहित्य संमेलन भरले होते. तेव्हां अध्यक्षस्थानी तर्कतीर्थ होते. त्यांनी आपल्या भाषणात २०व्या शतकापूर्वीच्या दलितांच्या सामाजिक स्थितीचे विश्लेषण केले.

पिढ्यापिढ्या ओढगस्तीचे जीवन जगावे लागल्यामुळे त्या समाजवर्गाची, यातनांची जाणीव वोथट झाली होती.त्यांच्या मते दलितांची आत्मजाणीव पूर्णपणे झाकोळली होती. त्या वस्तुस्थितीला गुणकर्मावर विभागणी हे तत्व लागू पडत नाही. त्यांनी या संदर्भात शंबुक व एकलव्य यांच्या कथेकडे लक्ष वेधले.

तर्कतीर्थ ज्या परंपरेत शिकले तेथेच त्यांना विचार स्वातंत्र्याचे आदर्श भेटले. वैदिक व अवैदिक दर्शनपरंपरांची विविधता तेथे होती. पाश्चात्य ज्ञानप्रवाहांचे चांगले वाचन झाल्यावर त्या इकडील आणि पश्चिमेकडील विद्यांचा त्यांनी चांगला मेळ घातला.त्यामुळे त्यांना हिंदुधर्माची अतिशय वस्तुनिष्ठ अशी चिकित्सा करता आली. धर्मतत्त्वज्ञान आणि सामाजिक चालीरितींमध्ये योग्य फरक करावा लागतो. धर्मश्रद्धांचा व्यक्तिच्या व समाजाच्या जीवनातील प्रभाव कमी झाल्याखेरीज हिंदी समाज प्रगती करू शकणार नाही असे त्यांचे म्हणणे होते. एम्. एन. रॉय यांनी तर्कतीर्थांची जी साकल्याने विचार करण्याची पद्धती होती त्याबद्दल फार गौरवोद्गार काढले होते. ते म्हणाले होते की, शास्त्रीजी 'इन् दि बेस्ट प्रॉडक्ट ऑफ इंडियन रेनेसान्स' - शास्त्रीजी हे भारतीय प्रबोधनाचे उत्तम प्रसादचिन्ह आहे. असेच अगेहानंद या सिरॅक्युज युनिर्व्हसिटीत पौर्वात्य ज्ञानशाखेत प्राध्यापक असलेल्यांचे मत होते. अगेहानंदांनी आपल्या पुस्तकात तर्कतीर्थांबद्दल असेच गौरवाने म्हटले आहे.भारतीय संस्कृतीची समीक्षा करतांना तर्कतीर्थांना येथील प्राचीन समाजावर तात्त्विक विचारसरणीचा कसा प्रभाव होता याचे विवेचन केले आहे. परंतु आता सामाजिक परिस्थितीत फार मोठा फरक पडला आहे. जगातील मोठमोठ्या संस्कृती जवळ येत चालल्या. त्या संस्कृतींमध्ये नेहमीच देवघेव होऊ लागली. पाश्चात्य संस्कृतिला इकडील तत्त्वज्ञान, संगीत, योगविद्या याचे आकर्षण वाटू लागले तरी इकडील समाजाने पाश्चात्यांची अनेक वैशिष्ट्ये उचलली. बौद्धिक व भावनिक पातळीवर संस्कृतीमधून एकमेकांचे चांगले समजून घेण्याचा व तसे करण्याचा प्रयत्न वेगाने चालू आहे. याकरिता पूर्वग्रह बाजूला सारून, सारासार विचाराने नवी तत्त्वदृष्टी या देशास लाभावी असे तर्कतीर्थांना वाटले. तत्त्वदर्शन म्हणजे केवळ बौद्धिक संपत्ती नव्हे.

तर्कतीर्थांनी, युधिष्ठिर व अजागर यांच्यामधील संवादाचे तथ्य सांगून तशा प्रकारची वर्णव्यवस्था केव्हाच निकालात निघाल्याचे म्हटले. त्यांना तर्कतीर्थ लक्ष्मणशास्त्री जोशी आताच्या दलितांमध्ये आत्मप्रकाश दिसू लागला. त्यांनी तेव्हां असेही म्हटले की, दलितांच्या आत्मविश्वासाला उभारी आली आणि त्यांचे साहित्य अंकुरले. हे घडले ते बाबासाहेब आंबेडकरांच्या प्रेरणेने. आंबेडकर हे

क्रांतिदूत असून त्यांच्या कार्याबद्दल कृतज्ञ असावे आणि दलितांनी यापुढे मर्यादारहित बंधनमुक्त विचार करण्यास शिकावे. सामाजिक संघर्षासारखी प्रक्रिया चालूच रहाते. त्यातील काही यशस्वी होतात तर काही फसतात. असमानतेने पोळलेल्या दलितांच्या साहित्यातून समानतेचा आदर्श उत्कटतेने व्यक्त व्हावा. शिकावे. सामाजिक संघर्षासारखी प्रक्रिया चालूच रहाते. त्यातील काही यशस्वी होतात तर काही फसतात. असमानतेने पोळलेल्या दलितांच्या साहित्यातून समानतेचा आदर्श उत्कटतेने व्यक्त व्हावा.तर्कतीर्थांनी कोणत्याच विचारसरणीची बांधिलकी मानली नाही. त्यांनी आपले मन नव्याने पुढे येणाऱ्या ज्ञानप्रवाहांसाठी मोकळे ठेवले होते. गांधींच्या राजकीय तत्त्वज्ञानावर व साधनशुचितेवर त्यांनी मनापासून काही वर्षे प्रेम केले. त्याचा प्रसार केला. पण त्यातील अडचणी लक्षात येऊ लागल्यावर ते त्यातून बाहेर पडले. तसेच मार्क्सवादाचे त्यांना आकर्षण वाटले, मार्क्सवादावर ते चांगले भाष्य करीत. त्यावर चांगले लेखही त्यांनी लिहिले. पण त्यातील धोके लक्षात आल्यावर त्यापासून ते दूर झाले. पुनः एकदा रसेलची आठवण होते. रसेलने तत्त्वज्ञानात आपली भूमिका काही वेळा बदलली. सुरवातीला तो चिद्वादी आणि एकतत्त्ववादी होता, मग बहुतत्त्ववादाचा पुरस्कर्ता झाला. त्यानंतर तो वास्तववादी म्हणजे (रिॲलिस्ट) राहिला.त्यामुळे रसेलचे अमुक एका सिद्धांतावर काय मत आहे असे विचारल्यावर प्रतिप्रश्न येई कोणत्या काळातील त्यांच्या मताबद्दल ही विचारणा आहे! तर्कतीर्थ आपली बौद्धिक भूमिका बदलतात असा त्यांच्यावर काहींचा आक्षेप असे.

संदर्भ ग्रंथः

१. खेडकर अरुंधती, महाराष्ट्र राज्य साहित्य आणि संस्कृति मंडळ, दादर, मुंबई, २००३.

२. पळशिकर वसंत (संपा), तर्कतीर्थ लक्षमन शास्त्री जोशी, व्यक्तित्व कार्य आणि विचार, प्रज्ञा पाठशाळा वाई मंडळ, मुंबई, १९९६.

३. लवटे सुनिलकुमार (संपा), तर्क तीर्थ लक्षमन शास्त्री जोशी, खंड १- मराठी विश्वकोश नोंद संग्रह, १. खेडकर अरुंधती, महाराष्ट्र राज्य साहित्य आणि संस्कृति मंडळ, दादर, मुंबई, २०१४.

****

15

तर्कतीर्थ लक्ष्मण शास्त्री जोशी यांचे विचारपद्धतीशास्त्र- एक आढावा - प्रा. अनंत निकम

प्रस्तावना:

तर्कतीर्थ लक्ष्मण शास्त्री जोशी हे भारतातील एक महत्त्वाचे विचारवंत. भारततातासारख्या अखंड देशाच्या समस्या या वेगवेगळया खंडात, भागात आणि स्वरुपात विभागलेल्या आहेत. या सर्व समस्या या मूलगामी आणि दुरगामी परिणाम करणाऱ्या आहेत. या समस्याचे निराकरण करायचे कसे, भारतातील सर्व लोकांना हा भारत आपला आहे असे वाटले पाहिजे यासाठी काही निश्चित स्वरूपाचे कार्य करणे अपेक्षित होते. या अनुषंगाने विचार केल्यास भारतातील अनेक समस्यांवर अनेक प्रकारे लेखन अनेक लोकांनी केले आहे. या सर्व लेखनात तर्कतीर्थ लक्ष्मण शास्त्री जोशी यांनी केलेले विवेचण हे कोणत्या स्वरूपाचे होते, त्यांच्या लिखाणाच्या प्रेरणा काय होत्या आणि हे सर्व लिखाण करत असताना तर्कतीर्थ काय विचार मनात ठेऊन लेखन करत होते. याचा अभ्यास करण्याचे प्राथमिक उद्दिधष्ट या लेखाच्या माध्यमातून अभिव्यक्त करण्यात आले आहे.

तर्कतीर्थ लक्ष्मण शास्त्री जोशी यांनी संपूर्ण भारतात भ्रमण केले होते, शास्त्रार्थ सभा गाजवल्या होत्या, या सभेत काही मुलभूत असे मुद्दे मांडले होते. जे मुद्दे खरे पाहिले तर भारताच्या समाज जीवनाचे महत्त्वाचे अंग होते. त्यांनी अनेक शास्त्रचर्चेत सहभाग घेतला. या शास्त्रचर्चेत उपस्थित झालेले मुद्दे आणि प्रत्यक्ष त्या मुद्द्यांचा असलेला धर्मशास्त्रातील संदर्भ हा वेगळा होता. हे त्यांच्या लक्षात आले म्हणून त्यांनी भारतातील धार्मिक चिंतन याच विषयाने लिखाणाची सुरुवात केली. यासाठी त्यांनी धर्माची चिकित्सा करणारा 'हिंदू धर्माची समिक्षा' नावाचा ग्रंथ लिहिला.

हिंदू धर्माची समिक्षा या ग्रंथात डॉ. शास्त्री यांनी धर्माची चिकित्सा केली आहे. यात त्यांची विवेचन पद्धती कशी होती याचा अभ्यास करुया.

The criticism of religion is a begin of all criticism. कार्ल माक्स च्या या उक्तीप्रमाण डॉ. जोशी यांनी आपली समिक्षेची पायाभरणी केली. त्यांनी केलेली हिदू धर्माची समिक्षा हि संस्कृतीवर आधारीत आहे. परंपरागत मूल्यांची तपासणी करून जुन्या संस्था, जुने विचार आणि जुने आचार यांची छाननी त्यांनी यात केली आहे. समाजरचना आणि या रचनेवर बौद्धिक हल्ला करणारी, सामाजिक नवजीवन प्रसूत करणारी मूलगामी समिक्षा डॉ. जोशी यांनी या ग्रंथाची केली आहे.

या पुस्तकाच्या प्रस्तावनेत दोन महत्त्वाचे दुष्टीकोन शास्त्री यांनी मांडले आहेत. यातीला 'धर्म' आणि 'सामाजिक विचार' त्या अनुषंगाने असलेल्या समस्या यांचे ते सूचक विधान करतात.

धर्माची समिक्षा करताना दोन मुद्दे ते प्रकषनि मांडतात ते म्हणजे ऐतिहासिक धर्मससीक्षेची सामान्य तत्त्वप्रणाली व धर्माच्या उत्पत्ती विषयीची आधुनिक उपपत्ति अशी विभागणी केली आहे. यात त्यांनी दिलेली तत्त्वप्रणाली आणि उपपत्ती हे दोन महत्वाचे शद्ध आहेत. या दोन शब्दांची त्यांनी केलेली समीक्षा या विषयातील बारकावे स्पष्ट करणारी आहे. या ग्रंथात विषयाची मांडणी ही अनुबंध चतुष्टय या संकल्पनेचा आधार मानून केल्याचे दिसते. ① अधिकारी ② विषय ३) प्रयोजन ४) संबंध यानुसार ती आहे.

धर्माची समिक्षा मांडताना ते पाश्चात्य विचारवतांचा पाठपुरावा करतात. त्यांची धर्मविषयक मांडणीची आतिशय सोप्या शद्वात उकल करतात. कारण या पाश्चात्य विद्वानांनी जी धर्मविषयक मांडणी केली त्याला सर्व मानवांच्या वर्तमान संस्कृतीच्या अभ्यासाची साधने आधारभूत होती. या साधनांचा आणि सिद्धांतांचा वापर ते भारतीय समाजाच्या संदर्भात मांडतात.

धर्माची मांडणी करताना त्यांनी त्या काळातील सामाजिक संस्थांच्या पृथक मांडणीवर भर दिला आहे. त्या संदर्भातील सिद्धांतांची नव्याने बांधणी केली. या संबंधात ते दोन विषय प्राधान्याने मांडतात ते म्हणजे 'इतिहास' आणि 'अर्थशास्त्र'. या दोन विषयांना ऐतिहासिक आणि सामाजिक अवस्थेच्या अनुषंगाने महत्वाचे स्थान आहे. अर्थशास्त्र समाजातील मानव समाजाच्या आर्थिक व्यवस्थेचे चिंतन करते. हा आर्थिक विचार समाज रचनेच्या अभ्यासात महत्त्वाचा आहे. हिंदूधर्माची समीक्षा करताना समाजातील लोकांचा आर्थिक स्तर ते विचारात घेतात असे दिसते.

युद्ध या घटनेचे ते विशेष चिंतन करतात. युद्ध या घटनेचे 'रहस्य' व 'कार्य' काय असते याकडे ते लक्ष वेधतात. युद्धाचे रहस्य हा वेगळा शब्दप्रयोग जेव्हा ते वापरतात तेव्हा या विषयाकडे बघण्याची त्यांची वैश्विक दृष्टी समोर येते. इतिहास-अर्थशास्त्र आणि युद्ध अशी त्रिकोणी मांडणी कोणत्याही धर्माच्या समीक्षेसाठी आवश्यक असल्याची मांडणी विलक्षण आहे.

'अलौकिक साक्षात्कार' व 'अलौकिक शब्दप्रमाण' या संज्ञा डॉ. शास्त्री मानत नाहीत. असे असेल तर डॉ. शास्त्री हे शब्द वगळून धर्माची समीक्षा कशी करणार असा प्रश्न निर्माण झाला तरच आपल्याला डॉ. शास्त्री यांचे खरे पद्धतीशास्त्र लक्षात येणार आहे .धर्माचे विश्लेषण पाश्चात्य विचारवंत कसे करतात, हे विश्लेषण करत असताना डॉ. शास्त्री पाश्चात्य विचारवंतांची कोणती विधाने निवडतात तसेच त्याचा अन्वयार्थ कसा लावतात हे अत्यंत लक्षणीय आहे. हि मांडणी लक्षणीय आहे याचे कारण अतिशय महत्त्वाची आहे, डॉ. शास्त्री हे त्या परंपरेत वाढलेत ज्या परंपरेत असे स्वतःला 'स्वतंत्र' ठेवणे हे अत्यंत स्थितप्रज्ञव्यक्तीचे लक्षण मानावे लागेल. म्हणून डॉ. शास्त्री धर्माचे विवेचन करण्यासाठी जी विधाने उद्भुत करतात ती सुद्धा त्यांच्या विचारांचे पद्धतीशास्त्र काय आहे हे स्पष्ट करते.

मानवी प्रगतीच्या आड जो धर्म येतो त्याची चिकित्सा करणारे लोक त्यांना बुद्धीमान वाटतात परंतु बुद्विवादा च्या जोरावर असे धार्मिक सिद्धांत खोडून काढण्याची ही प्रवृत्ती त्यांना विध्वंसक वाटते. त्याचवेळेस ती अपूर्ण देखील वाटते. धर्मातील निराधार कल्पना व हेत्वाभास दुष्ट अनुमाने यांच्यावर आधारलेली विचारपद्धती डॉ. शास्त्री नाकारतात. धर्माला ते सामाजिक शक्ती मानतात. अशा पद्धतीने धर्माला सामाजिक शक्ती मानने हे धर्माचे अलौकिक शब्द्प्रामान्य आणि आलौकिक साक्षात्कार नाकारणे हे त्यांच्या सारख्या पंडीताकडूनच होवू शकते.

जुने ध्येय व आचारविचार लय पावतात तर त्यातून नवी ध्येय व आचार विचार प्रसूत होतात. डॉ. शास्त्री यांच्या मते याचे प्रमुख प्रेरणास्थान बौद्धिक प्रेरणा असतात. म्हणून जुन्या बुद्धिवादाची तपासणी करणारा नवा बुद्धिवाद म्हणजेच समिक्षा होय असे ते मानतात. याच विचारातून शास्त्रीजी धर्माची समीक्षा करतात.

'वैदिक संस्कृतीचा विकास' या ग्रंथाच्या प्रस्तावनेत डॉ. जोशी यांनी भारताच्या अवनतीची अनेक कारणे दिली आहेत. राष्ट्र च्या विकासासाठी कोणत्या गोष्टीची वानवा भारतीय समाजात आहे याचे ते अतिशय सखोल विश्लेषण करतात. भारताचा प्रत्येक परकीय आक्रमणापुढे पराभव होण्याची कारणे येथील समाजसंघटनेचे 'तत्व' राष्ट्रात राजकीय सामर्थ्य निर्माण करु शकले नाही. हे आहे असे ते मानतात

राष्ट्राच्या अवनतीचे लक्षण जे डॉ. शास्त्री मानतात ते येथील सर्वसामान्य मनुष्याच्या किंवा सुसंस्कृत मनुष्याचा जीवनाचा दृष्टीकोन या जगाकडे उपेक्षा दृष्टीने पाहण्याचा आहे. मनुष्याचे अंतिम कल्याण हे जग उत्तम बनवण्यावरच अवलंबून आहे. अशा श्रद्धेला पोषक असे हिंदु मनुष्याचे तत्वज्ञान नाही. पारलौकीक हिताकडे असलेल्या येथील मनुष्याचा कल याकडे ते आपले लक्ष वेधू इच्छितात. या विचारांची ते चिकित्सा करतात. हा विचार मला विलक्षण वाटतो, कारण आज अनेक विदयार्थी आणि माणसांचा जगण्याकडे असलेला दृष्टिकोन सकारात्मक नाही. त्यामुळे आत्महत्येचे विचार या लोकांमध्ये वाढले आहेत . या संदर्भात तर्कतीर्थांचे विचार प्रायोगिक वाटतात.

वैचारिक क्रान्तीशिवाय नवी दृष्टी येथील माणसाला येणार नाही असे ते मानतात. वैदिक संस्कृतीच्या विकासावर लिहीत असताना सांप्रत आवश्यक असलेले मुद्दे डॉ. शास्त्री ले स्पष्टपणे मांडतात. ते मनुष्याच्या दृष्टीवर वारंवार बोलत आहेत. यामुळेच तर्कतीर्थांच्या मांडणीची चिकित्सा करणे आवश्यक वाटते.

वैदिक संस्कृतीवर लिहित असताना डॉ. शास्त्री प्रत्येक संस्कृतीमधीत्र विशिष्ट रचनेत सर्व सामाजिक संस्था गुंतलेल्या असल्याचे प्रतिपादन करतात.

आधुनिक आणि पारंपारिक अभ्यासक यांच्या विवेचनात आणि संशोधन सादर करण्याच्या पद्धतीत महत्त्वाचा फरक आहे. आधुनिक संशोधन पद्धतीशास्त्र आणि प्राचीन संशोधन पद्धतीशास्त्र यातील मूलभूत फरक आहे.

भारतातील आणि पाश्चात्य प्राच्यापंडीत याच्या मांडणीतील मुलभूत फरक आहे. या सर्व संकल्पना सारख्या वाटत असल्या तरी त्यात एखील मुलभूत फरक आहे. या संदर्भात तर्कतीर्थ यांनी जी साहित्य निर्मिती केली यात या संशोधन

पद्धतीचे विस्तृत विवेचन येते. या विवेचन पद्धतीचे स्वरूप काय आहे ते समजून घेणे आवश्यक आहे. विशेष म्हणजे तर्कतीर्थ यांनी मराठी भाषेत हे ग्रंथ लिहिले आहेत. संस्कृत चे अशा क्लिष्ट संकल्पनांचे विवेचन इतक्या सोप्या आणि सुलभ शब्दात अन्य कोणीही केलेले नाही. त्यामुळे त्यांनी संस्कृतवर मराठीत केलेले संशोधन हा दोन्ही भाषांचा समृद्ध ऐवज आहे असे दिसते.

'धर्मकोश' हा प्रकल्प तर्कतीर्थ लक्ष्मण शास्त्री जोशी याचा महात्वाकांक्षी प्रकल्प होता. हा प्रकल्प भारतीय संस्कृतीच्या आणि विशेषतः संस्कृतच्या अभ्यासाच्या दृष्टीने अतिशय महत्त्वाचा होता. या ग्रंथाचे महत्त्व दोन अर्थाने आपल्याला पाहता येते. एक तर धार्मिक साहित्यावर या कालखंडात बरेच लिखाण झाले पण ते लिखाण पाश्चात्य विचारवंतानी केले होते. त्यांचा अभ्यास महत्त्वाचा असला तरी त्यांचा संदर्भ हा भारतीय नसल्यामुळे त्यांनी केलेले धार्मिक विवेचन हे मर्यादित स्वरूपाचे होते. त्यामुळे त्यांच्या विचारांचे चिकित्सक अध्ययन या काळात ज्या भारतीय विद्वानांनी केले त्यात तर्कतीर्थ यांचे नाव अग्रक्रमाने घ्यावे लागेल. आणि म्हणून हा धर्मकोश अतिशय प्रासंगिक आहे. या धर्मकोशात आणि इतर साहित्य ग्रंथात तर्कतीर्थांनी जी पद्धत विवेचनासाठी वापरली ती अभ्यासने आवश्यक आहे. त्याशिवाय भारतातील प्राचीन विवेचन पद्धती लक्षात येणार नाही. या प्राचीन विवेचन पद्धतीत तर्कतीर्थ यांची मांडणी आणि विवेचन पद्धती हि दुव्याचे काम करते. म्हणून तर्कतीर्थ कोणत्याही संकल्पनेचे विवेचन कसे करतात , त्या साठी ते कोणती साधने वापरतात हे अत्यंत महत्वाचे आहे.

'धर्मकोश' या ग्रंथातील 'व्यवहारकांड' हा विस्तृत भाग आहे . हा भाग – दोन भागात विभागलला आहे. व्यवहारमातृका Celements of Legalprocedures and other with the eighteen titles & law (विवादपदानि) याचे विवेचन करताना श्रुति, सूत्र आणि स्मृती असाच क्रम आहे.त्यानंतर यावर असलेल्या टीका येथे आल्या आहेत. धर्मकोशाचे विवेचन करताना त्यांनी स्पष्ट शब्दात पाश्चात्य विद्वानांची पद्धत नाकारल्याचे या ग्रंथाच्या प्रस्तावनेतच नमूद केले आहे.

श्रुतीचे विवेचन करतान-ऋग्वेद, यजुर्वेद, सामवेद आणि अथर्ववेद असाच क्रम ठेवण्यात आला आहे.त्यानंतर संहितानुसार ब्राम्हण ग्रंथांचे संदर्भ देण्यात आले आहे. पाश्चत्य विद्वान ऋग्वेदाचा संदर्भ दिल्यानंतर अथर्ववेदाचा संदर्भ देतात. परंतु डॉ. जोशी हा क्रम त्याज्य मानतात.

संस्कृत साहित्यात टीका साहित्य विपुल प्रमाणात उपलब्ध आहे. यातील जी सर्वात प्राचीन टीका असेल तिचा आधार ते घेतात आणि याच क्रमानुसार पुढील प्राचीन ते आधुनिक असा टीकांचा संदर्भ देतात. जुनी आणि नवीन या टीका

ग्रंथाचा आधार घेताना देखील ते वैशिष्ट्यपूर्ण पद्धत वापरतात. सर्वात जुनी उपलब्ध टीकेचा सविस्तर संदर्भ देतात. परंतु नवीन टीका असल्यास ते केवळ विषयानुसार संदर्भ देतात. स्पष्टीकरण करण्याचा त्यंचा क्रम वैशिष्ट्यपूर्ण आहे. तो म्हणजे शब्दांचे आणि वाक्यांचे स्पष्टीकरण, यासंदर्भातील प्राचीन ग्रंथांची उद्धरणे, या संदर्भातील आक्षेपाचे खंडण या संपूर्ण प्रकरणाचा सारांश आणि अंतिमतः या संपूर्ण विवेचनात त्यांचे निष्कर्ष काय आहेत ते सादर करतात.

विश्वकोश निर्मिती मध्ये डॉ. शास्त्री यांनी केलेले कार्य अतिशय मुलभूत स्वरूपाचे आहे. या कोश निर्मिती आवश्यकता, स्वरूप आणि मर्यादा या तर त्यांनी नमूद केल्या आहेतच त्याचबरोबर जागतिक पातळीवर या कोश साहित्याची निर्मिती कशी झाली, त्याचे स्वरूप काय होते , तसेच भारतात यावर काम करताना कोणत्या गोष्टी विचारात घेतल्या पाहिजे याचे सूक्ष्म विवेचन त्यांनी या ग्रंथाच्या प्रस्तावनेत दिले आहे. ते स्पष्टपणे विदेशी भाषेत तयार झालेले कोशांचे पद्धातीशास्त्र नाकारतात. भारतातील अशा प्रकारचे देशी भाषांमध्ये उपलब्ध नसलेले साहित्याची अनुपलब्धता मान्य करतात आणि या सर्व गोष्टींचा बारीक विचार करून विश्कोश निर्मितीचे पद्धतीशास्त्र स्वतः निर्माण करतात. या कोशासाठी त्यांनी केलेले कार्य हे इतर साहित्यापेक्षा निराळे आहे. महाराष्ट्रात संशोधन क्षेत्रात येणाऱ्या नवीन होतकरू संशोधकांना मार्गदर्शन करणे हा या विश्कोश निर्मितीचा मुख्य हेतू असावा असे वाटते.

उपसंहार- तर्कतीर्थ हे भारतातील थोर तत्वज्ञानी समाज सुधारक होते. भारतातील समाजाच्या समस्यांचे मुळ कशात आहे. याचा सखोल अभ्यास त्यांचा होता. या अनुषंगाने सामान्य लोकांना धर्माच्या स्वरूपा चे ज्ञान कसे होईल याच उद्दिशतानी त्यांनी अनेक साहित्यकृतींची निर्मिती केली. वैश्विक साहित्यात झालेले बदल आणि वेगवेगळे साहित्याचे प्रकार त्यांनी महाराष्ट्रात रूढ केलेत. महाराष्ट्राला ज्ञानाने समृद्ध केले. संस्कृत मधील क्लिष्ट संकल्पना तर्कतीर्थानी सध्या, सोप्या भाषेत आणि ते हि मराठी भाषेत आणल्यात. त्यांनी जे जे ग्रंथ लिहिले यात त्यांचा निश्चित स्वरूपाचा विचार होता. जो भारतीय संस्कृतीचा विचार आहे तोच तर्कतीर्थ लक्ष्मण शास्त्री जोशी यांचा विचार होता.

संदर्भ ग्रंथ –

- डॉ. लवटे सुनीलकुमार- तर्कतीर्थ लक्ष्मण शास्त्री जोशी समग्र वाङगमय, मराठी विश्वकोश नोंद्संग्रह –खंड १, महाराष्ट्र राज्य साहित्य आणि संस्कृती मंडळ, मुंबई, २०२४.

- तर्कतीर्थ लक्ष्मण शास्त्री जोशी-वैदिक संस्कृतीचा विकास, प्रज्ञा पाठशाळा मंडळ, वाई, १९७२
- मे. पुं. रेगे (संपा.)- 'प्रज्ञांजली' तर्कतीर्थ लक्ष्मण शास्त्री जोशी गौरव ग्रंथ, श्री विद्या प्रकाशन, पुणे, १९८५.

ऑनलाईन संदर्भ-

- https://archive.org/details/wato_hindu-dharma-ki-samiksha-by-lakshman-shastri-joshi-with-r.-b.-paramjape-commenta/page/2/mode/1up
- https://vishwakosh.marathi.gov.in/17274/
- https://sahitya.marathi.gov.in/wp-content/uploads/2022/07/Tarktirtha-laxmanshastri-Joshi-Final.pdf
- https://sahitya-akademi.gov.in/library/fellowship_pdf/T.L.%20Joshi.pdf
- https://archive.org/details/dharmakosha/1.1%20Dharmakosha%20Vyavaharakanda%20Part%201%20Bookmark

****

- लेखक

प्रा. अनंत निकम, विभागप्रमुख, संस्कृत विभाग, सद्गुरू गाडगे महाराज कॉलेज (अधिकार प्रदत्त स्वायत्त),कराड, सातारा, महाराष्ट्र, भारत,

16

तर्कतीर्थ लक्ष्मणशास्त्री जोशी यांचे 'संस्कृती' चिंतन - डॉ. लक्ष्मण गजानन गणगे

प्रस्तावना :

तर्कतीर्थ लक्ष्मणशास्त्री जोशी हे विसाव्या शतकातील मराठी वैचारिक परंपरेतील एक अत्यंत महत्त्वाचे, प्रभावी आणि बहुआयामी विचारवंत होत. संस्कृती, तत्त्वज्ञान, समाजसुधारणा, धर्मचिकित्सा आणि मानवमूल्ये या क्षेत्रांत त्यांनी केलेले चिंतन हे केवळ शास्त्रीय नसून सामाजिक परिवर्तनाला दिशा देणारे होते. परंपरा आणि आधुनिकता यांचा समन्वय साधत त्यांनी भारतीय संस्कृतीकडे पाहण्याचा एक तर्कनिष्ठ, विवेकवादी आणि मानवकेंद्री दृष्टिकोन विकसित केला. म्हणूनच त्यांचे संस्कृतीचिंतन हे अंधश्रद्धा, कर्मकांड आणि रूढीग्रस्त मानसिकतेला प्रश्न विचारणारे ठरते. तर्कतीर्थ लक्ष्मणशास्त्री जोशी यांच्या विचारांचा केंद्रबिंदू म्हणजे *मानव*. त्यांच्यासाठी संस्कृती ही केवळ धार्मिक विधी, परंपरा किंवा ग्रंथपरंपरेपुरती मर्यादित नव्हती, तर ती मानवी जीवन अधिक सुसंस्कृत, विवेकी आणि न्याय्य बनवणारी एक जिवंत प्रक्रिया होती. संस्कृतीचा उद्देश मानवाच्या बौद्धिक, नैतिक आणि सामाजिक प्रगतीस हातभार लावणे हा असावा, असा त्यांचा ठाम विश्वास होता. म्हणूनच त्यांनी धर्म, देव, कर्मकांड, जातिभेद, अस्पृश्यता यांसारख्या विषयांकडे श्रद्धेऐवजी तर्काच्या कसोटीवरून

पाहिले.

तर्कनिष्ठ दृष्टिकोन हा त्यांच्या विचारसरणीचा कणा होता. 'जे तर्काला पटत नाही, ते स्वीकारायचे नाही' हा त्यांचा मूलभूत विचार होता. भारतीय परंपरेतील अनेक संकल्पना त्यांनी नाकारल्या नाहीत, पण त्यांची चिकित्सक तपासणी केली. वेद, उपनिषदे, धर्मग्रंथ यांचा आदर ठेवत असतानाही त्यांनी त्यातील कालबाह्य, अन्यायकारक आणि मानवविरोधी तत्त्वांना स्पष्ट विरोध केला. यामुळे त्यांचे संस्कृतीचिंतन अंधपरंपराविरोधी आणि प्रागतिक ठरते. मानवतावाद हा तर्कतीर्थांच्या विचारांचा महत्त्वाचा पाया होता. धर्म, राष्ट्र, जात किंवा संप्रदाय यांपेक्षा मानवमूल्ये श्रेष्ठ आहेत, असे ते मानत. माणसाच्या स्वातंत्र्याचा, विवेकाचा आणि प्रतिष्ठेचा सन्मान करणारी संस्कृतीच खरी संस्कृती होय, असे त्यांचे मत होते. सामाजिक विषमता, जातीय भेदभाव आणि स्त्रीदास्य यांना त्यांनी संस्कृतीच्या नावाखाली चालणारे अन्यायकारक प्रकार म्हणून ठामपणे नाकारले. त्यामुळे त्यांचे चिंतन सामाजिक सुधारणेच्या दिशेने प्रेरणादायी ठरते. सदर शोधनिबंध हा ऐतिहासिक संशोधन पद्धतीचा अवलंब करून लिहिलेला असून तर्कतीर्थ लक्ष्मणशास्त्री जोशी यांनी आपल्या लेखणातून संस्कृतीविषयक जे विचार मांडले आहेत त्याची वर्णनात्मक व विश्लेषणात्मक मांडणी केली आहे.

संस्कृतीची व्याख्या :

भारतीय संस्कृती ही जगातील सर्वांत प्राचीन आणि वैविध्यपूर्ण परंपरा आहे, जी वेदांपासून आधुनिक काळापर्यंत सतत विकसित होत आली आहे. या संस्कृतीला तर्कशुद्ध चिंतन आणि चिकित्सक दृष्टिकोन देण्याचे मोठे श्रेय तर्कतीर्थ लक्ष्मणशास्त्री जोशी यांना जाते. त्यांनी जडवादी धर्मव्यवस्था, जातिव्यवस्था आणि अंधश्रद्धांना तर्काने आव्हान दिले. 'वैदिक संस्कृतीचा विकास', 'मीमांसाकोश' आणि 'धर्मकोश' सारख्या ग्रंथांतून त्यांनी भारतीय संस्कृतीला गतिमान, मानवकेंद्रित आणि विज्ञाननिष्ठ प्रक्रिया म्हणून नव्याने व्याख्या केली.[१]

तर्कतीर्थांनी संस्कृतीची विस्तृत व्याख्या केली आहे त्यांच्या मते, 'मनुष्य व्यक्तिशः व समुदायशः जी जीवनपद्धती निर्माण करतो आणि जीवनसाफल्यार्थ स्वतःवर व बाह्यविश्वावर संस्कार करून जे आविष्कार करतो, ती पद्धती वा तो आविष्कार संस्कृती होय. मनुष्य व भोवतालचे विश्व मिळून निसर्ग होय. या निसर्गामध्ये बदल करून किंवा संस्कार करून मनुष्याची जीवितयात्रा चालत असते. निसर्गावर विजय मिळ-विण्याचा क्रम म्हणजेच संस्कृती होय. मनुष्य

आत्म्यावर व बाह्य विश्वावर विजय मिळवूनच जीवन सफल करू शकतो. त्याला जीवन यशस्वी करण्याकरिता आत्म्यातील सामर्थ्याचा विकास व विश्वातील शक्तीवरील स्वामित्वाची प्राप्ती करून घ्यावी लागते. मनुष्य व त्याच्या भोवतालचे विश्व असे दोन विभाग विचाराच्या सोयीकरिता कल्पिले आहेत; वस्तुतः मनुष्य स्वतः विश्वापासून अलग नाही. आत्मा म्हणजे मनुष्य होय. वैदिक रूढीप्रमाणे आत्म शब्दाने स्थूल शरीर, इंद्रिये, मन व ज्ञानशक्ती यांचा बोध होतो. आत्म्याच्या भोवतालचे विश्व हे बाह्य विश्व होय.' मनुष्यजीवनार्थ बाह्य विश्वावर संस्कार करून त्यात बदल घडवून आणतो. संगमरवरी दगड फोडून तोडून आणि त्याला आकार देऊन मनुष्य त्याची मूर्ती घडवितो. दगडाची मूर्ती बनविणे म्हणजे बाह्य जगावर संस्कार करणे होय; संस्कृतीचा हा भौतिक भाग होय. या संस्कृतीच्या अनुषंगाने मनुष्यावरही म्हणजे त्याच्या मनावर संस्कार घडत असतो. हा संस्कार म्हणजे प्रस्तुत उदाहरणात मूर्तिकलेतील प्रावीण्य होय. हा संस्कृतीचा आध्यात्मिक भाग होय. आधिभौतिक व आध्यात्मिक ह्या संस्कृतीच्या दोन बाजू आहेत, त्यांच्यात पूर्ण पृथक्त्व नाही. परंतु ज्या मानवी क्रियेने बाह्य विश्वात बदल करण्यास प्राधान्य असते, तिला भौतिक संस्कृती म्हणण्याची प्रथा पडली आहे; आणि ज्या मानवी क्रियेत मानवी निसर्गावर म्हणजे आत्म्यावर संस्कार करून बदल करण्यास प्राधान्य येते, त्यास आध्यात्मिक संस्कृती म्हणण्याची प्रथा पडली आहे. पशुपालन, स्थापत्य, धातुकाम, यंत्रनिर्मिती किंवा अर्थोत्पादन यांस भौतिक संस्कृती म्हणतात. बाह्य विश्वाचा उपभोग घेणे किंवा भौतिक प्रगतीस प्राधान्य देणे यास भौतिक संस्कृती म्हणतात. याच अर्थाने आधुनिक पाश्चात्त्य संस्कृती भौतिक आहे, असे म्हणतात. तिच्यात बाह्य विश्वावर विजय मिळविण्याच्या प्रवृत्तीला महत्त्व असते. परंतु वर सांगितलेल्या संस्कृतीच्या पृथक्करणास अनुसरून आधुनिक पाश्चात्त्य संस्कृतीतसुद्धा आध्यात्मिक व आधि-भौतिक असे दोन्ही भाग आहेत.[२]

संस्कृतीचे स्वरूप :

लक्ष्मणशास्त्री जोशी यांच्या मते, संस्कृती ही केवळ काही अमूर्त विचारांची किंवा धार्मिक विधींची गोळाबेरीज नाही, तर ती मानवाच्या जीवन जगण्याच्या पद्धतीतून निर्माण झालेली एक समग्र प्रक्रिया आहे. त्यांनी संस्कृतीची मांडणी करताना 'भौतिक' आणि 'आध्यात्मिक' अशा दोन अंगांचा विचार केला. मानवाने निसर्गावर नियंत्रण मिळवण्यासाठी निर्माण केलेली अवजारे, तंत्रज्ञान, गृहनिर्माण आणि आर्थिक व्यवस्था ही संस्कृतीची भौतिक प्रगती होय. तर याच भौतिक पायावर उभी राहिलेली नीतिमत्ता, कला, तत्वज्ञान, साहित्य आणि मानवी

मूल्ये ही संस्कृतीची आध्यात्मिक बाजू आहे. शास्त्रीजींच्या मते, संस्कृतीचा मुख्य उद्‌देश हा मानवी जीवन सुसह्य, प्रगत आणि अर्थपूर्ण बनवणे हाच असतो.

प्रत्येक संस्कृतीची विशिष्ट रचना असते. त्या विशिष्ट रचनेत सर्व सामाजिक संस्था अंगप्रत्यंगाप्रमाणे एकमेकांत ओवलेल्या असतात. धर्म, नीती, शिष्टाचार, कर्मकांड, कायदा, विवाहसंस्था, आर्थिक उत्पादनपद्‌धती इ. सामाजिक संस्था व सामाजिक प्रवृत्ती एकमेकांत गुंतलेल्या असतात त्या एकमेकांवर अवलंबून असतात. त्यांच्यात सहकार्य व विरोध सुरू असतो. त्यांच्यापैकी एकात बदल झाला की, त्याचा परिणाम इतरांवर होतो. संस्कृती ही अंगप्रत्यंगांनी युक्त अशी रचना किंवा आकार आहे. प्राथमिक स्थितीतल्या किंवा उन्नत स्थितीतल्या प्रत्येक समाजाचे सांस्कृतिक जीवन भिन्न असते.[3] संस्कृतीमध्ये परिवर्तन दोन पद्‌धतींनी होत असते. पहिली पद्‌धती म्हणजे त्या त्या समाजातील अंतःशक्तीचा स्वाभाविकपणे होणारा विकास होय आणि दुसरी पद्‌धती म्हणजे एकमेकांवर क्रिया प्रतिक्रिया घडून होणारा बदल होय. या दोनही पद्‌धतींनी होणाऱ्या विकासाच्या पाठीशी असलेले तत्त्व एकच आहे. मनुष्याचा आणि परिस्थितीचा संघर्ष सतत सुरू असतो. संस्कृती परिस्थितीसापेक्ष आहे असे नसून परिस्थितीसुद्‌धा संस्कृतीसापेक्ष आहे, हे लक्षात घेतले पाहिजे. सारख्या परिस्थितीत निरनिराळ्या संस्कृतींची उत्पत्ती होते ती ह्यामुळेच. जसजशी संस्कृती परिणत होते, तसतशी परिस्थिती नव्या रूपाने प्रकट होऊ लागते. काही विशिष्ट बाबतींत परिस्थिती संस्कृतीला मुरड घालते व तेवढे वगळले, तर संस्कृतीची निर्मिती व स्वरूप समजण्यास परिस्थितीचा उपयोग होत नाही. परिस्थिती आणि संस्कृती यांचा सरळ संबंध नाही, हे एकदा नीट ध्यानी आले म्हणजे परिस्थितीचे खरे कार्य काय ते अभ्यासता येईल. परिस्थिती ही संस्कृतीची निर्माती नाही परंतु संस्कृतीला मुरड घालणे, वळण लावणे वगैरे कित्येक कार्ये परिस्थितीच्या व्दारे होत असतात. दळणवळणाच्या राजमार्गावर एखादा देश असेल, तर इतर संस्कृतींशी त्याचा संबंध येतो व संस्कृती संघर्ष उद्‌भवतो. आडवळणावर तो असेल, तर मागासलेला राहण्याचा संभव अधिक असतो. कोळसा आणि लोखंड भरपूर असेल, अशा भूमीत यंत्रयुगीन संस्कृतीला वाव आहे व ती झपाट्याने वाढते पण जिथे ही खनिजे उपलब्ध नाहीत, अशा जपानमध्येही ह्या संस्कृतीची वाढ झालेली आढळते, मात्र ती खनिजे दुसरीकडून आयात करावी लागल्यामुळे काही निराळेच सामाजिक व राजकीय प्रश्न उपस्थित झालेले दिसतात. भौगोलिक परिस्थिती संस्कृतीला वाकवीत असते, तर संस्कृती भौगोलिक परिस्थितीवर मात करीत असते. त्यांचा संबंध आहे पण तो कार्यकारण

रूपाचा नाही. भोवतालच्या परिस्थितीत विशेष बदल न झाल्यास मनुष्य आपली जीवनपद्धती बदलत नाही परंतु परिस्थितीत महत्त्वाचा बदल झाल्यास, त्या बदललेल्या परिस्थितीवर विजय मिळविण्याकरिता मनुष्य प्रयत्न करू लागतो व त्याकरिता आपली जीवनपद्धती बदलून टाकतो. नव्या जीवनपद्धतीने प्राप्त परिस्थितीवर विजय मिळविण्यात त्याला यश लाभले, म्हणजे ती नवी पद्धती संस्कृतिविकास या सदरात येते.[४]

प्रत्येक संस्कृतीची विशिष्ट भौगोलिक व वांशिक वातावरणात वाढ होत असल्यामुळे त्यांची स्वरूपे भिन्न प्रकारची होतात संस्कृतीची भिन्न स्वरूपे घडण्यास संस्कृती धारण करणाऱ्या त्या त्या मानव वंशाची विशिष्ट बीजशक्ती कारण असते म्हणून एका संस्कृतीचे रहस्य किंवा सार दुसऱ्या संस्कृतीच्या मानवगटास आत्मसात करता येणे शक्य नाही, असा काही इतिहास-तत्त्ववेत्त्यांचा आग्रह आहे. त्यांचे म्हणणे असे आहे की, त्या त्या संस्कृतीची जीवनशक्ती म्हणजे तो तो मानववंश होय. अन्य मानववंश आपल्याहून पृथक् असलेल्या वंशाच्या संस्कृतीचे अनुकरण केवळ वरपांगीपणेच करू शकतो. दुसऱ्या संस्कृतीतील ध्येये, भावना, प्रेरणा व संस्था उचलत असता, स्वतःच्या बीजस्वभावास अनुरूप परिवर्तन करून तो उचलू शकतो. या वंशवादयांचे दुसरे म्हणणे असे की, सर्व मानववंश सारख्याच स्वभावाचे व सामर्थ्याचे नसतात. जन्मतःच त्यांच्या स्वभावात व सामर्थ्यात तारतम्य असते. काही वंश दास्याकरिता जन्माला आलेले असतात व काही स्वभावतःच प्रभुत्वशक्तिसंपन्न असतात.[५]

व्यक्तींनी समाज बनतो. तर समाजाच्या वर्तनाने संस्कृतीची निर्मिती होते. समाजपरत्वे संस्कृतीमध्ये भिन्नता आढळत असली तरी संस्कृती ही सर्व मानवी समाजात रूजलेली दिसते. संस्कृती सार्वत्रिक आहे. तिचे भरण-पोषण समाजातच होत असते. संस्कृती जरी समाजाची निर्मिती असली तरी ती कोणा एकाची व्यक्तिगत बाब नसते. संपूर्णपणे हजारो वर्षाच्या कालावधीत समाज सदस्यांत होणाऱ्या सामाजिक आंतरक्रियांच्या सहाय्याने तिची निर्मिती झालेली असते. परिणामी सर्व समाजाची मालकी सारख्या प्रमाणात संस्कृतीवर असते. समाजातील इतर सदस्यांशी येणाऱ्या संबंधामुळे मानवी समाजातील सदस्य संस्कृती आत्मसात करतो. अशारितीने संस्कृती सामाजिक व सामायीक असते.

कोणत्याही संस्कृतीच्या स्वरूपाचे प्रत्यंतर त्या संस्कृतीतील व्यक्तींच्या जीवनात मिळत असते. संस्कृती म्हणजे विकसित मानव्य होय. व्यक्तित्व आणि मानव्य या गोष्टी एकच आहेत. सर्व सांस्कृतिक मूल्यांचा अंतिम अर्थ

व्यक्तित्वाचा विकास हाच प्रगतीचा मुख्य मानदंड होय. समाजात राहणाऱ्या व्यक्तींना पुरुषार्थ साधण्यात किती स्वातंत्र्य लाभते, यावर समाजाची प्रगती अवलंबून असते. व्यापकता ही विकासाची शक्ती होय. व्यापकतेमुळे मानवी सहकार्य वाढत जाते. सहकार्याशिवाय व्यक्तित्व हे गुणसंपन्न होऊ शकत नाही. मागच्या पिढ्यांच्या सांस्कृतिक वैभवानेच पुढच्या पिढ्या अधिक वैभवसंपन्न होतात. पाणिनीचे व्याकरण व भास्कराचार्यांचे गणित पुढच्या पिढ्यांना शुद्ध भाषा व शुद्ध विचार करण्यास समर्थ करते. समाजातील भूत व वर्तमान कालातील व्यक्तींचे सहकार्य यामुळे व्यक्तीचे व्यक्तित्व वाढीस लागते. श्रमविभाजनाने समाजा-तील सांपत्तिक उत्पादन विविध प्रकारांनी संपन्न होते. त्यामुळे एकेक व्यक्ती बहुतांच्या श्रमफलाची भागीदार बनते. अनंत व्यक्तींच्या श्रमफलाची एकेक व्यक्ती भागीदार बनते. व्यक्तीस वैभवशाली जीवनपद्धती अर्पण करणे, हेच संस्कृतीचे ध्येय होय. संस्कृती सर्वमानवव्यापक करणे, हे नीतीच्या शाश्वत तत्त्वांचे प्रयोजन होय.[६] तर्कतीर्थांनी संस्कृतीचा व्यापक स्वरूपात अर्थ लावला. विस्तृतपणे तिचे स्वरूप स्पष्ट केले.

भारतीय संस्कृतीचे वर्णन :

भारतीय संस्कृतीची समीक्षा करतांना तर्कतीर्थांना येथील प्राचीन समाजावर तात्त्विक विचारसरणीचा कसा प्रभाव होता याचे विवेचन केले आहे. परंतु आता सामाजिक परिस्थितीत फार मोठा फरक पडला आहे. जगातील मोठमोठ्या संस्कृती जवळ येत चालल्या. त्या संस्कृतींमध्ये नेहमीच देवघेव होऊ लागली. पाश्चात्य संस्कृतिला इकडील तत्त्वज्ञान, संगीत, योगविद्या याचे आकर्षण वाटू लागले तरी इकडील समाजाने पाश्चात्यांची अनेक वैशिष्ट्ये उचलली. बौद्धिक व भावनिक पातळीवर संस्कृतीमधून एकमेकांचे चांगले समजून घेण्याचा व तसे करण्याचा प्रयत्न वेगाने चालू आहे. याकरिता पूर्वग्रह बाजूला सारून, सारासार विचाराने नवी तत्त्वदृष्टी या देशास लाभावी असे तर्कतीर्थांना वाटले. तत्त्वदर्शन म्हणजे केवळ बौद्धिक संपत्ती नव्हे. तर ते जीवनाच्या सर्व भागांवर प्रकाश टाकणारे असावे. त्यामुळे जीवनातील मार्ग शोधताना मदत झाली पाहिजे. संस्कृती ही अनुभवांचे आणि विचारांचे संचयस्थान असते. त्यामुळे यशस्वीपणे जीवन जगता आले पाहिजे. आध्यात्मिक जीवन याच जगात अनुभवता आले पाहिजे. ते या जगापलिकडे आहे असे समजणे गैर आहे. जगण्याच्या प्रवृत्तीला अधिक जोम देणारा विचार आध्यात्मिक प्रेरणेचा भाग आहे.[७]

तर्कतीर्थांनी संस्कृतीबाबत व्यापक विचार केल्यानंतर ते भारतीय संस्कृतीचा परामर्श घेतात. येथील संस्कृतीचा उल्लेख ते वैदिक संस्कृती असा करतात.

वेदपूर्वकालात या ठिकाणी द्राविडी संस्कृती प्रगत स्थितीत होती तरी त्यातील वैशिष्ट्ये वेदानंतरच्या काळाने आत्मसात केलीच, एवढेच नव्हे तर आजपर्यंतच्या येथील समाजावर वैदिक संस्कृतीचाच प्रभाव राहिलेला आहे. या संस्कृतीची पहिली कित्येक शतके ती उज्वल राहिली आणि मध्ययुगातील विसाव्या शतकापर्यंत त्याची लक्षणीय अवलक्षणे दिसू लागली होती. हे राष्ट्र व येथील संस्कृती दुबळी होत गेली याचे सर्वांत महत्त्वाचे कारण म्हणजे दोषपूर्ण अशी येथे निर्माण झालेली समाजव्यवस्था असे त्यांनी दाखवून दिले आहे. येथील मध्ययुगीन समाजाचा विचार करतांना येथील राष्ट्राला परकीयांकडून पुनः पुनः हार खावी लागली. 'याचे कारण राजकीय सामर्थ्य वाढण्यासाठी सर्व प्रजेचे पाठबळ जरुरीचे असते. तर्कतीर्थांच्या मते येथील जातिव्यवस्थेने विभागला गेलेला समाज एकत्र येणार तरी कसा ! सामाजिक बंधुभाव निर्माण व्हावा या दृष्टीने इकडील सामाजिक व धार्मिक निर्बंध मोठी अडचण होऊन बसले होते.[८] जातीय तेढ व मत्सर राजकीय व सामाजिक व्यवहारात वातावरण दूषित करत असल्याचे त्यांनी आपल्या लिखाणातून स्पष्ट केले.

तर्कतीर्थांच्या संस्कृतीचे मोजमाप कसे करावे यावर खास अशी कल्पना आहे. संस्कृतीचे प्रत्यंतर त्यातील व्यक्तीच्या जीवनात अनुभवास येते. संस्कृती म्हणजे विकसित मानव्य होय. सांस्कृतिक मूल्याचा खरा अर्थ लक्षात येतो तो त्यातील व्यक्तीचा विकास होतो तेव्हा अशा विकासास समाजात कोणत्या अडचणी असत नाहीत. तेव्हा समाजातील सर्व घटकास आपापल्या क्षमतेनुसार काम करण्याची मुभा असते. तेव्हा मनुष्याची शारीरिक, बौद्धिक व मानसिक उन्नती होण्यासाठी योग्य अशी तरतूद असणे हे फार महत्त्वाचे आहे. सर्वांनाच आपल्या आवडीनुसार विद्या, कला, व्यवसाय करण्याचे स्वातंत्र्य असणे हे चांगल्या संस्कृतीचे लक्षण आहे. तर्कतीर्थांनी त्याला उच्च प्रकारचा अध्यात्मवाद म्हटले आहे. धार्मिक अध्यात्मवादाची या देशात, येथील समाजात वर्षानुवर्षे चालती आहे. त्याच्याविषयी बोलणाऱ्यांना अध्यात्माचे रहस्य कळलेच नाही. आत्म्याच्या म्हणजे मनुष्याच्या शक्तींचा विकास करणे हाच मानवी जीवनातील अध्यात्मवाद होय. समाजसंस्थांचे कार्य माणसाचे वैयक्तिक सामर्थ्य वाढविणे असे आहे. कोणतीच मानवी संघटना माणसापेक्षा श्रेष्ठ असू नये.[९] तर्कतीर्थांच्या लेखनात भारतीय संस्कृती ही मानवी जिज्ञासेचा परिणाम आहे. 'मीमांसाकोश' या सात खंडांच्या ग्रंथात मीमांसाशास्त्राद्वारे वेदांचे तर्कसंगत विश्लेषण केले. वेद हे ईश्वरीय नसून, ऋषींच्या तर्कबुद्धीचे उत्पादन असल्याने ते चिकित्सेच्या अधीन राहतात. 'अस्पृश्यत्व मीमांसा' या संस्कृत ग्रंथात वेदांद्वारेच अस्पृश्यतेचे

खंडन करून संस्कृतीला समतावादी केले. 'सर्वधर्मसमीक्षा'मध्ये सर्व धर्मांना विज्ञानाच्या कसोटीवर तपासण्याचा आग्रह केला. ही संकल्पना जडवादी पौरोहित्याला नाकारते आणि सद्‌गुणांच्या विकासावर भर देते.[१०]

भारतीय संस्कृतीचा विचार करीत असताना लक्षात येते की, हजारो वर्षांपासून हजारो गट भारतात प्रवेशून स्थिर झाले. त्यांच्या आपापसातील संघर्षातून, परकीय संपर्क, सांस्कृतिक तडजोड इत्यादींतून इथली संस्कृती विकसित होत गेली. त्यामुळे इथे 'संगम संस्कृती' जी बहुजिनसी होय, तिचा विकास झाला. त्यामुळे तडजोड, समन्वय, देवाण-घेवाण ही तत्त्वेच इथल्या संस्कृतीचा आत्मा ठरली. इथले सर्व प्रकारचे वैविध्य हेच तिचे वैशिष्ट्य आणि स्वरूप राहिले आहे. भारतीय संस्कृतीची एकात्मता तिच्या विविधतेतील समन्वयी वृत्तीत सामावलेली आहे.[११]

तर्कतीर्थांनी 'आपल्या संस्कृतीत घेण्यासारखे व नाकारण्यासारखे' शीर्षक लेख लिहून ऊहापोह केला आहे. त्यात ते म्हणतात, जगातील सर्व प्रगल्भ संस्कृतींमध्ये स्वतः मनुष्य व विश्व किंवा व्यष्टी व समष्टी यांच्या जाणिवांचा व्यापक व्यूह असतो. त्याला विश्वविषयक तत्त्वज्ञान म्हटले जाते. जगातल्या उच्च धर्म विचारसरणीत हा व्यापक विचारव्यूह असतोच. भारतीय संस्कृतीने वेदकालापासून अशा व्यापक तत्त्वज्ञानाचा वारसा जपून ठेवला आहे. यहुदी, ख्रिश्चन, इस्लामी, चिनी आणि भारतीय या सर्व संस्कृतीमध्ये विश्वात्मक जाणिवेचेविचारव्यूह आहेत. ते वगळता अन्य व्यूह या संस्कृतींनी नाकारलेले दिसतात. त्यामुळे धार्मिक संघर्ष, विद्‌वेष, विद्रोह आणि निरंतर युद्‌धमानता अनैतिक ठरविली गेली आहे. सर्वधर्म सहिष्णुता हे वैशिष्ट्य व प्राचीन भारतीय संस्कृतीमान सर्वश्रेष्ठ जीवनमूल्य म्हणून मान्य केले गेले आहे, ते भारतीयांचे धार्मिक जीवनाचे मूल्य म्हणजे जगाला भावी विनाशापासून वाचविणारी शक्ती आहे. हे मूल्य न मानणारे पश्चिमी धर्म हे अपधर्म आहेत, ही गोष्ट जगाला पटविली पाहिजे.[१२] हा विचार त्यांनी मांडला.

वैदिक आर्यांच्या पूर्वीची किंवा वेदात नसलेली धर्मसंस्था पाच हजार वर्षापूर्वी सिंधु-तीरावर निर्माण झाली. त्या संस्कृतीतील मानवांना भूमध्य समुद्रीय किंवा आर्मेनॉईड या संज्ञेने मानवजातिशास्त्रज्ञ संभोधितात. इजिप्त, क्रीट, सुमेर, वाबिलोनिया व खाल्डिया यांच्या संस्कृतीत आणि मानववंशात अत्यंत साम्य सापडल्यामुळे प्राचीन भारताच्या अतिप्राचीन इतिहासाचा एक महत्वाचा कालखंड इतिहासतज्ञास दिसू लागला. इजिप्त, क्रीट व मेसापोटेमिया येथील संस्कृतीतही शिव विष्णु व काली या देवता असून नागपूजा लिंगपूजा देवी मातेची पूजा चंद्रपूजा

ग्रहपूजा व पितृपूजा ही आहेतच. लिंग व पूजा हे शब्दसुद्धा वेदात सापडत नाहीत, हे अवैदिक शब्द आहेत. नवग्रहपूजा लिंगपूजा व देवी-पूजा यांचा मुख्य वैदिक वाङ्मयांत उल्लेख नाही. देवदासी पद्धति, मूर्तिपूजापद्धति, मुहूर्तफलज्योतिष, सातवार, लेखनकला, देवळातील वतनदार पुजारी, गावजोशी इत्यादि गोष्टी भूमध्यसमुद्रीय मानवसंस्कृतीचीच अंगे होत. नाईल, युफ्राटिस-तैग्रिस व सिंधु यांच्या तीरावर वाढलेल्या प्राचीन संस्कृतीचा वारसा हिंदुसमाजाकडे अजूनही चालू आहे. हीच वेदपूर्व भारतीय संस्कृति होय.[१३] वानप्रस्थ व संन्यास यांचा स्वीकार वैदिक आर्यांनी अवैदिक लोकांच्या संस्कृतीतून घेतलेला आहे; अवैदिक लोकांच्या संस्कृतीच्या स्वीकाराने संस्कृत झालेल्या वैदिक आर्यांनी ते बऱ्याच उशिरा आत्मसात् केले. वैदिक आर्य सुसंस्कृत होण्यापूर्वी इजिप्त, मेसापोटेमिया, व हिंदुस्थान येथे अवैदिक समाजांनी सुधारणा व संस्कृति मोठ्या उच्च पदवीस नेली होती. या सुसंस्कृत समाजांच्या सांनिध्यात आलेल्या विजयी वैदिकांनी पूर्वकालीन संस्कृतीतून पुष्कळच विद्या, कला व सामाजिक आचार-विचार उचलले, संन्यास किंवा वैराग्यधर्म स्वीकारण्याची सामाजिक परिस्थिति उत्पन्न झाल्यावरच वैदिकांनी त्यांचा स्वीकार केला.[१४] तर्कतीर्थांनी लक्ष्मणशास्त्री जोशींची संस्कृती संकल्पना ही केवळ 'भूतकाळाचे गोडवे' गाणारी नसून ती विज्ञानाधिष्ठित आणि भविष्याकडे पाहणारी आहे. त्यांच्या मते, जी संस्कृती माणसाला गुलाम बनवते ती संस्कृती नसून, जी माणसाला मुक्त करते तीच खरी संस्कृती होय. त्यांच्या संस्कृतीविषयक चिंतनाच्या या सविस्तर विवेचनावरून अनेक मूलभूत निष्कर्ष निघतात, जे केवळ त्यांच्या विचारसरणीचे सारच सांगत नाहीत तर समकालीन भारतीय समाजासाठी त्याचे प्रासंगिक सूत्रही ओघात देतात.

सारांश :

तर्कतीर्थांनी संस्कृतीची कल्पना ही स्थिर, जडवादी आणि परंपराप्रिय नसून गतिमान, सर्जनशील आणि मानवकेंद्री आहे. ते संस्कृतीला निष्क्रिय न मानता, मानवाच्या 'जीवन जगण्याच्या पद्धतीतून निर्माण झालेली एक समग्र प्रक्रिया' मानतात. ही प्रक्रिया सतत चालणाऱ्या मानवी जिज्ञासा, शोध आणि नवप्रज्ञेच्या प्रयत्नांवर आधारित आहे. त्यामुळे संस्कृती ही अपरिवर्तनीय नसून परिवर्तनशील आहे. हा दृष्टिकोन रूढीवादाला आव्हान देणारा आणि बदलाचे स्वागत करणारा आहे. त्यांनी संस्कृतीचे भौतिक आणि आध्यात्मिक असे दोन पृथक्करण करण्याचे काम केले आहे. भौतिक संस्कृतीत तंत्रज्ञान, अवजारे, गृहनिर्माण, आर्थिक व्यवस्था यांचा अंतर्भाव होतो, तर आध्यात्मिक संस्कृतीत नीतिमत्ता,

कला, तत्वज्ञान, साहित्य आणि मानवी मूल्ये यांचा समावेश होतो. ते या दोन्ही अंगांचा परस्परपूरक संबंध मानतात. भौतिक पायावरच आध्यात्मिक संस्कृती उभी राहू शकते आणि आध्यात्मिक मूल्ये भौतिक प्रगतीला दिशा व अर्थ देतात. पाश्चात्य संस्कृतीला ते प्रामुख्याने भौतिक मानतात, पण तीतही आध्यात्मिक घटक असल्याचे ते नाकारत नाहीत. या विभाजनातून संस्कृतीच्या संपूर्णतेचे एक स्पष्ट चित्र रेखाटले गेले आहे. संस्कृतीचे खरे मोजमाप तिच्यातील व्यक्तीच्या विकासात होते. संस्कृती म्हणजे विकसित मानव्य होय, हे त्यांचे सूत्र यावर प्रकाश टाकते. एका समाजात व्यक्तीला आपली शारीरिक, बौद्धिक आणि मानसिक क्षमता पूर्णपणे विकसित करण्याचे स्वातंत्र्य व संधी मिळतात का, हे त्या समाजाच्या संस्कृतीचे श्रेष्ठत्व ठरवते. या दृष्टिकोनातून, जी संस्कृती व्यक्तीला दडपते, गुलाम बनवते ती खरी संस्कृती नसून, जी व्यक्तीला मुक्त करते, तिच्या सामर्थ्याचा विकास करते तीच खरी संस्कृती आहे. हा एक क्रांतिकारी, मानववादी आणि प्रबोधनवादी दृष्टिकोन आहे.

तर्कतीर्थांचे संस्कृती चिंतन हे एक प्रबोधनपर, मानववादी, तर्कनिष्ठ आणि परिवर्तनवादी विचारप्रणालीचे दस्तावेज आहे. ते संस्कृतीला भूतकाळाच्या बेडीत बांधून ठेवत नाही, तर वर्तमानाच्या आव्हानांना तोंड देत भविष्याकडे नेणारी गतिमान शक्ती मानते. त्यांच्या विचारांमध्ये भारतीय परंपरेचा गाभा जपण्याची आणि त्याच वेळी त्यात तर्क व मानवी मुक्तीचा नवा अर्थ भरण्याची धडपड दिसते. आज जेव्हा समाजात पुन्हा एकदा रूढीवाद, अंधश्रद्धा आणि विभाजनकारी शक्ती माजत आहेत, तेव्हा जोशींचे हे चिंतन केवळ विद्वत्परंपरेतील एक दस्तावेज न राहता, एक प्रेरणादायी आणि मार्गदर्शक तत्वज्ञान बनते. 'जी संस्कृती माणसाला मुक्त करते तीच खरी संस्कृती' हे त्यांचे सूत्र आजही प्रत्येक प्रबोधनवादी विचारवंतासाठी आणि सामाजिक कार्यकर्त्यासाठी प्रेरणास्थान राहील.

एकूणच, तर्कतीर्थ लक्ष्मणशास्त्री जोशी यांचे संस्कृतीचिंतन हे परंपरेशी संवाद साधणारे, पण तर्क आणि मानवतेच्या निकषांवर आधारित आहे. त्यांच्या विचारांतून भारतीय संस्कृतीचा एक विवेकशील, मानववादी आणि आधुनिक अर्थ उलगडतो. आजच्या काळात वाढत चाललेल्या असहिष्णुता, अंधश्रद्धा आणि विवेकशून्य श्रद्धांच्या पार्श्वभूमीवर त्यांचे विचार अधिकच महत्त्वाचे ठरतात. म्हणूनच तर्कतीर्थांचे संस्कृतीचिंतन हे केवळ अभ्यासाचा विषय नसून समाजाला दिशा देणारे मूल्यविचार आहेत.

संदर्भ सूची :

- https://www.aksharnama.com/client/article_detail/6589
- जाधव रा. ग.(संपा), विचारशिल्प, कॉन्टिनेन्टल प्रकाशन, पुणे, प्र. आ. १९७५ पृ. १७-१८
- जोशी, लक्ष्मणशास्त्री, *वैदिक संस्कृतीचा विकास*, प्राज्ञ पाठशाळा मंडळ, वाई, १९५१ पृ. ६
- तत्रैव पृ. ७-८
- तत्रैव पृ. ६
- तत्रैव पृ. १२
- खंडकर अरुंधती, *तर्कतीर्थ लक्ष्मणशास्त्री जोशीः महाराष्ट्राचे शिल्पकार*, महाराष्ट्र राज्य साहित्य आणि संस्कृती मंडळ मुंबई, 2003, पृ. ७३
- तत्रैव पृ. ७१
- तत्रैव पृ. ७२-७३
- https://www.aksharnama.com/client/article_detail/6589
- सुनीलकुमार लवटे यांचा ई-लोकसत्ता मधील लेख, ५ डिसेंबर २०२५
- सुनीलकुमार लवटे यांचा ई-लोकसत्ता मधील लेख, १० ऑक्टोबर २०२५
- जोशी लक्ष्मणशास्त्री, *हिंदुधर्माची समीक्षा,* प्राज्ञ- पाठशाळा मंडळ, वाई, १९४२ , पृ. १७८
- तत्रैव पृ. १८३-१८४

****

- लेखक

डॉ. लक्ष्मण गजानन गणगे, सहायक प्राध्यापक, बाळासाहेब देसाई कॉलेज, पाटण

17

तर्कतीर्थ लक्ष्मणशास्त्री जोशी यांचे तात्त्विक विचार - भगवान राजेभाऊ गंडे

प्रस्तावना :

सन १९२३ मध्ये लक्ष्मणशास्त्री जोशी यांनी कोलकात्याच्या शासकीय संस्कृत महाविद्यालयातून तर्कतीर्थ ही पदवी प्राप्त केली. न्याय, वेदांत, तर्क, अलंकारशास्त्र, व्याकरण यांचं ज्ञान ग्रहण करून ते प्राज्ञपाठशाळा वाई येथे शिक्षक म्हणून रुजू झाले. तर्कतीर्थांच्या असे लक्षात आले की, पारंपरिक धर्म पंडितांना कितीही समजावून सांगितले, सप्रमाण मीमांसा करून पटवून दिले तरी, ते आपले शब्दप्रामाण्य सोडण्यास तयार होत नाही. या शब्दप्रामाण्यात नि कर्मकांडात त्यांचे हितसंबंध गुंतल्याचे तर्कतीर्थांच्या लक्षात आले. अस्तित्व, ज्ञान, मूल्य, विवेक, बुद्धीप्रामाण्य याविषयींचा मूलभूत विचार तत्त्वज्ञानामध्ये होतो. तत्त्वज्ञान तात्विक घटकांची मांडणी करते. जीवनाच्या मूलभूत प्रश्नांचा विचार व चर्चा हे तत्त्वज्ञानाचे क्षेत्र आणि कार्य होय. असे कार्य तर्कतीर्थ लक्ष्मणशास्त्री जोशी यांनी आपल्या लेखनातून केल्यामुळे ते तत्त्वचिंतक म्हणून समोर येतात. तर्कतीर्थ लक्ष्मणशास्त्री जोशी यांनी वेदांतामधील तत्त्वज्ञान विशेषत्वाने अधोरेखित केले आहे. त्यांनी द्वेतवाद, अद्वैतवाद, विशिष्ट अद्वेतवाद विशेषत्वाने मांडले आहेत. समाज विकासासाठी आर्थिक विकास व

सामाजिक न्यायाला तर्कतीर्थांनी महत्त्व दिल्याचे दिसून येते. लक्ष्मणशास्त्री जोशी यांनी तत्त्वज्ञानाची परंपरा व आधुनिक विवेकवादी दृष्टी यांचा समन्वय साधला आहे. तत्त्वज्ञान हे अध्यात्म चिंतनाची बाब नसून, समाज जीवनाची विचारधारा आहे, असे त्यांचे मत होते. तर्कतीर्थांनी वेद, उपनिषद यांचा सखोल अभ्यास करून अंधश्रद्धा, रुढीपरंपरा आणि अविवेकवादी धार्मिकता यांना छेद दिला आहे.

उद्दिष्टे :

- तर्कतीर्थ लक्ष्मणशास्त्री जोशी यांच्या तात्त्विक विचारांचा अभ्यास करणे.
- तर्कतीर्थांच्या भाषिक तत्त्वज्ञानाविषयी जाणुन घेणे.
- तर्कतीर्थ लक्ष्मणशास्त्री जोशी यांच्या संस्कृती विषयक विचारांचा मागोवा घेणे.

संशोधन पद्धती : 'तर्कतीर्थ लक्ष्मणशास्त्री जोशी यांचे तात्त्विक विचार' या संशोधन पेपरसाठी ऐतिहासिक व विश्लेषणात्मक संशोधन पद्धतीचा वापर केला आहे.

सदरील संशोधन पेपरसाठी तर्कतीर्थांची भाषणे, लेख व त्यांनी लिहिलेल्या तसेच त्यांच्याविषयी इतर विचारवंतांनी लिहिलेले ग्रंथ व वर्तमान पत्रामध्ये प्रसिद्ध झालेले लेख अशा दुय्यम साधनांचा वापर केला आहे.

तर्कतार्थांचे तात्त्विक विचार : तर्कतीर्थ लक्ष्मणशास्त्री जोशी यांनी आपल्या पहिल्या ग्रंथरूप मराठी प्रबंधामध्ये म्हणजेच आनंदमीमांसा (१९२८) मध्ये सुखवाद विचार मांडून जीवनदृष्टी अधोरेखित केली आहे. तर्कतीर्थांच्या मते, जीवन सुंदर आहे फक्त ते सुखी व आनंदी करता आले पाहिजे, यासाठी त्यांचा 'आनंद सिद्धांत' मार्गदर्शक आहे. आनंद सिद्धांतानुसार ऐहिक आणि आत्मिक आनंद वेगळा नाही. स्पर्धात्मक वातावरण, हेवा, वैचारिक मतभेद असे सर्व असून, वैरमुक्त समाज सुखी व आनंदी बनू शकतो. न.ची. केळकरांनी 'आनंदमिमांसा'वर अभिप्राय देताना असे म्हटले होते की, खरा आनंद एकांतिक प्रवृत्ती किंवा निवृत्तीमध्ये नाही, तर दोन्हींच्या सांध जोडणीत आहे. तर्कतीर्थांनी बहुविध विषयांच्या अनुषंगाने विचार मांडले असले तरी त्यांच्या भाषा व संस्कृती विषयक विचारांचा विशेषत्वाने परामर्श सदरील संशोधन पेपरमध्ये घेण्यात आला आहे.

तर्कतीर्थांचे भाषा विषयक विचार :

नवभारत मासिकाच्या ऑक्टोबर-नोव्हेंबर-१९५६ मधील दिवाळी अंकाच्या बिजलेखात तर्कतीर्थ लक्ष्मणशास्त्री जोशी यांनी भाषिक राज्य संकल्पनेचा जागतिक व देशपातळीवरचा आढावा घेऊन राज्य निर्मितीमध्ये भाषा व संस्कृतीचे महत्त्व मांडले आहे. त्यांच्या मते, भाषा, संस्कृती व राज्य हे मानवी समाजाचे आवश्यक घटक आहेत. भाषा व संस्कृती मानवी अविष्कार असून, संस्कृतीमध्ये भाषा अंतर्भूत असते. मानवाला लाभलेल्या भाषिक वरदानामुळे तो इतर प्राण्यांपासून वेगळा आहे. माणसाला अनेक भाषा निर्माण करता येतात, हेच त्याच्या स्वातंत्र्याचे गमक आहे.

मानवी समाज भिन्न असून, समुदायानुसार त्यांच्या भाषा भिन्न आहेत. ज्या मानवी समुदायाचे स्थैर्य असते, जो समुदाय संख्या व सांस्कृतिक दृष्ट्या समृद्ध असतो त्याच्या भाषेचा प्रभाव अन्य छोट्या समुदायावर पडत असतो. बोलीभाषा व उपभाषांना लिपी लाभ होऊन त्या समुदायाचे लोक लिहू व वाचू लागली की, त्यांच्यात स्थिरशील व्यवहार तयार होतात. शिक्षणाने ते अधिक विकसित होतात मग ती भाषा ग्रंथनिविष्ठ होऊन, त्या बोलीतील लोकसाहित्याचे रूपांतर साहित्यात होते अशा प्रकारे भाषेत साहित्य व सारस्वत परंपरा निर्माण होत जाते या सर्व गोष्टींना हजारो वर्षांचा काळ लोटावा लागतो.

विश्वव्यापी बुद्धी तत्त्वामुळे मानवामध्ये भाषिक शक्ती निर्माण होते. भाषेमुळे मानवी जीवन व संपूर्ण विश्वात अन्वय निर्माण होतो. हे बुद्धी तत्व अन्य मानवी समाजावर प्रभाव टाकत असते. राष्ट्रीयत्वाची भावना निर्माण होण्यासाठी स्वभाषा विकास होणे आवश्यक असते, यासाठी राज्य हे भाषिक उद्गाराचे काम करते. राज्य हे राष्ट्रीय जीवनाचे अंग बनण्याचा म्हणजेच (नॅशनल स्टेट) हा वर्तमान राजकीय विचारसरणीचा कल बनला आहे. भाषा संस्कृती व राज्य या त्रितत्त्वांचा एकात्म विचार हा जागतिक राजकारणाचा भाग झाला आहे.

तर्कतीर्थ लक्ष्मणशास्त्री जोशी यांचे संस्कृती विषयक विचार :

संस्कृती हा तर्कतीर्थ लक्ष्मणशास्त्री जोशी यांच्या वाचन, चिंतन, मनन आणि लेखनाचा विषय होता. मानवाला सुसंस्कृत बनविण्यामध्ये संस्कृतीला विशेष महत्त्व आहे. संस्कृती ही मानवी जीवनाइतकीच जुनी व व्यापक स्वरूपाची आहे. मानव व्यक्तिशः किंवा सामुदायिकपणे सांस्कृतिक जीवन पद्धती निर्माण करतो. व्यक्ती व समाजावर होणाऱ्या संस्काराला संस्कृती म्हटले जाते संस्कृतीमध्ये दोन बाबींचा समावेश होतो- १) अध्यात्मिक आणि २) अधीभौतिक. संस्कृतीमध्ये मानव जातीच्या प्रगतीचा विचार असतो. संस्कृतीच्या आध्यात्मिक

बाबीमध्ये धर्म, नीती, कायदा, विद्या, कला आणि वाङ्मय यांचा समावेश होतो. मानवी संस्कृतीच्या अधिभौतिक घटकात भाषा, मूल्य, विश्वास, विवाहसंस्था, कुटुंबसंस्था, शिक्षणसंस्था, धर्मसंस्था आणि शासनसंस्था यांचा समावेश होतो.

संस्कृती ही मानवाला रानटी स्थितीतून सुधारणांकडे वाटचाल करण्यास मदतगार असते. रानटी अवस्थेत मानव शिकार, पशुपालन, शेती, पूजा-अर्चा, नौकानयन इत्यादी प्राथमिक गरजांकरिता मर्यादित होता. संस्कृतीची ही प्राथमिक अवस्था होती; परंतु संस्कृतीच्या दुसऱ्या पर्वात विज्ञान, तंत्रज्ञान, यंत्र व संपर्क यंत्रणा विकसित होऊन जग जवळ येत आहे. एक संस्कृती दुसऱ्या संस्कृतीपेक्षा भिन्न असते. धर्म, नीती, शिष्टाचार, चालीरीती, खानपान, पोशाख, भाषा, भूगोल इत्यादींमुळे संस्कृतीत भिन्नता येते.

प्रत्येक संस्कृतीची स्वतःची रचना व कार्यपद्धती असते. अनेक संस्कृतीच्या अंतर्गत व्यवहार व देवाण-घेवाणीतून संस्कृतीमध्ये बदल घडत असतात. संस्कृती आपले स्वतःचे अस्तित्व व वेगळेपण टिकवून ठेवून अन्य संस्कृतीमधील चांगल्या बाबी अंगीकारत असते. विकासवादाद्वारे संस्कृती समजून घेता येतात. संस्कृती विकासामध्ये आर्थिक तत्त्वाचा मोठा प्रभाव दिसून येतो. श्रमातून साधनसंपत्तीची निर्मिती व संचय, संपत्तीवरील मालकी हक्क, गुलामी किंवा स्वातंत्र्यासाठीचा संघर्ष, उच्चतम आर्थिक नियमन व्यवस्था यांच्या सकारात्मक किंवा नकारात्मक स्थितीचा परिणाम संस्कृती विकास, संस्कृतीचा ऱ्हास किंवा संस्कृती समन्वयावर होत असतो. संस्कृतीचे आर्थिक युग एक प्रकारचे सामाजिक युग असते. प्रत्येक युगातील स्थिर व परिवर्तनशील चिरंतन मूल्ये संस्कृतीचे श्रेष्ठत्व निदर्शक असतात. भारतीय संस्कृतीचा विचार केला तर असे लक्षात येते की, हजारो वर्षांपासून अनेक परकीय गट भारतात येऊन स्थिर झाले. त्यांच्याशी झालेल्या व्यापारातून, संघर्षातून व त्यांच्या आपापसातील संघर्षातून आपली संस्कृती विकसित होत गेली. संस्कृतीला बहुजिनशीत्व प्राप्त होत जाऊन संगम संस्कृती उदयास आली. त्यामुळे तडजोड, समन्वय, देवाण-घेवाण अशी तत्वे इथल्या संस्कृतीचा आत्मा ठरली.

अशाप्रकारे भारतीय संस्कृतीची एकात्मता तिच्या विविधतेतील समन्वयी वृत्तीत सामावली आहे. ज्ञान, विज्ञान, कला, सामाजिक संघटना, युद्धशास्त्र, राजकारण यांनी संपन्न असलेली पाश्चात्य संस्कृती भारतीय संस्कृतीमध्ये एकरूप झालेली आपणास दिसून येते.

निष्कर्ष:

तर्कतीर्थ लक्ष्मण शास्त्रीजोशी यांच्या तात्विक विचारांमुळे भारतीय पुनरुज्जीवन चळवळीला अधिष्ठान लाभले. समाजातील विचारवंतांचा मानवी जीवनाकडे पाहण्याचा दृष्टिकोन बदलला. तर्कतीर्थांच्या तात्विक विचारांमुळे वैचारिक मतभेद विसरून वैरमुक्त समाज घडण होण्यास हातभार लागला. तर्कतीर्थ लक्ष्मणशास्त्री जोशी यांनी भाषा व संस्कृतीचे महत्त्व पटवून दिल्यामुळे कालबाह्य रूढी-परंपरांना छेद दिला गेला. त्यांच्या विचारांमुळे विज्ञान व बुद्धिप्रामान्यवादाला चालना मिळाली.

समारोप :

तर्कतीर्थ लक्ष्मणशास्त्री जोशी यांनी भारतीय परंपरागत दृष्टिकोन विकसित करण्यात मोठा हातभार लावला आहे. त्यांनी आपल्या तर्कबुद्धीच्या आधारे अंधश्रद्धा, कर्मकांड व अविवेकी परंपरा यांना आपल्या तात्विक विचारांनी विरोध करून विवेक, तर्क आणि मानव केंद्रित नीतीचा पुरस्कार केला आहे. या संशोधन पेपरमध्ये तर्कप्रधान तात्त्विक भूमिकेच्या दृष्टीने तर्कतीर्थांच्या भाषा व संस्कृती विषयक विचारांवर संशोधकाने प्रकाश टाकण्याचे काम केले आहे. तर्कतीर्थांचे तात्विक विचार आजही समाजाला दिशादर्शक आहेत. त्यांच्या विचारांमुळे समाजामध्ये वैज्ञानिक दृष्टिकोन रुजण्यास मदत होऊन, बौद्धिक स्वातंत्र्य विकसित होत आहे.

संदर्भ :

- पळशीकर वसंत. 'तर्कतीर्थ लक्ष्मणशास्त्री जोशी व्यक्ती, कार्य आणि विचार'. प्रज्ञापाठशाळा मंडळ, वाई.
- लवटे सुनिलकुमार. (संपादित) (२०२४) 'तर्कतीर्थ लक्ष्मणशास्त्री जोशी समग्र वाङ्मय खंड क्र-१ मराठी विश्वकोश नोंदसंग्रह'. महाराष्ट्र राज्य साहित्य आणि संस्कृती मंडळ, मुंबई.
- खंडकर अरूंधती. (२००३) 'महाराष्ट्राचे शिल्पकार तर्कतीर्थ लक्ष्मणशास्त्री जोशी'. महाराष्ट्र राज्य साहित्य आणि संस्कृती मंडळ, मुंबई.
- तर्कतीर्थ लक्ष्मणशास्त्री जोशी. (२००५) 'हिंदु धर्माची समीक्षा आणि सर्वधर्म समीक्षा' प्रज्ञापाठशाळा मंडळ, वाई.
- www.aksharnama.com/client/article_detail/6589
- लोकसत्ता (वृत्तपत्र)

****

- **लेखक**

भगवान राजेभाऊ गंडे, लोकप्रशासन विभाग, शासकीय ज्ञान विज्ञान महाविद्यालय, छत्रपती संभाजीनगर.

18

तर्कतीर्थ लक्ष्मणशास्त्री जोशी यांच्या दृष्टीतून कवी बा. भ. बोरकर - डॉ. विठ्ठल शंकर केदारी

बा. भ. बोरकर यांनी चैत्रपुनव' (१९७०) कवितासंग्रह लिहिला. त्यांनी कोकणीतही काव्यलेखन केले आहे. शिवाय फाइवरी, कथा लघुनिबंध, चरित्र वगैरेसारख्या गद्याच्या क्षेत्रातही त्यांची काही मुशाफिरी आहेच, चित्र-संगीताई कलांतही त्यांना रस होता. बोरकरांनी काव्यलेखन अर्धशतकाहून अधिक वर्षे केले. या अर्धशतकात मराठी कवितेच्या वळचणीखालून बरेच पाणी वाहून गेले. बोरकरांनी ज्या काळात काव्यलेखनाचा श्रीगणेशा केला, तो काळ आधुनिक कवितेच्या बहाराचा होता. आजचा जमाना आहे 'नव', 'चालू' किंवा 'विद्रोही' कवितेचा. आज मराठी कवितेचा चेहरामोहरा साफ बदललेला दिसतो, आजच्या जाणिवेतून कालच्या कचितेकडे पाहणाऱ्याला तीत-वेधक असे फारच थोडे आढळते. अशा घोड्यांतच बोरकरांच्या कवितेचा अंतर्भाव होतो. काल-आजच्या भेदाची रेषाच बोरकरांच्या काळी कवितांच्या बाबतीत पुसट होते, क्वचित पुसलीही जाते. पण ही किमया होतेच असे नाही. कधी ही कविता अपेक्षापूर्तीचा किंवा अनपेक्षित निर्मितिसौंदर्याचा

आनंद देते तर कधी अपेक्षाभंगाचे दुःख. बोरकरांच्या कवितेत प्रवाहीपणाबरोबरच मागे-पुढे, पुढे-मागे हिंदकळत राहण्याचीही क्रिया आढळते. या क्रियेचे मूळ बोरकरांच्या व्यक्तित्वात आहे. या कवींमध्ये ऐहिकता आणि आध्यात्मिकता, प्रेय आणि श्रेय, पाश्चात्य आणि पौर्वात्य, प्रचारप्रवणता व शुद्धरसपानदृष्टी, कला आणि कारागिरी, दृढ परंपराप्रेम व मुक्त 'मंचर 'वृत्ती यांचे मिश्रण झाले आहे. या द्वंद्वांच्या क्रिया-प्रतिक्रियांतून कधी अभिजात कलाकृती सिद्ध होते, तर कधी शब्दबंबाळ गारुड जन्माला येते. स्वकवितेच्या या यशापशयाचा तटस्थपणे विचार करण्याची क्षमता असूनही बोरकर त्या दिशेने कधी प्रवृत्त झाल्याचे दिसत नाहीत. या बाबतीत निदान बाह्यतः तरी ते बेफिकिर वाटतात. काव्यदेवीच्या वनातले गंधमद्य पिऊन त्यांची धुंदी आत्मरतपणे ते अनुभवू पाहतात आणि असे असूनही आपण 'कवी' असल्याचा विसर इतरांना पडू नये, अशीही त्यांची इच्छा असते. आपल्या कविप्रतिमेची जपणूक ते कसोशीने करतात. आपल्या ओठी सुंदरतेचा तरल तराणा तरळत राहिलेला दिसावा म्हणून ते शिष्टसंमतमार्गापेक्षा अक्षुण्ण वाटेने पदन्यास करीत असल्याचा भास कधीकधी होतो. या बहिर्मुख आविर्भावाबरोबरच जनमर्यादा धरून अमर्याद गवसणार नाही, असेही केशवसुतांप्रमाणे बोरकरांना वाटत असावे. त्याग-भोगाचे; जगण्या-मरण्याचे, एक विशिष्ट तत्त्वज्ञान, संचित बोरकरांनी आपल्याभोवती कडेकोटपणे उभे केले आहे. या तटबंदीच्या आड राहून जीवनातील सारे शापताप ते थोपवू पाहतात.

मराठी साहित्याला समृद्ध आणि संपन्न करण्यासाठी अनेक प्रतिभावान लेखकांचे योगदान मिळाले. आधुनिक मराठी कवितेला वेगळे वळण प्राप्त करून देणारे कवी बा. भ. बोरकर हे होते. तर्कतीर्थ लक्ष्मण शास्त्री जोशी यांनी बा. भ. बोरकरांना आधुनिक मराठी काव्यसंप्रदायाचे एक थोर प्रतिनिधी म्हटले. त्यांच्या कवितेने संत नामदेवांच्या संप्रदायाची स्थायी भाववृत्ती जिवंत ठेवली आहे. यासंबंधी तर्कतीर्थांनी दोन पक्के पुरावे दिले आहेत. यासाठी तर्कतीर्थ बोरकरांचा कविता संग्रह व त्यांचा स्वतःचा कबुलीजबाब. यांतून सांगतात. बोरकरांनी म्हटल्याप्रमाणे, "कवी हा जिवा-शिवाचं सख्य अनुभवतो तेव्हा त्याचा अनुभव कलाकृतीतून आविष्कृत होतो. अनुभव शिवाचा; पण तो बोलतो जिवाच्या परिभाषेत, जीव, अनेक जिवांशी तन्मयता भोगीत शिवत्त्वाची ओळख घेत असतो. माझ्या बाबतीत तरी हे असं घडत आलं आहे. अर्थात या साधनेत तुम्ही म्हणता तसं थोडं शैथिल्यही असेल; पण माझं यावर उत्तर एवढंच की, 'आम्ही नव्हतो आमुचे बाप। उगाच का मग पश्चात्ताप।" बोरकर म्हणतात की, 'थोडं शैथिल्यही असेल. शैथिल्य आहेच. शैथिल्य नसते तर आधुनिक कवींमध्ये एवढे मानाचे

स्थान मिळालेच नसते. बोरकर या कवींनी नामदेव संप्रदायाच्या काव्य परंपरेस आधुनिकत्व आणले आहे. आधुनिकीकरणामुळे शैथिल्य अपरिहार्यपणेच येणार, ती संतांची शुद्ध पवित्र साधना व निष्ठा येथे दुबळी झाली आहे. ती दुबळी झाली नसती तर हे बोरकर कवी खुळे ठरले असते व तशा कवितेला काही थोडे खुळेच भाळले असते. यारीतीने तर्कतीर्थ लक्ष्मणशास्त्री जोशी बा भ. बोरकरांच्या काव्यप्रकृती संबंधी आपले मत नोंदवितात.

अनेक समीक्षकांनी बोरकरांच्या कवितेची समीक्षा केली. मात्र त्यांना बोरकरांची कविता आध्यात्मिक म्हणजे वेदांती आहे याचा प्रत्यय आला नाही 'कवी कोण', 'कविता म्हणजे काय', 'पराधीन अव्यक्त भाव', 'जीवास', 'कातरवेळे नंतर', 'शेषशायी', 'जळता संदेश' इत्यादी कितीतरी कविता जेव्हा अंतिम सीमा गाठतात तेव्हा 'देवाचे संदेश' उकलून दावतात. त्यावेळी 'चित्त परी तुर्येत' जडते. सुप्रसिद्ध आधुनिक कवी मंगेश पाडगावकर म्हणतात की, 'सांजवेळ', 'मुशाफिरा' व 'दुधसागरांत' असल्या कित्येक कविता भावनेला निसर्गवर्णनाने उठाव देतात. त्या कवितांमध्ये 'संवेदनांच्या प्रतीतीचं विश्व उमलत, भाववृत्तीनं भारलेलं विश्व उमलतं. खरं आहे; परंतु हे सांजवेळेत उमलणारे भावविश्व "दूर कुठूनसा आला गूढ घंटारव कानी। मंत्रमुग्ध माझी वृत्ती, मुके मन, मुकी वाणी।" जेव्हा होते तेव्हा पूर्णपणे प्रकट होते. हा गूढ घंटारव कुठून येतो, हे जरी कवीला सांगता आले नाही तरी मी ते सांगू शकतो. तो मंगेशीच्या मंदिरातला आहे, तो शांतादुर्गाच्या देवळातला आहे. असंही शक्य आहे की, तो नेवासे येथील म्हाळसा मोहनीराजाच्या मंदिरातला आहे. दूधसागराचे हास्य म्हणजे काय, दुसरे काही नाहीः "प्रभुही अकारण हंसला नी त्रिलोक रसरसला विश्व तदीय हास्याचा मोकळा निळा झरा हसती जे द्वंद्वमुक्त तेच भक्त ते विरक्त ते सभाग्य पुण्यशील जिवविती चराचरा हसतच जे जगति मरति दीपराग जागवीति कविमुनि शास्त्रज्ञ मनी घुमवुनि नवी गीरा हास्य इथे जोवरी तव मिळवू नव विजय विभव स्वस्तिवचन सफल करू भूषवू महेश्वरा" बा. भ. बोरकर निसर्गकवी म्हणून गाजले आहेत. त्यांच्या निसर्ग कवितेच्या अनेक पंक्ती बालकवींच्या पंक्तीत मानाचे स्थान देतात. विश्व हे महेश्वराचे काव्य आहे. याचा त्यांना प्रत्यय येतो. वसंत, कोकिल, पूर्ण चंद्र, क्षितिजाची लाली, सुसाट वारा, उसळता दर्या, हिरवे कुळागर, संध्यारंगतरंग, फळाफुलांचे रसगंध, यामध्ये याचे मन रंगून जाते. हरित नभाची ध्रुवतारा व स्वर्गगेची धारा त्यांना रमविते तरी ते एकदम या 'बाहय जगाचा नकोच वारा' म्हणून या द्वैताच्या राज्यातून निसटू पाहतात. या काळाच्या बागेतील वेली "फुलति नी मरति, मुळी तयांच्या झरा जरी। समूम वारा विष भरी" असे

लक्षात येऊन जगताला विसरू पाहतात. बोरकरांची कविता द्विध्रुवीय भावुकतेने भरली आहे. एक ध्रुव म्हणजे आध्यात्मिक भाववृत्ती. तो त्यांना संतांचा लाभलेला प्रसाद आहे. 'मुशाफिरा' सारख्या कवितेतील भयसूचक, कातर ओळी वगळल्या तर सामान्यतः बोरकर संध्याकाळची पार्श्वभूमी निवडतात ती प्रेमिकांच्या 'हुरहुरीतील माधुरी' व्यक्त करण्यासाठी. संध्येचे एक वेगळेच रुप 'ये संध्ये जा कयुनी' या कवितेत दिसते. येथील सांध्यरस नेहमीची हुरहुर लावीत नाही. किंवा वातावरणात प्रणयाचा धूपदीप पसरीत जात नाही. अथवा येथील संध्याछाया हृदयाला भिवविणाऱ्याही नसतात; त्या या प्रीतीचे गहिरे गुज कनकाच्या दीपप्रकाशात केवलपणे कथन करीत राहतात. ही संध्या वाचकाला न कळतच अंतर्मुख करते, तत्वचिंतक बनवते. संध्या-जरा-मृत्यू यांची नेहमीचीच साखळी येथेही आहे.

दुसरा ध्रुव म्हणजे रंग, गंध, रस, रूप आणि रूपवती यांची ओढ. हा कवी लावण्यवतीच्या विरहाने उरात झुरतो, भेटण्याला उतावीळ होतो. सुंदरीच्या नजरा टाळाव्या असे वाटते असेही म्हणतो. कारण क्षणभंगुरतेची भीती हृदयात भरलेली आहे. आपण काळे आहो तरी आपण शरमत नाही, असे उगीच खोटे म्हणतो. कारण लगेच हा कवी म्हणतो की, कोकिळा काळी म्हणून वनात लपून बसते. या कवीला 'काली काली नखरेवाली व हृदयामध्ये नजरेचा खंजीर अल्लद खुपसणारी' भेटली नाही असे दिसते. युवती यौवनाच्या धुंदीत नेत्री उन्माद भरत चाललेली पाहिली की हा तिच्याजवळून जाऊ पाहतो व ती त्याला पाहून थरारून किंचित मागे सरते. तिच्या वेणीतला गुलाब नभांतल्या ताऱ्यासारखा निखळतो व हा कवी तो गुलाब उचलून घ्यायला वाकतो व "त्या स्थानभ्रष्ट फुलास देखूनी वदे का देवराया फुला। स्थानभ्रष्ट करावया दुखविण्या हा बाग त्वां निर्मिला." परंपरांगत पातिव्रत्याचे पावित्र्य या कवीला वंदनीय वाटते; परंतु या कवीची भाववृत्ती दुसऱ्या उलट्या टोकालाही जाऊन भिडते. आणि त्याच्या कवितेतील नवऱ्याने वहीम घेऊन टाकलेली दयिता "ये पुढल्या दाराने, खुशाल जग मग म्हणो मला की विटाळिली जाराने" असे घिटाईने म्हणते. पौराणिक संस्कृतीने बोरकरांच्या भाववृत्तींचे परिपोषण केले आहे. पौराणिक कथाप्रसंगांच्या संदर्भात त्यांच्या वैदर्भी शैलीला विशेष ठराव येतो. बोरकरांची विविधानुभवाने भारलेली प्रतिभा पौराणिक कथेच्या रूपांत कलात्मक बनते, तेव्हाच तिचा आशय जीवनाच्या तत्त्वज्ञानाने भरून वाहू लागतो त्यांचा विश्वानुभव, खोलात जाता, सामाजिक अनुभवच आहे, त्या सामाजिक अनुभवाला काही निराळा तात्त्विक अर्थ आहे हे पौराणिक प्रतीकांनी विशेष व्यक्त होते. उदाहरणार्थ, 'वास्तवता मज न दिसे', 'विश्वामित्रास', 'मज

लोभस हा इहलोक हवा', 'माझी हाला' इत्यादी कितीतरी कवितांची पौराणिक संस्कृती वगळली तर कलात्मकता निमून जाईल. 'गोपींचे गोड हसे लसलसत्या पर्णांतुनि खुदखुदते': 'बद्धासन बुद्ध मला क्षितिजांतील गिरिमधुनी' दिसे; 'भिक्षेच्या करटीतुनि भस्मासुर भिववि मजला', 'खंडित वृक्षांत उभ्या खिळलेल्या ख्रिस्त दिसे', 'जूडा' चा दंश मला मृत्यूहुनि खोल डसे 'शापित मी शासित मी, वास्तवता मज न दिसे, वस्तुंतुन ठेचाळत धुंडित मज हिंडतसे.' ही विलक्षण कविता समीक्षकांच्या कक्षेतून सुटलेली दिसते. पौराणिक प्रतीकांच्या रूपांनी प्रकट झालेले वस्तूंचे प्राण कवीला पिसे लावून 'पागल' बनवितात, त्यांचा आक्रोश 'शापित मी, शासित मी' रसिकाला अत्यंत अस्वस्थ करतो. 'गरुडजन्म उषा', 'कृष्णमृत्यू निशा', 'बद्धासन बुद्ध', 'खिळलेला खिस्त', 'करटीतला भस्मासुर' हे दूरच्या पुराणकालांतून निसटून वर्तमानकाळात कवीपुढे प्रकटतात, 'विश्वामित्रास' ही कविता मूळ पौराणिक कथेच्या अभिप्रायाला कुशलतेने कलाटणी देऊन पुराणकारांचा प्रतिवाद मोठया धिटाईने करते, पापपुण्यविषयक रूढ व दृढ कल्पनांच्या व बंधनांच्या विरुद्ध असलेल्या आंतरिक प्रत्ययाची समर्थपणे अभिव्यक्ती करते व विश्वामित्राने केलेल्या धर्मशास्त्रनियमांच्या अतिक्रमणाचे समर्थन प्रभावीपणे करते. विश्वामित्र उपासमार होत असता धर्मशास्त्राची पर्वा न करता श्वमांस भक्षितो. साठ वर्षांचे इंद्रियदमनाचे तप मेनकेवर लंपट होऊन धुळीस मिळवितो, ब्रह्मदेवाच्या सृष्टिनियमांचे उल्लंघन करून प्रतिसृष्टी निर्मितो, अराजकाचा ध्वज उभारतो. हा कवी म्हणतो "विश्वामित्रा, व्यर्थ न तप तव पतनचि तव गा अमुचे वैभव. धन्य धन्य गा तुझा पराभव." मानवांच्या नैसर्गिक प्रवृत्तींचा व सामाजिक निर्बंधांचा प्रमाथी संघर्ष सुरू असतो, या संघर्षाच्या प्रत्ययाने प्रदीप्त झालेली या कवीची प्रतिमा मानवी ऐहिक स्वातंत्र्याच्या कक्षांना वाढवीत उजळून टाकते. 'मज़ लोभस हा इहलोक हवा' ही कविता या दृष्टीने विशेष लक्षणीय आहे.

अघटित व असंभवनीय अशा घटना या कवीस हव्याशा वाटतात. मार्क्सचा अर्थ व फ्राईडचा काम यांनी गांधींच्या रामास असुरांपरि राबावयास हवा आहे; योग व रतिभोग, पाप व अनुताप, अभिशाप व उःशाप, पार्थिव्यांत वास व दिव्याचा हव्यास, ह्यांच्या अंतर्विरोधाचा निरास करणारा चौऱ्याअंशींचा प्रवास हवा आहे; शंतनूचा मोह, ययातीचा देह, इंद्राचा भोग, चंद्राचा हृद्रोग व्हावा म्हणून स्वर्ग, सुरलोक, तृप्ती व मुक्ती हा नाकारतो. ह्या प्रखर जाणिवेला 'वैश्वानरी अशी समर्पक अर्थाची पदवी प्राप्त करून देतो. जीवनातला शोक हवा, अशी विचित्र मागणी करतो तेव्हा पुस्ती जोडतो की 'मात्र तो शोक सश्लोक हवा.' या कवीची

प्रतिभा मूळचा ताळ व तंत्र सोडून केव्हा केव्हा इतकी बेलगाम व बेगुमान का बनते? याचे उत्तर फार शोधावे लागत नाही. 'माझो हाला 'मधील सुरईत याचे उत्तर चटदिशी सापडते. हलाहलाच्या सुरईतील सुरेचे काठोकाठ भरलेले पेले भराभर पिऊन ती उन्मत बनते, बेहोश होते. या बेहोशीत असलेल्या या कवीला सर्वोदयवाद्यांच्या उच्च प्रभावळींतही मानाचे स्थान केव्हा केव्हा लाभते; तेव्हा वारूणीचा वास घमघमत असतो तरी. मानवी मनाच्या रहस्यापर्यंत विज्ञानाचे किरण अजून चांगले पोहोचले नाहीत. विज्ञानाच्या प्रयोगशाळेत मानवी मनाला खेचून आणण्याचा पहिला प्रयत्न फ्राईडने केला. मनाच्या अंतरंगाचे अंधुकसे वैज्ञानिक अंदाज फ्राईडला घेता आले आहेत - फ्राईडने त्यावरून काही गृहीतके वा संकल्पना निश्चितपणे मांडल्या, त्यामुळे जगातील नीतिशास्त्रज्ञ व धर्मशास्त्रज्ञ अस्वस्थ झाले. हा कवी मात्र त्यामुळे गडबडला नाही.

त्याची प्रतिभा मानवी मनाच्या सरोवरात अधिकच खोल बुडी घेऊन फ्राईडच्या मतांचे मंडन करणारी परंपरागत संस्कृतीच्या प्रतीकांची रत्ने बाहेर आणून मिरवू लागते. याचे उत्कृष्ट उदा. 'कामद्रुमाची डहाळी' ही कविता. ही डहाळी 'रती असून मी सती' असे हेलावत बोलते-सांगते की, माझ्या शुकाच्या मुखात नवी नांदी ओलावते. रतिविलासाचे अनुभव 'न्हाणे', 'हेलावणे', 'ओलावणे', 'शुकमुख' इत्यादी शब्दावलीत व्यक्त होतात. कामद्रुमाच्या डहाळीखाली रामाला भिल्लिणीची उष्टी बोरे मुखात घोळत असता. 'वास्तव', 'माझे अश्रू', 'तेथे कर माझे जुळती', 'दरवणें', 'किती दयाघना करितोस ऋणी', 'रे फुलेच जड गमली हृदया' यांसारख्या या संग्रहातील कविता बोरकरांच्या दृष्टिवेधाच्या अनुषंगाने महत्त्वाच्या. बोरकरांच्या या विशिष्ट वृत्तीचा लसलसता उन्मेष आढळतो 'दूधसागर' या संग्रहात. या संग्रहाचे नाव धारण करणारा 'दूधसागर' हा एक साधा धबधबा, पण बोरकरांनी त्याचे वर्णन करताना त्यातून एक महिम्नस्तोत्र उभे केले आहे. 'हांस खदखदून असा दूधसागरा लासल्या गिरिदरींत फेक फेस पांढरा हास्यीं तव वेदघोष सृजनाचा दिव्य तोष जीवनकल्लोळहर्ष वर्षवी शुभंकरा' हे त्याचे पहिलेच कडवे किंवा, 'नाभींतुन प्रणव उठें रोमांतुन कोंभ फुटे झुळझुळतीं दरवळतीं कंपने स्वरांचीं ध्यानांतिल सिद्धमुनी कोरित अनुपम लेणीं करित वज्रलेप नर्तने नटेश्वराचीं रत्नांचे द्रव स्त्रवती स्वप्निल रस लवलवती बालपणी पोथीपुराणांच्या संस्कारांनी पल्लवित झालेल्या व प्रौढपणी संतशैलीत न्हालेल्या बोरकरांनी आवाहन करताच हे संस्कृतिसंदर्भ, समारंभपूर्वक उपस्थित होतात. त्यांची साथ करतात. 'उर्वशी', 'वास्तवता मज न दिसे', 'कामद्रुमाची डहाळी' यांसारख्या कविता अशा संदर्भानी गजबजून उठल्या आहेत.

बोरकरांनी कवितेतून प्रेमभावनेला घातलेली साद 'हिरवे झुंबर हळुच हालवृं सुमगंधी स्वर गोड कालवू निळे रुपेरी मीन चाळवू करू फेनाचा सुबक तुरा' या कवितेतून व्यक्त होते. रोमारोमांना पुलकित करणारी एखादी तरल अनुभूती आविष्कृत होताना बोरकरांच्या कवितेत रूप, रस, गंध, नाद, स्पर्शादी संवेदनांनी व्याप्त होते. 'स्पर्श' कवितेतील सुगंधाने दाटून उमललेल्या लक्षावधी कळ्या, पिकून लवलेल्या नक्षत्रांच्या पिवळ्या द्राक्षलता, 'बांगड्या' कवितेतील रंगांच्या परस्परांत मिसळणाऱ्या अनंत, नाजुक, वर्तुळाकार छटा किंवा 'जपानी रमलाची रात्र' मधील उन्मादक चेतकांचा विविध प्रकारचा लालस, मदिर मारा, वातावरणदृष्ट्याही महत्त्वाचा 'जपानी रमलाची रात्र' मधील वातावरण यामुळे आरंभापासूनच जळते, उसासते, झाले आहे. येथे उद्दीपकतेच्या छटा विविध प्रकारे वाढवीत त्यात कानाच्या तारा झणाणून सोडणारा उन्माद ओतला जातो आणि एक उद्दाम ज्वालागीत जन्माला येते. या 'ज्यालागीता 'तील वातावरणाच्या जोडीने 'दुखणाइत दिव्या 'तील खोकत खोकत काजळ ओकत दमट हवा कुजट करणाऱ्या वातावरणाचा विचार केल्यास बोरकरांच्या वातावरणनिर्मितीतील सव्यस्यचित्वाची कल्पना येते. त्यांच्या कवितेतील प्रतीतिगोचरतेचा उगमही काही एका प्रमाणात या प्रकारच्या वातावरण निर्मितीतच आहे. सौंदर्यनुभूतीच्या विविध ललकाऱ्या या वातावरणातून घुमत असतात. संगीताच्या परिभाषेने बोरकरांची कविता भरलेली आहे. किंबहुना संगीताची प्रतिमा त्यांच्या साऱ्या जीवनविषयक व कलाविषयक अत्युच्च जाणिवांना व्यापून काही अंगुले वर उरते. जे शब्दांत सांगावयाचे ते नादात गुणगुणण्याकडे त्यांचा कल आहे. संसाराचा रस घ्यावयाचा पण त्याच्या गाळात स्वतःला रुतू द्यायचे नाही; संन्यासाचा आनंद लुटायचा पण त्याचा सुतकीपणा स्वतःला शिवू द्यायचा नाही; जीवनाच्या प्रेमाने मोहरून जायचे पण आतला एकान्त ढळू द्यायचा नाही' ही यासंबंधीची बोरकरांची तत्त्वप्रतिज्ञा. ही प्रतिज्ञा जशी शुद्ध देहनिष्ठ नाही, तशी देहभावनेला वर्ज्यही मानणारी नव्हे. ती देहभावाला तुच्छ लेखीत नाही किंवा देहाच्या प्रमादशीलतेमुळे शरमिंधी होत नाही. किंबहुना या प्रमादशीलतेमुळेच माणसाचे माणूसपणा आकळते. 'मज लोभस हा इहलोक हवा' ची बोरकरांची मागणी, गात्राने ऋतू आकळण्याची, स्पर्शसंगीतातील सारे ऐश्वर्य भोगण्याची त्यांची लालसा यातूनच उद्भवलेली. या स्पर्शामुळे जननांतरीच्या जटिल समस्या उकलतात, रसभोगातूनच रसवर्ज्यत्याकडे जाता येते; याबद्दल त्यांना तरी शंका नाही.

चिंतनशील, आत्मशोधक व साक्षात्कारी होत गेल्याचे त्यांच्या उत्तरकालीन कवितेवरून जाणवते. त्यांची शब्दकळाही अधिक लाघवयुक्त होत गेल्याचा सुखद प्रत्यय येतो. अंतःस्पंदी शब्दसौंदर्य आणि भारतीय संस्कृतिपरंपरेने जोपासलेले सौंदर्यसंचित बोरकरांच्या पाठीशी सज्ज असल्यामुळेच ते 'मेघदूत' च्या अनुवादाचे शिवधनुष्य यशस्वीपणे पेलू शकले. बोरकरांची ही एकंदर काव्यसाधना सदैव ध्यानात असल्यामुळेच बोरकरांनी संकल्पिलेल्या महात्मायन या महाकाव्याच्या परिपूर्तीचे वेध मराठी रसिकांना लागून राहिले होते. पण बोरकरांच्या निर्वाणाने हे स्वप्न अधुरे राहिले. तरीही बोरकरांची अर्धशतकातील स्फुट कविता रसिकाला नेहमीच दिलासा देत राहील. काव्यदृष्ट्या क्षीणबळ व परंपरेच्या रसस्पर्शाला मुकलेल्या बरड पार्श्वभूमीवर बोरकरांची कविता निर्माण झाली. पृथगात्मकतेने उमटून, पृथगात्मतेच्या उसळत्या उल्हासातूनच बोरकरांच्या काही चिरतरुण आणि चिररुचिर कवितांचा जन्म झाला. मराठी कवितेच्या क्षेत्रातील ही त्यांची संस्मरणीय कामगिरी. या कामगिरीमुळेच कविवर्य बाळकृष्ण भगवंत बोरकर हे नाव मराठी कवितेच्या क्षेत्रात केव्हाच अधोरेखित झाले.

संदर्भग्रंथ सूची

१. चैत्रपुणव - बा. भ. बोरकर

२. बोरकरांनी समग्र कविता खंड १

३. समग्र वाङ्मय खंड - तर्कतीर्थ लक्ष्मणशास्त्री जोशी

४. बारा साहित्यिक - केशव मेश्राम

****

- **लेखक**

डॉ. विठ्ठल शंकर केदारी, सहयोगी प्राध्यापक व प्रमुख मराठी विभाग, राजमाता जिजाऊ महाविद्यालय,

किल्लेधारूर, जिल्हा – बीड

19

मराठी वैचारिक साहित्याला तर्कतीर्थांनी दिलेले योगदान - प्रा. शुभांगी किशोर लामसोगे

प्रस्तावना

मराठी साहित्यपरंपरा ही केवळ काव्य, कथा किंवा नाटकापुरती मर्यादित नसून तिने समाजाच्या वैचारिक जडणघडणीमध्येही महत्त्वाची भूमिका बजावली आहे. समाजातील धार्मिक, सामाजिक, नैतिक व बौद्धिक प्रश्नांवर तर्कशुद्ध विचार मांडणारे वैचारिक साहित्य मराठी साहित्यात समृद्ध परंपरेने विकसित झालेले दिसते. विशेषतः अर्वाचीन काळात समाजसुधारणा, विवेकवाद, बुद्धिप्रामाण्य आणि वैज्ञानिक दृष्टिकोन यांचा प्रसार करण्याचे महत्त्वपूर्ण कार्य मराठी वैचारिक साहित्याने केले आहे.

विसाव्या शतकात महाराष्ट्रात सामाजिक परिवर्तनाची प्रक्रिया वेगाने घडत असताना अंधश्रद्धा, रूढी, कर्मकांड आणि परंपरावाद यांविरुद्ध विवेकाधिष्ठित विचार मांडणाऱ्या विचारवंतांची गरज निर्माण झाली. या काळात लोकहितवादी, न्यायमूर्ती रानडे, आगरकर, डॉ. बाबासाहेब आंबेडकर, साने गुरुजी यांसारख्या विचारवंतांनी मराठी वैचारिक साहित्याला दिशा दिली. याच परंपरेत तर्कतीर्थ लक्ष्मणशास्त्री जोशी हे एक महत्त्वाचे आणि वैशिष्ट्यपूर्ण व्यक्तिमत्त्व म्हणून पुढे येतात.तर्कतीर्थ लक्ष्मणशास्त्री जोशी यांनी आपल्या लेखनातून तर्क, विवेक

आणि बुद्धिप्रामाण्य या मूल्यांना केंद्रस्थानी ठेवून धर्म, नीती, नैतिकता आणि मानवी जीवन यांचा विचार केला. परंपरेचा अंध स्वीकार न करता तिला तर्काच्या कसोटीवर तपासणे ही त्यांची वैचारिक भूमिका होती. त्यांनी धर्माला विवेकाच्या चौकटीत समजून घेण्याचा प्रयत्न केला आणि त्यामुळे त्यांचे लेखन पारंपरिक धर्मवादी विचारांपेक्षा वेगळे ठरते.

तर्कतीर्थांचे वैचारिक लेखन केवळ तत्त्वचिंतनापुरते मर्यादित न राहता समाजप्रबोधनाचे प्रभावी साधन ठरले. त्यांनी अंधश्रद्धा, कर्मकांड आणि अविवेकवाद यांवर प्रखर टीका केली आणि मानवकेंद्री, विवेकाधिष्ठित जीवनदृष्टी समाजासमोर मांडली. भारतीय तत्त्वज्ञानाचा सखोल अभ्यास, पाश्चात्त्य विचारसरणीची ओळख आणि आधुनिक विज्ञानाची जाण या त्रिसूत्रीचा प्रभाव त्यांच्या लेखनातून स्पष्टपणे दिसून येतो. मराठी वैचारिक साहित्याच्या इतिहासात तर्कतीर्थ लक्ष्मणशास्त्री जोशी यांचे योगदान अत्यंत महत्त्वाचे असले, तरी त्यांच्या विचारसरणीचा सर्वांगीण व चिकित्सक अभ्यास तुलनेने कमी प्रमाणात झालेला आढळतो. त्यामुळे त्यांच्या वैचारिक भूमिकेचे विश्लेषण करणे आणि मराठी वैचारिक साहित्याच्या विकासातील त्यांच्या योगदानाचे मूल्यमापन करणे ही काळाची गरज ठरते.

उद्देश

१. तर्कतीर्थ लक्ष्मणशास्त्री जोशी यांच्या वैचारिक लेखनाचा सखोल अभ्यास करणे.

२. मराठी वैचारिक साहित्याच्या विकासात तर्कतीर्थांचे योगदान स्पष्ट करणे.

३. तर्क, विवेकवाद आणि बुद्धिप्रामाण्य या संकल्पनांचा त्यांच्या लेखनातील उपयोग विशद करणे.

४. धर्म, नीती, समाज आणि मानवी मूल्यांविषयी तर्कतीर्थांची विचारसरणी समजून घेणे.

५. अंधश्रद्धा व रूढीपरंपरांविरुद्ध त्यांच्या विवेकाधिष्ठित भूमिकेचा अभ्यास करणे.

६. आधुनिक मराठी समाजाच्या बौद्धिक जडणघडणीत तर्कतीर्थांच्या विचारांचे महत्त्व अधोरेखित करणे.

७. मराठी वैचारिक साहित्याला त्यांनी दिलेल्या दिशादर्शक भूमिकेचे मूल्यमापन करणे.

मराठी वैचारिक साहित्याची परंपरा

मराठी साहित्यपरंपरेत वैचारिक साहित्याला एक स्वतंत्र व महत्त्वपूर्ण स्थान आहे. संतसाहित्यापासून अर्वाचीन काळापर्यंत मराठी साहित्याने समाजातील धार्मिक, नैतिक व सामाजिक प्रश्नांवर विचार मांडला आहे. संत ज्ञानेश्वर, नामदेव, तुकाराम, समर्थ रामदास यांनी भक्तीच्या माध्यमातून समाजातील विषमता, अंधश्रद्धा व कर्मकांड यांवर अप्रत्यक्षपणे भाष्य केले. संतांच्या विचारांमध्ये विवेक, नैतिकता आणि मानवकेंद्री मूल्ये आढळतात, जी पुढील वैचारिक परंपरेसाठी पायाभूत ठरली.ब्रिटिशकालीन शिक्षणाच्या प्रभावामुळे अर्वाचीन मराठी साहित्याला नवे बौद्धिक अधिष्ठान मिळाले. लोकहितवादी (गोपाल हरी देशमुख) यांनी *शतपत्रे* या लेखमालेद्वारे समाजातील रूढी, अंधश्रद्धा आणि अन्यायकारक परंपरांवर तर्कशुद्ध टीका केली. न्यायमूर्ती रानडे यांनी सामाजिक सुधारणांचा विचार मांडला, तर आगरकरांनी धर्मसुधारणेची भूमिका अधिक तीव्रपणे मांडली. या विचारवंतांनी विवेक, बुद्धिप्रामाण्य आणि सामाजिक न्याय या मूल्यांना महत्त्व दिले.विसाव्या शतकात मराठी वैचारिक साहित्य अधिक व्यापक झाले. डॉ. बाबासाहेब आंबेडकर यांनी सामाजिक विषमता, धर्म आणि राजकीय स्वातंत्र्य यांवर मूलगामी विचार मांडले. याच काळात विवेकवाद, वैज्ञानिक दृष्टिकोन आणि मानवतावाद यांवर आधारित लेखन मोठ्या प्रमाणात झाले. या समृद्ध वैचारिक परंपरेत तर्कतीर्थ लक्ष्मणशास्त्री जोशी यांचे स्थान वैशिष्ट्यपूर्ण आहे. त्यांनी पारंपरिक धर्मशास्त्रीय अभ्यास आणि आधुनिक तर्कशुद्ध विचारसरणी यांचा समन्वय साधत मराठी वैचारिक साहित्याला नवी दिशा दिली.

तर्कतीर्थ लक्ष्मणशास्त्री जोशी : व्यक्तिमत्व व वैचारिक जडणघडण

तर्कतीर्थ लक्ष्मणशास्त्री जोशी हे संस्कृत, वेद, उपनिषदे आणि भारतीय तत्त्वज्ञानाचे गाढे अभ्यासक होते. पारंपरिक पंडिती शिक्षणाबरोबरच त्यांनी आधुनिक तर्कशास्त्र आणि पाश्चात्त्य तत्त्वज्ञानाचाही अभ्यास केला होता. या दुहेरी शैक्षणिक पार्श्वभूमीमुळे त्यांच्या विचारांना प्रगल्भता व समतोल प्राप्त झाला.'तर्कतीर्थ' ही पदवीच त्यांच्या वैचारिक भूमिकेचे प्रतीक आहे. तर्काच्या आधारे सत्याचा शोध घेणे, हे त्यांच्या विचारांचे मूलभूत तत्त्व होते. परंपरेचा अंध स्वीकार न करता तिला विवेकाच्या कसोटीवर तपासणे ही त्यांची स्पष्ट भूमिका होती. त्यामुळेच ते परंपरावादी धर्ममतांचे अंध समर्थक न राहता धर्मातील विवेकशील तत्त्वांचे समर्थक ठरतात.

तर्कतीर्थांचे व्यक्तिमत्त्व निर्भीड, स्पष्टवक्ते आणि बौद्धिक प्रामाणिकतेचे होते. सामाजिक दबाव किंवा लोकप्रियतेचा विचार न करता त्यांनी आपले विचार

निर्भयपणे मांडले. त्यांच्या लेखनात भावनिक आवेशापेक्षा तर्कशुद्ध मांडणी, उदाहरणे आणि संदर्भ यांचा अधिक वापर आढळतो. त्यामुळे त्यांचे लेखन अभ्यासकांना बौद्धिक समाधान देणारे ठरते.

तर्कतीर्थांचे वैचारिक तत्वज्ञान-

तर्कतीर्थांच्या वैचारिक तत्वज्ञानाचा केंद्रबिंदू म्हणजे *बुद्धिप्रामाण्य*. कोणतीही गोष्ट केवळ परंपरेने चालत आली म्हणून स्वीकारू नये, तर ती तर्क, अनुभव आणि बुद्धीच्या कसोटीवर तपासली पाहिजे, असा त्यांचा ठाम आग्रह होता. धर्म, नीती, सामाजिक रूढी यांनाही हा नियम लागू होतो, असे ते मानत.त्यांच्या मते बुद्धी ही मानवी जीवनाची सर्वोच्च मार्गदर्शक शक्ती आहे अंधश्रद्धा, कर्मकांड आणि अविवेकवाद समाजाच्या प्रगतीला अडथळा ठरतात. त्यामुळे समाजाला विवेकशील बनविणे हे वैचारिक साहित्याचे प्रमुख कार्य असल्याचे तर्कतीर्थांनी अधोरेखित केले.

विवेकवाद

तर्कतीर्थांचा विवेकवाद हा नकारात्मक नसून विधायक स्वरूपाचा होता. त्यांनी केवळ परंपरेवर टीका केली नाही, तर परंपरेतील उपयुक्त तत्त्वे जपण्याची भूमिकाही घेतली. विवेकाच्या आधारे जे ग्राहय ठरते ते स्वीकारणे आणि जे अवैज्ञानिक आहे ते नाकारणे, ही त्यांची संतुलित भूमिका होती.

विवेकवादाच्या माध्यमातून त्यांनी समाजाला विचार करण्याची, प्रश्न विचारण्याची आणि स्वावलंबी होण्याची प्रेरणा दिली. त्यामुळे त्यांचे विचार केवळ बौद्धिक चर्चापुरते मर्यादित न राहता समाजपरिवर्तनाच्या प्रक्रियेत सक्रिय ठरले.

तर्कतीर्थांचे प्रमुख साहित्य व त्याचे विश्लेषण

तर्कतीर्थ लक्ष्मणशास्त्री जोशी यांचे वैचारिक साहित्य मराठी वैचारिक परंपरेत महत्त्वाचे स्थान राखून आहे. त्यांच्या लेखनातून तर्क, विवेक आणि बुद्धिप्रामाण्य यांचा सुसंगत आविष्कार दिसून येतो. त्यांनी विविध ग्रंथ, निबंध, लेख व व्याख्यानांद्वारे धर्म, तत्वज्ञान, नीती आणि सामाजिक प्रश्न यांवर विचार मांडले. त्यांचे लेखन अभ्यासपूर्ण, तार्किक आणि विचारप्रवर्तक स्वरूपाचे आहे.

- **वैदिक धर्म**

वैदिक धर्म हा तर्कतीर्थांचा एक महत्त्वपूर्ण ग्रंथ मानला जातो. या ग्रंथात त्यांनी वैदिक परंपरेचा अभ्यास तर्कशुद्ध पद्धतीने केला आहे. वेदांतील तत्त्वज्ञान, धार्मिक संकल्पना आणि सामाजिक मूल्ये यांचे त्यांनी चिकित्सक विश्लेषण

केले. वैदिक धर्म म्हणजे केवळ कर्मकांडांचा संच नसून त्यामागे असलेली तत्त्वज्ञानात्मक भूमिका समजून घेणे आवश्यक आहे, असे ते मांडतात.या ग्रंथात तर्कतीर्थांनी कर्मकांडावर आधारित अंधश्रद्धांचा विरोध केला असून धर्मातील नैतिक व विवेकशील तत्त्वांना अधोरेखित केले आहे. त्यामुळे हा ग्रंथ परंपरा आणि आधुनिकता यांचा समन्वय साधणारा ठरतो.

- **धर्म व विवेक**

धर्म व विवेक या ग्रंथात तर्कतीर्थांनी धर्माची संकल्पना विवेकाच्या चौकटीतून तपासली आहे. धर्म म्हणजे केवळ देवपूजा किंवा धार्मिक विधी नसून तो मानवी आचार, नैतिकता आणि समाजकल्याणाशी संबंधित असावा, असे त्यांचे मत आहे.या ग्रंथात त्यांनी धर्म आणि अंधश्रद्धा यांमधील फरक स्पष्ट केला आहे. विवेकशून्य धर्म समाजाला मागे खेचतो, तर विवेकाधिष्ठित धर्म समाजाला प्रगतीकडे नेतो, असा त्यांचा ठाम निष्कर्ष आहे. या ग्रंथामुळे मराठी वैचारिक साहित्यात धर्मविषयक चर्चेला नवी दिशा मिळाली.

- **निबंध, लेख व व्याख्याने**

तर्कतीर्थांचे निबंध व लेख हे त्यांच्या वैचारिक लेखनाचा महत्त्वाचा भाग आहेत. विविध मासिके, नियतकालिके आणि व्यासपीठांवरून त्यांनी सामाजिक, धार्मिक व तत्त्वज्ञानात्मक विषयांवर लेखन केले. त्यांच्या लेखनात भाषा साधी, स्पष्ट आणि तर्कशुद्ध असून उदाहरणांच्या साहाय्याने ते आपले विचार प्रभावीपणे मांडतात.त्यांची व्याख्यानेही अत्यंत प्रभावी होती. श्रोत्यांना विचार करण्यास प्रवृत्त करणारी, प्रश्न निर्माण करणारी आणि विवेकशील बनविणारी अशी त्यांची व्याख्याने होती. त्यामुळे त्यांचा प्रभाव केवळ वाचकांपुरता मर्यादित न राहता व्यापक समाजावर पडलेला दिसून येतो.

अंधश्रद्धा व रुढी-विरोधी भूमिका

तर्कतीर्थ लक्ष्मणशास्त्री जोशी यांनी अंधश्रद्धा, कर्मकांड आणि अविवेकवादी रूढी यांविरुद्ध ठाम भूमिका घेतली. त्यांच्या मते अंधश्रद्धा ही मानवी बुद्धीच्या विकासाला अडथळा ठरते. धर्माच्या नावाखाली चालणाऱ्या अवैज्ञानिक प्रथा समाजात भीती, अज्ञान आणि शोषण वाढवतात, असे त्यांनी स्पष्टपणे मांडले.

अंधश्रद्धांचा विरोध करताना त्यांनी केवळ टीका केली नाही, तर तर्क आणि अनुभव यांच्या आधारे सत्याचा शोध घेण्याची पद्धत सुचवली. त्यामुळे त्यांचा विवेकवाद विधायक स्वरूपाचा ठरतो. त्यांनी समाजाला प्रश्न विचारण्याची सवय लावली आणि प्रत्येक गोष्ट बुद्धीच्या कसोटीवर तपासण्याची शिकवण दिली.

मराठी समाजावर तर्कतीर्थांच्या विचारांचा प्रभाव

तर्कतीर्थांच्या वैचारिक लेखनाचा मराठी समाजावर दीर्घकालीन प्रभाव पडलेला दिसून येतो. त्यांच्या विचारांमुळे विवेकवाद, बुद्धिप्रामाण्य आणि वैज्ञानिक दृष्टिकोन यांना बळ मिळाले. शिक्षित वर्गासोबतच सामान्य वाचकांनाही त्यांच्या लेखनाने विचारप्रवृत्त केले.मराठी वैचारिक साहित्याच्या अभ्यासकांसाठी तर्कतीर्थांचे लेखन आजही संदर्भग्रंथासारखे मानले जाते. त्यांच्या विचारांनी पुढील पिढीतील लेखक, विचारवंत आणि समाजसुधारकांना प्रेरणा दिली. त्यामुळे मराठी वैचारिक परंपरेत त्यांचे योगदान दीर्घकालीन व प्रभावी ठरले आहे.

मराठी वैचारिक साहित्याला तर्कतीर्थांचे योगदान

मराठी वैचारिक साहित्याच्या विकासात तर्कतीर्थ लक्ष्मणशास्त्री जोशी यांचे योगदान अत्यंत महत्त्वाचे व दिशादर्शक स्वरूपाचे आहे. त्यांनी वैचारिक लेखनाला तर्क, विवेक आणि बुद्धिप्रामाण्य यांचे भक्कम अधिष्ठान दिले. पारंपरिक धर्मशास्त्रीय अभ्यास आणि आधुनिक तत्त्वज्ञान यांचा समन्वय साधून त्यांनी मराठी वैचारिक साहित्याचा आशय अधिक व्यापक केला. तर्कतीर्थांनी धर्म, नीती, नैतिकता आणि सामाजिक प्रश्न यांवर विवेकाधिष्ठित भूमिका मांडली. त्यांच्या लेखनामुळे धर्मविचार भावनिक किंवा कर्मकांडप्रधान न राहता बौद्धिक आणि तर्कशुद्ध बनला. त्यामुळे मराठी वैचारिक साहित्याला चिकित्सक दृष्टिकोन प्राप्त झाला. अंधश्रद्धा, रूढी आणि अविवेकवाद यांविरुद्ध त्यांनी निर्भीडपणे भूमिका घेतली. या भूमिकेमुळे समाजात प्रश्न विचारण्याची, विचारस्वातंत्र्य जपण्याची आणि बुद्धीच्या आधारे निर्णय घेण्याची प्रवृत्ती वाढली. त्यामुळे तर्कतीर्थांचे योगदान केवळ साहित्यिक न राहता सामाजिक परिवर्तनाशी जोडलेले आहे.

निष्कर्ष –

१) तर्कतीर्थ लक्ष्मणशास्त्री जोशी यांनी मराठी वैचारिक साहित्याला तर्क, विवेक आणि बुद्धिप्रामाण्य यांचे सशक्त अधिष्ठान दिले.

२) त्यांच्या लेखनामुळे मराठी समाजाच्या बौद्धिक जडणघडणीत महत्त्वपूर्ण बदल घडून आले.

३) धर्म, नीती आणि सामाजिक मूल्यांविषयी त्यांनी मांडलेली विवेकाधिष्ठित भूमिका आजच्या विज्ञानप्रधान युगातही मार्गदर्शक ठरते.

४) अंधश्रद्धा व रूढींविरुद्ध त्यांनी दिलेला बौद्धिक लढा मराठी वैचारिक परंपरेत एक महत्त्वाचा टप्पा ठरतो.

संदर्भग्रंथ सूची

१. जोशी, लक्ष्मणशास्त्री - वैदिक धर्म

२. जोशी, लक्ष्मणशास्त्री धर्म व विवेक

३. देशमुख, गो. ह. – *शतपत्रे*

४. कुलकर्णी, अ. रा. – मराठी वैचारिक साहित्याचा इतिहास

५. मराठी विश्वकोश – संबंधित नोंदी

६. विविध संशोधन निबंध व नियतकालिके

****

- लेखक

प्रा. शुभांगी किशोर लामसोगे, जवाहरलाल नेहरू कला, वाणिज्य व विज्ञान महाविद्यालय, वाडी, नागपूर

20

तर्कतीर्थ लक्ष्मणशास्त्री जोशी यांच्या तत्त्वज्ञानाचा वर्तमान भारतीय समाजावर प्रभाव - बंडू भाऊसाहेब पार्टेकर

<u>प्रस्तावना-</u>

तर्कतीर्थ लक्ष्मणशास्त्री जोशी यांचे २०२५ हे शतकोत्तरी रौप्य महोत्सवी वर्ष आहे.महाराष्ट्राच्या बौद्धिक, सामाजिक व सांस्कृतिक इतिहासात तर्कतीर्थ लक्ष्मणशास्त्री जोशी (इ.स. १९०१–१९९४) यांचे स्थान अत्यंत महत्त्वाचे आहे. ते केवळ संस्कृत पंडित, न्याय-तर्कशास्त्राचे आचार्य किंवा धर्मशास्त्राचे अभ्यासक नव्हते, तर विवेकवाद, मानवतावाद आणि समाजसुधारणेचे प्रभावी प्रवक्ते होते. भारतीय परंपरेतील शास्त्रीय तर्कबुद्धी, पाश्चात्त्य तर्कशास्त्र आणि आधुनिक समाजविचार यांचा सुसंवादी संगम त्यांच्या विचारांमध्ये दिसून येतो. त्यांनी तत्त्वज्ञान केवळ ग्रंथबद्ध न ठेवता सामाजिक व्यवहाराशी जोडले. आजच्या भारतीय समाजात वैज्ञानिक दृष्टिकोन, विवेकवाद, सामाजिक समता, अंधश्रद्धा

निर्मूलन, लोकशाही मूल्ये आणि बौद्धिक स्वातंत्र्य यांची जी चर्चा होते, तिच्या मुळाशी तर्कतीर्थांच्या विचारांचा ठळक प्रभाव दिसून येतो. परंपरेचे सखोल ज्ञान असूनही त्यांनी परंपरेचे अंधानुकरण न करता तर्क, बुद्धिवाद व आधुनिक मूल्यांच्या कसोटीवर तिचे मूल्यमापन केले. त्यांचे विचार आजच्या भारतीय समाजात विशेषतः विवेकवाद, वैज्ञानिक दृष्टिकोन, सामाजिक समता, धर्मनिरपेक्षता आणि वैचारिक स्वातंत्र्य या क्षेत्रांत स्पष्टपणे प्रभाव टाकताना दिसतात. प्रस्तुत शोधनिबंधात तर्कतीर्थ लक्ष्मणशास्त्री जोशी यांच्या तत्वज्ञानाचा वर्तमान भारतीय समाजावर झालेला प्रभाव सविस्तरपणे अभ्यासला आहे.

शोधनिबंधाचा उद्देश

तर्कतीर्थ लक्ष्मणशास्त्री जोशी यांच्या तत्वज्ञानाचे स्वरूप स्पष्ट करणे, त्यातील प्रमुख संकल्पना उलगडणे आणि त्या संकल्पनांचा वर्तमान भारतीय समाजावर झालेला व होत असलेला प्रभाव अभ्यासणे हा आहे.

संशोधन पद्धती

तर्कतीर्थ लक्ष्मणशास्त्री जोशी यांच्या तत्वज्ञानाचे स्वरूप स्पष्ट करणे, त्यातील प्रमुख संकल्पना उलगडणे आणि त्या संकल्पनांचा वर्तमान भारतीय समाजावर झालेला व होत असलेला प्रभाव अभ्यासणे हा प्रमुख उद्देश या शोधनिबंधाचा असून प्रस्तुत शोधनिबंधासाठी दुय्यम स्त्रोताचा उपयोग करण्यात आला आहे.

तर्कतीर्थ लक्ष्मणशास्त्री जोशी : जीवन व वैचारिक पार्श्वभूमी-

लक्ष्मणशास्त्री जोशी यांचा जन्म एका पारंपरिक ब्राह्मण कुटुंबात १९०१ साली झाला. संस्कृत, वेद, उपनिषदे, स्मृती, न्याय-दर्शन, मीमांसा, व्याकरण इत्यादींचे त्यांनी सखोल अध्ययन केले. काशी, पुणे यांसारख्या विद्वत्तेच्या केंद्रांत त्यांनी शिक्षण घेतले. परंतु या पारंपरिक शिक्षणाबरोबरच पाश्चात्य तत्वज्ञान, आधुनिक विज्ञान, समाजशास्त्र आणि राजकीय विचार यांचा त्यांनी गंभीर अभ्यास केला.त्यांच्या वैचारिक जडणघडणीवर लोकमान्य टिळक, महात्मा गांधी, डॉ. बाबासाहेब आंबेडकर, तसेच युरोपीय विवेकवादी परंपरेचा प्रभाव दिसतो. मात्र त्यांनी कोणत्याही एका विचारधारेला अंधपणे स्वीकारले नाही. तर्क, अनुभव आणि मानवकल्याण हा त्यांच्या विचारांचा केंद्रबिंदू होता. 'तर्कतीर्थ' ही उपाधी त्यांच्या तर्कशास्त्रीय प्रावीण्यामुळेच त्यांना प्राप्त झाली.त्यांचा काळ हा भारतीय समाज संक्रमणावस्थेत असलेला काळ होता. ब्रिटिश राजवट, सामाजिक विषमता, जातिभेद, अंधश्रद्धा आणि शिक्षणाचा अभाव या पार्श्वभूमीवर

तर्कतीर्थांचे विचार घडले. त्यांनी परंपरेचा अंध स्वीकार न करता विवेकाच्या कसोटीवर चिकित्सा केली.

<u>तर्कतीर्थांची ग्रंथसंपदा -</u>

१. शुद्धिसर्वस्वम् (१९३४)
२. आनंदमीमांसा (१९३८)
३. हिंदुधर्माची समीक्षा (१९४१)
४. जडवाद (१९४१)
५. ज्योति-निबंध (१९४७)
६. वैदिक संस्कृतीचा विकास (१९५१)
७. आधुनिक मराठी साहित्याची समीक्षा व रससिद्धान्त (१९७३)
८. राजवाडे लेखसंग्रह (१९६४)
९. लोकमान्य टिळक लेखसंग्रह (१९६९)

हे त्यांचे उल्लेखनीय ग्रंथ आहेत. त्यांच्या 'वैदिक संस्कृतीचा विकास' या ग्रंथास साहित्य अकादमीचा पुरस्कार मिळालेला पहिला मराठी ग्रंथ आहे. महाराष्ट्रातल्या बुद्धिवादी विचारवंतांच्या थोर परंपरेतच शास्त्रीजींचे कार्य मोडते. संस्कृत पंडित म्हणून भारत सरकारने त्यांना 'पद्मविभूषण' पुरस्कारने गौरविले आहे.

<u>तर्कतीर्थांचे तत्त्वज्ञान :</u>

१ तर्क आणि विवेकाचा आग्रह

तर्कतीर्थांच्या तत्त्वज्ञानाचा पाया म्हणजे *तर्क*. त्यांच्यामते कोणताही विचार, परंपरा किंवा श्रद्धा ही तर्काच्या कसोटीवर तपासली गेली पाहिजे. "श्रद्धा असावी, पण ती बुद्धीला गहाण ठेवून नसावी," हे त्यांचे प्रसिद्ध मत आहे.आजच्या भारतीय समाजात अंधश्रद्धा, कर्मकांड, अवैज्ञानिक समजुती मोठ्या प्रमाणावर आढळतात. अशा परिस्थितीत तर्कतीर्थांचा विवेकवाद समाजाला प्रश्न विचारायला शिकवतो हे खरं आहे का? यामागे पुरावा काय आहे? तर्कतीर्थांच्या विचारांचा केंद्रबिंदू म्हणजे विवेक. कोणतीही गोष्ट परंपरेने चालत आली आहे म्हणून स्वीकारायची नाही, तर ती बुद्धी, तर्क आणि अनुभव यांच्या आधारे तपासली पाहिजे, हा त्यांचा आग्रह होता. विवेकवाद हा त्यांच्या मते सामाजिक प्रगतीचा मूलाधार आहे.

२. धर्माची विवेकी मांडणी

तर्कतीर्थ धर्मविरोधी नव्हते, पण धर्माच्या नावावर होणाऱ्या अन्यायाचे ते तीव्र विरोधक होते. त्यांच्या मते धर्म हा माणसाच्या नैतिक उन्नतीसाठी असावा,

माणसाला गुलाम बनवण्यासाठी नव्हे.त्यांनी स्पष्टपणे सांगितले की, धर्मग्रंथ हे ऐतिहासिक संदर्भात लिहिलेले असतात; त्यामुळे त्यांचे अर्थ बदलत्या काळानुसार विवेकाने लावले पाहिजेत. ही भूमिका आजच्या धर्मनिरपेक्ष भारताच्या संकल्पनेशी सुसंगत आहे.

३. मानवतावाद आणि नैतिकता

तर्कतीर्थांच्या तत्त्वज्ञानात मानव केंद्रस्थानी आहे. जात, धर्म, लिंग, भाषा यांपेक्षा माणूस महत्त्वाचा आहे. नैतिकतेचा स्रोत धर्मग्रंथ नसून मानवी विवेक व सहवेदना आहे, असे ते मानत.आजच्या काळात स्त्रीहक्क, दलित चळवळ, LGBTQ यांचे हक्क, अल्पसंख्याकांचे प्रश्न या सर्व संदर्भात मानवतावादी दृष्टिकोन अत्यंत महत्त्वाचा ठरतो.

४. वैज्ञानिक दृष्टिकोन

तर्कतीर्थांनी विज्ञानाला केवळ प्रयोगशाळेपुरते मर्यादित न ठेवता जीवनदृष्टी म्हणून स्वीकारले. कारण–परिणाम संबंध, निरीक्षण, पुरावा आणि पुनरावलोकन या वैज्ञानिक पद्धती समाजजीवनातही लागू कराव्यात, असे ते मानत.

५. भारतीय दर्शनाची तर्काधिष्ठित मांडणी

तर्कतीर्थांनी भारतीय दर्शनशास्त्राला आधुनिक तर्कशास्त्राच्या चौकटीत समजावून सांगितले. वेद, उपनिषदे, दर्शनग्रंथ यांतील विचार विवेकसुसंगत आहेत, हे दाखवण्याचा त्यांनी प्रयत्न केला; मात्र अवैज्ञानिक आणि अंधश्रद्धात्मक बाबींवर कठोर टीका केली.

६. नैतिकता आणि सामाजिक जबाबदारी

तर्कतीर्थांच्या मते तत्त्वज्ञान हे केवळ वैयक्तिक मोक्षापुरते मर्यादित नसून सामाजिक कल्याणाशी जोडलेले असले पाहिजे. नैतिकता ही धर्माधारित नसून मानवी विवेकावर आधारित असावी, असे ते मानत.

<u>तर्कतीर्थ लक्ष्मणशास्त्री जोशी यांच्या तत्त्वज्ञानाचा वर्तमान भारतीय समाजावर प्रभाव --</u>

वर्तमान भारतीय समाजात अंधश्रद्धा निर्मूलन चळवळीचा जो पाया आहे, त्यामागे तर्कतीर्थांसारख्या विचारवंतांचे योगदान मोठे आहे. त्यांनी अंधश्रद्धांवर थेट हल्ला केला नाही, तर त्यामागील तर्कदोष स्पष्ट केले.चमत्कार,दैववाद,कर्मकांड,यांवर विवेकाच्या आधारे प्रश्न विचारण्याची सवय त्यांनी समाजाला लावली.आज भारतात कार्यरत असलेल्या अनेक विवेकवादी, वैज्ञानिक दृष्टिकोन प्रसारक संस्था तर्कतीर्थांच्या विचारपरंपरेतून प्रेरणा घेतात.तर्कतीर्थांच्या मते लोकशाही केवळ मतदानाची प्रक्रिया नसून ती

विवेकशील नागरिकांवर उभी असते. नागरिकांनी प्रश्न विचारले नाहीत, टीका केली नाही, तर लोकशाही दुर्बल होते.आजच्या भारतीय समाजात अभिव्यक्ती स्वातंत्र्य, बौद्धिक वादविवाद, सार्वजनिक चर्चा यांचे जे महत्त्व अधोरेखित केले जाते, त्यामागे तर्कतीर्थांच्या सार्वजनिक विवेकाच्या संकल्पनेचा प्रभाव दिसतो. सामाजिक माध्यमांवरील विवेकी चर्चा, तथ्याधारित लेखन आणि विश्लेषणात्मक पत्रकारिता यांमध्येही हा प्रभाव जाणवतो. तर्कतीर्थांनी जातिभेदाला तर्काच्या कसोटीवर तपासले आणि त्यातील विसंगती उघड केल्या. जन्मावर आधारित श्रेष्ठ-कनिष्ठता ही अवैज्ञानिक आणि अमानवी आहे, असे त्यांचे स्पष्ट मत होते.वर्तमान भारतीय समाजातील सामाजिक न्याय,समता,संविधानिक मूल्ये आणि मानवी हक्क यांची चर्चा तर्कतीर्थांच्या विवेकवादी परंपरेशी जोडलेली आहे. डॉ. बाबासाहेब आंबेडकरांच्या विचारांशीही तर्कतीर्थांच्या विवेकवादी भूमिकेचे बौद्धिक साम्य आढळते.तर्कतीर्थांनी धर्म नाकारला नाही; मात्र धर्माला विवेकाधिष्ठित करण्याचा आग्रह धरला. त्यांच्या मते धर्म हा नैतिक मूल्यांचा स्रोत असू शकतो, पण तो अंधश्रद्धेचे साधन होता कामा नये.आजच्या भारतीय समाजात 'परंपरा आणि आधुनिकता' यांतील समतोल साधण्याचा जो प्रयत्न सुरू आहे, त्यामागे तर्कतीर्थांच्या विचारांची छाया आहे. सुधारित धार्मिक दृष्टिकोन, विवेकशील अध्यात्म आणि सामाजिक जबाबदारीची जाणीव या प्रवृत्तींमध्ये त्यांचा प्रभाव दिसतो.

<u>तर्कतीर्थ लक्ष्मणशास्त्री जोशी यांच्या तत्त्वज्ञानाचा सामाजिक सुधारणांवरील प्रभाव --</u>

तर्कतीर्थांनी जन्माधिष्ठित जातिव्यवस्थेवर कठोर टीका केली. त्यांनी स्मृतीग्रंथांचा अभ्यास करून दाखवून दिले की, जातिव्यवस्था ही अपरिवर्तनीय दैवी रचना नसून ऐतिहासिक सामाजिक व्यवस्था आहे.आजच्या भारतीय समाजात जातिव्यवस्थेचे अवशेष अजूनही आहेत. आरक्षण, सामाजिक न्याय, समान संधी या चर्चा करताना तर्कतीर्थांचा विवेकवादी दृष्टिकोन मार्गदर्शक ठरतो.स्त्रियांच्या बाबतीत धार्मिक व सामाजिक अन्याय होत असल्याचे तर्कतीर्थांनी स्पष्टपणे मांडले. बालविवाह, विधवांची दयनीय अवस्था, शिक्षणाचा अभाव यावर त्यांनी लेखन व व्याख्याने दिली.आज स्त्रियांच्या शिक्षणात व सार्वजनिक सहभागात झालेली वाढ ही अशा विवेकवादी परंपरेचे फलित आहे.तर्कतीर्थांचे विचार महाराष्ट्रातील अंधश्रद्धा निर्मूलन चळवळीचे वैचारिक अधिष्ठान मानले जातात. नरेंद्र दाभोलकर, डॉ. जयंत नारळीकर यांसारख्या विवेकवादी विचारवंतांच्या कार्याशी त्यांचे विचार सुसंगत आहेत.भारतीय

संविधानात नमूद केलेला *वैज्ञानिक दृष्टिकोन* हा प्रत्यक्षात तर्कतीर्थांच्या विचारांचा आधुनिक अवतार आहे.

<u>तर्कतीर्थ लक्ष्मणशास्त्री जोशी यांच्या तत्त्वज्ञानाचा शिक्षणव्यवस्थेवरील प्रभाव --</u>

तर्कतीर्थांनी शिक्षणाला समाजपरिवर्तनाचे साधन मानले. केवळ पाठांतरप्रधान शिक्षणाऐवजी विचारक्षम, प्रश्न विचारणारे आणि स्वतंत्र मत बनवणारे शिक्षण आवश्यक आहे, असे ते म्हणत.वर्तमान भारतीय शिक्षणव्यवस्थेत 'क्रिटिकल थिंकिंग', 'लॉजिकल रीझनिंग', यांवर दिला जाणारा भर हा तर्कतीर्थांच्या विचारांशी सुसंगत आहे. स्पर्धा परीक्षा, उच्च शिक्षण आणि संशोधन क्षेत्रात तर्कशुद्ध विचारसरणीला दिलेले महत्त्व त्यांच्या तत्त्वज्ञानाचा अप्रत्यक्ष प्रभाव दर्शवते. तर्कतीर्थांनी शिक्षणाला केवळ उपजीविकेचे साधन न मानता, माणसाला स्वतंत्र विचार करण्यास सक्षम करणारी प्रक्रिया मानली. आजच्या उच्च शिक्षणातील मुक्त विचार, प्रश्न विचारण्याची संस्कृती, अभ्यासक्रमातील समालोचनात्मक दृष्टिकोन यामागे अशा विचारांचा प्रभाव दिसतो.

<u>तर्कतीर्थ लक्ष्मणशास्त्री जोशी यांच्या तत्त्वज्ञानाचा समकालीन विवेकवादी चळवळींवर प्रभाव --</u>

महाराष्ट्र आणि भारतातील विवेकवादी चळवळी, विज्ञानप्रसारक संस्था, अंधश्रद्धा निर्मूलन समित्या या सर्वांवर तर्कतीर्थांच्या विचारांचा वैचारिक प्रभाव आहे. थेट उल्लेख नसला तरी तर्क, प्रश्न आणि पुरावा यांवर आधारित भूमिका ही त्यांचीच परंपरा पुढे नेते.

<u>तर्कतीर्थ लक्ष्मणशास्त्री जोशी यांचे तत्त्वज्ञान आणिवर्तमान भारतीय समाजातील संदर्भ --</u>

आज भारतात एकीकडे तंत्रज्ञान, विज्ञान, जागतिकीकरण आहे, तर दुसरीकडे धार्मिक कट्टरता, अफवा, अंधश्रद्धा यांचा उद्रेक आहे. या विरोधाभासी परिस्थितीत तर्कतीर्थांचे तत्त्वज्ञान अधिकच समकालीन ठरते.

सोशल मीडियावर पसरवले जाणारे अपप्रचार यांना तर्कतीर्थांचा विवेकवादी दृष्टिकोन प्रश्न विचारायला शिकवतो.

<u>तर्कतीर्थ लक्ष्मणशास्त्री जोशी यांच्या तत्वज्ञानाच्या मर्यादा व टीका ---</u>

काही टीकाकारांच्या मते तर्कतीर्थांचा विवेकवाद पारंपरिक श्रद्धाळू समाजाला स्वीकारणे कठीण जाते. परंतु हीच त्यांची ताकद आहे ते सोपे उत्तर देत नाहीत, तर विचार करायला भाग पाडतात. तर्कतीर्थांच्या तत्त्वज्ञानावर काही टीकाही

झाल्या. काहींच्या मते त्यांचा विवेकवाद अतिशय बौद्धिक असून तो सर्वसामान्य माणसापर्यंत पोहोचण्यात मर्यादित राहिला. तसेच भावनिक, सांस्कृतिक घटकांना त्यांनी कमी महत्त्व दिले, असा आक्षेपही घेतला जातो. या टीकांमधूनही त्यांच्या विचारांची गंभीरता आणि प्रभाव अधोरेखित होतो.

निष्कर्ष -

तर्कतीर्थ लक्ष्मणशास्त्री जोशी यांचे तत्त्वज्ञान हे केवळ ऐतिहासिक किंवा शैक्षणिक महत्त्वाचे नाही, तर वर्तमान भारतीय समाजासाठी अत्यंत उपयुक्त आहे. विवेक, मानवतावाद, वैज्ञानिक दृष्टिकोन आणि सामाजिक न्याय या मूल्यांची गरज आज पूर्वीपेक्षा अधिक आहे.त्यांचे विचार समाजाला अंधश्रद्धेपासून विवेकाकडे, अन्यायापासून न्यायाकडे आणि परंपरेपासून प्रगतीकडे नेणारे दीपस्तंभ ठरतात. तर्कतीर्थ लक्ष्मणशास्त्री जोशी यांचे तत्त्वज्ञान हे भारतीय परंपरा आणि आधुनिक विवेक यांचा सेतू आहे. वर्तमान भारतीय समाजात वैज्ञानिक दृष्टिकोन, विवेकवाद, सामाजिक समता, लोकशाही मूल्ये आणि अंधश्रद्धा निर्मूलन या सर्व क्षेत्रांमध्ये त्यांच्या विचारांचा थेट किंवा अप्रत्यक्ष प्रभाव स्पष्टपणे दिसून येतो. बदलत्या काळातही त्यांचे विचार कालातीत ठरतात, कारण ते मानवी बुद्धी, तर्क आणि नैतिकतेवर आधारित आहेत. त्यामुळे तर्कतीर्थांचे तत्त्वज्ञान हे आजच्या आणि उद्याच्या भारतीय समाजासाठी मार्गदर्शक ठरते.

संदर्भसूची

१.जोशी, लक्ष्मणशास्त्री. *धर्म आणि विवेक.* पुणे : देशमुख प्रकाशन.

२.जोशी, लक्ष्मणशास्त्री. *परंपरा आणि परिवर्तन.* पुणे : साधना प्रकाशन.

३.कीर, धनंजय. *महाराष्ट्रातील विवेकवादी परंपरा.* मुंबई : पॉप्युलर प्रकाशन.

४.दाभोलकर, नरेंद्र. *अंधश्रद्धा निर्मूलन.* पुणे : साधना.

५.भारतीय संविधान, अनुच्छेद 51A (वैज्ञानिक दृष्टिकोन).

६. जोशी, लक्ष्मणशास्त्री – *भारतीय तत्त्वज्ञान आणि तर्क.*

७. खांडेकर, वि. स. – *महाराष्ट्रातील विचारवंत.*

८. देशमुख, रा. ना. – *विवेकवादाची परंपरा.*

९. केळकर, ना. गो. – *आधुनिक महाराष्ट्राचा वैचारिक इतिहास.*

****

- लेखक

बंडू भाऊसाहेब पाटेकर, सहायक प्राध्यपक (समाजशास्त्र विभाग), शासकीय ज्ञान विज्ञान महाविद्यालय,

छत्रपती संभाजीनगर

21

तर्कतीर्थांचे हिंदूधर्म संकल्पनेविषयी विचार - मनीषा जाधव

१. प्रस्तावना

तर्कतीर्थ लक्ष्मणशास्त्री जोशी हे विसाव्या शतकातील महाराष्ट्राच्या नव्हे, तर भारताच्या वैचारिक विश्वातील एक उत्तुंग व्यक्तिमत्व होते. प्रखर बुद्धिमत्ता, अगाध पांडित्य आणि आधुनिक समाजशास्त्रीय दृष्टी यांचा संगम त्यांच्या व्यक्तिमत्त्वात झालेला दिसतो. शास्त्रीजींनी प्राचीन भारतीय विद्यांचा, विशेषतः वेद, उपनिषदे आणि षड्दर्शनांचा सखोल अभ्यास केला होता. मात्र, हे पांडित्य केवळ परंपरा जपण्यापुरते मर्यादित नव्हते, तर त्यांनी या ज्ञानाचा उपयोग आधुनिक काळातील सामाजिक प्रश्नांची सोडवणूक करण्यासाठी केला. 'तर्कतीर्थ' ही पदवी त्यांच्या तार्किक क्षमतेची साक्ष देते, तर त्यांचे 'हिंदूधर्माची समीक्षा' आणि 'वैदिक संस्कृतीचा विकास' हे ग्रंथ त्यांच्या वैचारिक क्रांतीचे दस्तऐवज मानले जातात.

शास्त्रीजींनी ज्या काळात आपले लेखन आणि कार्य केले, तो काळ भारताच्या स्वातंत्र्यलढ्याचा आणि सामाजिक पुनर्रचनेचा होता. या काळात हिंदू धर्माकडे पाहण्याचे दोन प्रमुख दृष्टिकोन होते: एक सनातनी आणि दुसरा सुधारणावादी. तर्कतीर्थांनी या दोन्हीच्या पलीकडे जाऊन धर्माची एक व्यापक, मानवी आणि ऐतिहासिक चिकित्सा केली. त्यांच्या मते, धर्म ही कोणतीही स्थिर किंवा जड

गोष्ट नसून ती मानवी जीवनाच्या विकासासोबत बदलत जाणारी एक गतिशील प्रक्रिया आहे. त्यांनी धर्माला केवळ पोथीनिष्ठ न ठेवता, त्याला विज्ञानाच्या आणि मानवी हिताच्या कसोटीवर घासून पाहिले.

प्रस्तुत शोधनिबंधात तर्कतीर्थ लक्ष्मणशास्त्री जोशी यांनी मांडलेली 'हिंदूधर्म' ही संकल्पना नेमकी काय होती, याचा सविस्तर ऊहापोह करण्यात आला आहे. त्यांनी धर्माची केलेली ऐतिहासिक मांडणी, वर्णव्यवस्थेवर केलेले प्रहार, धर्मसुधारणेची आवश्यकता आणि धर्माचा आधुनिक विवेकवादाशी असणारा संबंध या मुद्द्यांचा आधार घेऊन त्यांच्या विचारांचे विश्लेषण येथे केले आहे. हिंदू धर्मातील जे कालसुसंगत आहे त्याचे जतन आणि जे जाचक आहे त्याचा त्याग, हा त्यांच्या विचारांचा केंद्रबिंदू कसा राहिला आहे, हे स्पष्ट करणे हा या शोधनिबंधाचा मुख्य उद्देश आहे.

२. मुख्य उद्देश

1. धर्माच्या ऐतिहासिक प्रवाहाचे विश्लेषण करणे.
2. धर्म आणि विवेकवाद यांच्यातील सहसंबंध स्पष्ट करणे
3. सामाजिक समता आणि धर्मसुधारणेचा अभ्यास करणे
4. मानवतावादी धर्मसंकल्पनेचे स्वरूप उलगडणे.

३. हिंदू धर्माची व्याख्या:

"अत्यंत भव्य, उदात्त जीवन आचरण पद्धती, लवचिकता, सर्व प्राणीमात्रांच्या कल्याणाची इच्छा बाळगणारा, विश्व निर्मात्या प्रति सदैव कृतज्ञता अंगी बाळगणारा महान धर्म म्हणजे हिंदू धर्म होय."[१]

४. हिंदू धर्माचे तत्त्वज्ञान:

हिंदू तत्त्वज्ञान अनुसार जे काही सत्य आहे ते फक्त ब्रह्मच आहे. सृष्टीतील सर्व प्राणीमात्रांमध्ये आत्म्याचे अस्तित्व आहे. वैदिक दृष्टीने मानवी जीवन हे वासनांचे गाठोडे असून मानवाच्या इच्छा आकांक्षा ह्याच मानवाला जन्ममृत्यूच्या चक्रव्यूहात अडवत असतात. मोक्ष हे मानवी जीवनाचे अंतिम सत्य आहे.

हिंदूं धर्माची समीक्षा समीक्षा करणाऱ्यांनी धर्म तीन स्वरूपात विशद केला आहे. १) एहिक वादी,२) पारमार्थिक,३) उभयवादी. एक वाद्यांच्या म्हणण्यानुसार चातुर्वर्ण्य, आश्रम व्यवस्था, सत्य अहिंसा मूल्य नीती धर्म व्यवहार कुलाचार यांचे हिंदू धर्मात प्राबल्य असून या सर्व गोष्टी धर्माचे साध्य आहे. परमार्थिक

हिंदू धर्माचे समर्थन करणाऱ्या पक्षाचे म्हणणे असे असते की प्रपंच व परमार्थ साधने हेच हिंदू धर्माचे साध्य व ध्येय आहे तसेच उभयवादी असे म्हणतात की, हिंदू धर्म पूर्ण आध्यात्मिक धर्म आहे ,म्हणजेच आत्मप्राप्ती मोक्षादी निर्वाण इत्यादी उद्देशांकडे नेणारा धर्म म्हणून हिंदू धर्माकडे पाहिले जाते. पहिला पक्ष मात्र असमर्थनीय आहे. वैदिक धर्म म्हणून प्रचलित असलेला हिंदू धर्म एक आहे त्या अर्थाने तो भौतिक वादी ठरतो. परंतु यात जादूटोणा मंत्र तंत्र फल ज्योतिष्य नवस इत्यादी तत्वे विज्ञान शुद्ध नाहीत .वैदिक काळात जन्मलेल्या उपनिषदांनी या कल्पनात क्रांती घडवून आणली तसेच आगामी बौद्धिक प्रगतीचा मार्ग प्रशस्त केला.[२]

४.१. धर्माचा प्रवाह आणि परिवर्तनशीलता

शास्त्रीजींच्या मते, हिंदूधर्माचे सर्वात मोठे वैशिष्ट्य म्हणजे त्याची परिवर्तनशीलता. त्यांनी स्पष्ट केले की, वैदिक काळातील धर्म, उपनिषद काळातील तत्त्वज्ञान आणि पुराणांमधील भक्तिमार्ग हे सर्व एकाच धर्माचे भाग असले तरी त्यांच्या स्वरूपात मोठे बदल झाले आहेत. कोणताही धर्म हा काळानुरूप स्वतःमध्ये बदल करत नाही तोपर्यंत तो जिवंत राहू शकत नाही. हिंदूधर्माने अनेक आक्रमणे आणि अंतर्गत विरोध पचवून आपले अस्तित्व टिकवून ठेवले, कारण त्यामध्ये लवचिकता होती. मात्र, ही लवचिकता कधीकधी कर्मकांडांच्या ओझ्याखाली दबली गेली, ज्यावर तर्कतीर्थांनी कठोर टीका केली.

४.२. वैदिक संस्कृती आणि यज्ञाचे स्वरूप

तर्कतीर्थांनी वेदांचा अभ्यास करताना केवळ मंत्रांचा अर्थ लावला नाही, तर त्या काळातील समाजव्यवस्थेचे विश्लेषण केले. सुरुवातीच्या काळात यज्ञसंस्था ही केवळ धार्मिक विधी नसून ती एक आर्थिक आणि सामाजिक गरज होती, असे त्यांनी मांडले. मात्र, कालांतराने या यज्ञांमध्ये होणारी पशूहत्या आणि वाढते कर्मकांड यामुळे धर्म हा सामान्यांपासून दूर गेला. यातूनच पुढे उपनिषदांनी 'ज्ञान' मार्गाचा पुरस्कार केला. शास्त्रीजींच्या मते, वैदिक धर्मातील हा ज्ञानाचा आणि तर्काचा वारसा पुढे नेणे हीच खरी धर्मनिष्ठा आहे.

४.३. वर्णव्यवस्था आणि तिचे ऐतिहासिक शोषण

हिंदूधर्माच्या ऐतिहासिक स्वरूपाचे विश्लेषण करताना तर्कतीर्थांनी वर्णव्यवस्थेवर अत्यंत वस्तुनिष्ठपणे प्रकाश टाकला. त्यांच्या मते, सुरुवातीला वर्णव्यवस्था ही श्रमविभाजनावर आधारित असावी, परंतु कालांतराने ती जन्मावर आधारित होऊन विषमतेचे उगमस्थान बनली. शास्त्रीजींनी हे ठामपणे मांडले की, चातुर्वर्ण्य व्यवस्था ही मानवी प्रगतीच्या मार्गातील सर्वात मोठा

अडथळा आहे. त्यांनी धर्मशास्त्रांचा आधार घेऊन हे सिद्ध केले की, स्मृती आणि पुराणांमधील अनेक वचने ही विशिष्ट गटांचे वर्चस्व टिकवण्यासाठी नंतर घुसवली गेली असावीत.

४.४. अद्वैत तत्त्वज्ञान आणि समतेचा पाया

शास्त्रीजींनी हिंदूधर्मातील 'अद्वैत' संकल्पनेचे आधुनिक विश्लेषण केले. "अहं ब्रह्मास्मि" किंवा "तत्त्वमसि" यांसारखी महावाक्ये केवळ आध्यात्मिक अनुभूतीसाठी नसून ती सामाजिक समतेचा पाया ठरू शकतात, असे त्यांनी प्रतिपादन केले. जर प्रत्येक व्यक्तीमध्ये तोच आत्मा किंवा ब्रह्म असेल, तर मानवा-मानवांमध्ये भेद करणे हे धर्मबाह्य आहे. त्यांनी उपनिषदांमधील या वैश्विक विचाराला आधुनिक लोकशाहीशी जोडले. त्यांच्या दृष्टीने, अद्वैत हे केवळ वनात बसून चिंतन करायचे शास्त्र नसून ते समाजात आचरणात आणण्याचे शास्त्र आहे.[३]

४.५. मध्ययुगीन प्रभाव आणि आधुनिक सुधारणा

मध्ययुगीन काळात हिंदूधर्मात जी जडता आली, त्यावर तर्कतीर्थांनी भाष्य केले आहे. पोथीनिष्ठा आणि अंधश्रद्धा यामुळे हिंदू समाज विचारहीन झाला होता. अशा वेळी महात्मा ज्योतिराव फुले आणि डॉ. बाबासाहेब आंबेडकर यांनी केलेल्या धर्मचिकित्सेचे त्यांनी स्वागत केले. तर्कतीर्थांनी हे स्पष्ट केले की, खऱ्या हिंदूधर्माला 'सुधारणा' हे वर्ज्य नाही. ऐतिहासिक काळातही अनेक ऋषींनी जुन्या रूढी मोडून नव्या परंपरा सुरू केल्या होत्या. हाच 'संशोधन' आणि 'परिवर्तनाचा' वारसा आधुनिक काळात चालू ठेवणे आवश्यक आहे.

४.६. धर्मसुधारणा आणि विवेकवाद

शास्त्रीजींनी हिंदू धर्माकडे पाहताना विवेकवादाची (Rationalism) जोड दिली. त्यांच्या मते, जे कालबाह्य झाले आहे ते सोडून देणे म्हणजेच खऱ्या अर्थाने धर्माचे जतन करणे होय. त्यांनी सनातनी विचारांना कडाडून विरोध केला. विशेषतः अस्पृश्यता निवारणाच्या बाबतीत त्यांनी धर्माचा आधार घेत हे सिद्ध केले की, अस्पृश्यता हा हिंदू धर्माला लागलेला कलंक आहे आणि तो धर्मशास्त्राने संमत केलेला नाही. त्यांनी मानवी समता हाच धर्माचा खरा गाभा मानला. हिंदू धर्मातील कर्मकांड आणि अंधश्रद्धा बाजूला सारून 'ज्ञान' आणि 'विज्ञान' यांची सांगड घालणारा धर्म त्यांना अभिप्रेत होता.

४.७.धर्म आणि समाजपरिवर्तन

तर्कतीर्थांच्या मते, समाजहित हाच धर्माचा अंतिम निकष असावा. जर एखादी धार्मिक रूढी समाजाच्या प्रगतीत अडथळा आणत असेल, तर ती बदलणे हे

धर्मकर्तव्यच ठरते. त्यांनी लोकशाही आणि समाजवाद या मूल्यांची हिंदू धर्मातील 'सर्वभूतहिते रता:' (सर्व प्राणिमात्रांच्या कल्याणात मग्न असणे) या संकल्पनेशी तुलना केली.[४] धर्माने मानवाला गुलाम बनवू नये, तर त्याला स्वतंत्र आणि प्रगल्भ करावे, असा त्यांचा विचार होता. त्यांच्या मते, आधुनिक काळात विज्ञानावर आधारित जीवनपद्धती स्वीकारणे हाच हिंदू धर्माचा नवा अवतार असू शकतो.

४.८.वैदिक परंपरा आणि आधुनिकता यांचा समन्वय

शास्त्रीजींनी वेदांचा आणि उपनिषदांचा सखोल अभ्यास केला होता. उपनिषदांमधील अद्वैत विचार हा मानवी समतेचा पाया ठरू शकतो, असे त्यांनी प्रतिपादन केले. "सर्वं खल्विदं ब्रह्म" (हे सर्व विश्व ब्रह्ममय आहे) या तत्वज्ञानातून जर सर्व मानवांना समान मानले गेले, तर समाजात भेदभाव उरणार नाही. त्यांनी हिंदू धर्मातील वैचारिक वैविध्य आणि सहिष्णुता यांचे कौतुक केले, परंतु त्याचवेळी जेथे धर्माचा उपयोग शोषणासाठी केला जातो, तेथे त्यांनी बंड पुकारले. 'वैदिक संस्कृतीचा विकास' या ग्रंथातून त्यांनी मानवी संस्कृतीच्या प्रवासात धर्माचे स्थान कसे बदलत गेले, याचे यथोचित दर्शन घडवले आहे.[५]

५. समारोप

तर्कतीर्थ लक्ष्मणशास्त्री जोशी यांचे विचार हे केवळ धर्मशास्त्रीय नव्हते, तर ते सामाजिक, ऐतिहासिक आणि आधुनिक विवेकवादाशी निगडित होते. त्यांनी धर्माला स्थिर चौकटीत न पाहता, तो सतत बदलणारा आणि समाजहिताशी जोडलेला असा एक प्रवाह मानला. त्यांच्या मते धर्माचा खरा उद्देश हा मानवाच्या भौतिक आणि आध्यात्मिक प्रगतीला पोषक ठरणे, विषमता दूर करून समता प्रस्थापित करणे आणि विज्ञानाधारित विवेकवादी जीवनपद्धती स्वीकारणे हा आहे.

आजच्या काळात धर्माच्या नावाखाली कट्टरता, अंधश्रद्धा आणि सामाजिक विषमता वाढताना दिसते. अशा वेळी तर्कतीर्थांचा विवेकवादी दृष्टिकोन हा मार्गदर्शक ठरतो. त्यांनी दाखवून दिले की धर्म हा समाजाच्या प्रगतीसाठी असावा, गुलामगिरीसाठी नव्हे. त्यांच्या विचारांमधून हिंदू धर्माचा एक सर्वसमावेशक, मानवतावादी आणि आधुनिक रूप उलगडते.

६.निष्कर्ष :

1. तर्कतीर्थ लक्ष्मणशास्त्री जोशी यांची हिंदूधर्म संकल्पना ही पारंपरिक चौकटी ओलांडणारी होती.
2. त्यांनी धर्माला विज्ञानाच्या आणि न्यायाच्या कसोटीवर घासून पाहिले.

3. त्यांच्या मते, 'हिंदू धर्म' हा एक असा 'वैश्विक धर्म' होऊ शकतो जो मानवाच्या भौतिक आणि आध्यात्मिक प्रगतीला पोषक ठरेल.
4. समाजातील विषमता नष्ट करून समता प्रस्थापित करणे, हेच त्यांच्या धर्मविचाराचे मुख्य सार होते.
5. आजही जेव्हा धर्माच्या नावावर कट्टरता वाढत आहे, तेव्हा तर्कतीर्थांचा हा विवेकवादी आणि सर्वसमावेशक दृष्टिकोन अत्यंत मार्गदर्शक ठरतो.

संदर्भ सूची (References)

१. **जोशी, लक्ष्मणशास्त्री.***हिंदूधर्माची समीक्षा*, प्राज्ञपाठशाळा मंडळ, वाई. (पृष्ठ क्र. ४५).

२. **जोशी, लक्ष्मणशास्त्री.***वैदिक संस्कृतीचा विकास*, महाराष्ट्र राज्य साहित्य आणि संस्कृती मंडळ, मुंबई. (पृष्ठ क्र. १२०-१२५).

३. **जोशी, लक्ष्मणशास्त्री.***वैचारिक शिल्प*, कॉन्टिनेन्टल प्रकाशन, पुणे. (पृष्ठ क्र. ७८ - ८०).

४. **साहस्रबुद्धे,** प. ग.*भारतीय समाजजीवन आणि धर्म*, (तर्कतीर्थांच्या विचारांचा संदर्भ), नूतन प्रकाशन. (पृष्ठ क्र. ८५.).

५. **महाराष्ट्र राज्य विश्वकोश निर्मिती** मंडळ.*तर्कतीर्थ लक्ष्मणशास्त्री जोशी गौरव ग्रंथ.* (विविध परंपरा व आधुनिकता यावरील लेख).

****

- लेखक

मनीषा जाधव, शासकीय ज्ञानविज्ञान महाविद्यालय, छत्रपती संभाजीनगर

22

भारतीय संस्कृतीचा पुनर्विचार : लक्ष्मणशास्त्री जोशी यांचा दृष्टीकोन - डॉ. मनोज उत्तमराव पाटील

१. प्रस्तावना :- (Introduction)

भारतीय संस्कृतीचा विचार करताना अनेकदा ती कालातीत, शाश्वत आणि परिवर्तनरहित असा एक मोठा 'सांस्कृतिक अवशेष' म्हणून पाहिली जाते. पण संस्कृती म्हणजेच प्रवाही, बदल स्वीकारणारी आणि सतत प्रश्न विचारणारी सामाजिक प्रक्रिया होय असे जेव्हा लक्ष्मणशास्त्री जोशी मांडतात, तेव्हा संस्कृतीकडे पाहण्याची दृष्टीच बदलते.

जोशींच्या मते, संस्कृतीचे सार हे परंपरांत नसून त्या परंपरांच्या मागील *विचारशक्तीत* आहे. परंपरा सांगतात की "हे असेच होते", परंतु संस्कृती विचारते "हे असेच का असावे?" लक्ष्मणशास्त्री जोशींच्या या दृष्टीकोनातून भारतीय संस्कृतीचा पुनर्विचार करणे म्हणजे इतिहासाचा केवळ गौरवगान नव्हे, तर त्यातील विवेक, मानवता आणि न्याय या मूल्यांना केंद्रस्थानी ठेवून आधुनिक समाजासाठी व मानवकल्याणासाठी मार्गदर्शन घेणे होय.

२. भारतीय संस्कृतीची बहुस्रोतत्वाची रचना :-

(The Plural and Multi-source Structure of Indian Culture)

भारतीय संस्कृतीची एक महत्त्वपूर्ण वैशिष्ट्य म्हणजे तिचे प्रचंड बहुविध स्वरूप. भारतीय संस्कृतीवर पुढील महत्त्वाचे स्त्रोत सतत प्रभाव टाकत आले आहेत:

- **वैदिक आणि उपनिषदकालीन परंपरा** – ऋग्वेदातील दैविक जग, उपनिषदातील 'आत्मा–ब्रह्म' चिंतन, तत्त्वचिंतन आणि सत्यशोधन.
- **श्रमण परंपरा** – बौद्ध आणि जैन विचारसरणीचे नैतिकता, अहिंसा, करूणा आणि बुद्धिवाद यांचे योगदान.
- **लोकसंस्कृती** – लोकगीत, लोकदेवता, शेतकरी जीवनातील आचार-विचार.
- **भक्ती आंदोलन** – समता, व्यक्तिस्वातंत्र्य, भक्ति–भावना, जातिभेदविरोध.
- **इस्लामी-सुफी परंपरा** – प्रेम, आध्यात्मिकता, समन्वय.
- **पाश्चात्त्य आधुनिकता** – लोकशाही, विज्ञानवाद, मानवाधिकार, आधुनिक शिक्षण.

लक्ष्मणशास्त्री जोशी सांगतात की, भारतीय संस्कृतीचा वस्तुपाठ हा या सर्व प्रवाहांच्या *संवाद, संघर्ष आणि समन्वयातून* तयार झाला आहे. त्यांच्या मते, भारतीय संस्कृती ही एकसुरी, एकधार्मिक किंवा फक्त ब्राह्मणवादी परंपरेचा परिणाम नव्हे, तर *अनेक प्रवाहांचा सर्जनशील संगम* आहे.

३. जोशींची सांस्कृतिक दृष्टी : केवळ रूढी नव्हे, तर विचार :- (Joshi's Stand against Ritualism)

जोशींच्या पुनर्विचाराचा पहिला आधारबिंदू म्हणजे : **"संस्कृती म्हणजे केवळ रूढी नाहीत."**

३.१ रूढींच्या मर्यादा :-

रूढी स्थिर, अपरिवर्तनीय आणि कालबाह्य होऊ शकतात. जे समाजि रूढींना अंतिम मानतात त्यामुळे त्यांचा विकास थांबतो.लक्ष्मणशास्त्री जोशी म्हणतात की, संस्कृतीला जर विचाराचा आधार नसेल, तर ती अंधश्रद्धांसाठी , सामाजिक अन्यायासाठी आणि अज्ञानासाठी पोषक बनते.

३.२ विचारसंपन्न परंपरा

लक्ष्मणशास्त्री जोशींच्या दृष्टीने भारतीय संस्कृतीतील मुख्य शक्ती म्हणजे तिची 'विचार परंपरा'. उपनिषदातील "नेति–नेति", शंकराचार्यांचे

'विवेकचूडामणी', बुद्धांचे 'अप्प दीपो भव', कबीर–तूकाराम–ज्ञानेश्वर यांची सामाजिक समता—ही सर्व विचारसंपन्न परंपरा संस्कृतीचे गाभा आहे.

३.३ विवेकावर आधारित परंपरांचे महत्त्व :-

लक्ष्मणशास्त्री जोशी सांगतात की, परंपरा मूल्यवान तेव्हाच ठरते, जेव्हा ती विवेकाला धरून असते. जेव्हा एखादी परंपरा विवेकाला विरोध करते, तेव्हा समाजाने तिला पुनर्मूल्यांकित केले पाहिजे.

४. संस्कृती म्हणजे परिवर्तनशील प्रक्रिया :- (Culture as an Evolving Process)

जोशींच्या तत्वज्ञानातील दुसरा मुख्य सिद्धांत म्हणजे: **"संस्कृती प्रवाही असते; ती सतत बदलत राहते."**

४.१ बदलाचे ऐतिहासिक स्वरूप :- भारतीय सामाजिक संरचनेत सतत बदल झाले:

- वेदकालीन समाज → पुराणकालीन समाज
- राजसत्ताक → गणराज्य व्यवस्था
- जमींदारी → आधुनिक लोकशाही
- बंदिस्त स्त्रीजीवन → आधुनिक शिक्षण आणि हक्क

लक्ष्मणशास्त्री जोशींच्या मते, संस्कृतीचा विकास हा बदल स्वीकारण्याच्या क्षमतेवर अवलंबून असतो.

४.२ बदलांना विरोध करणाऱ्यांची समस्या :-

जर संस्कृती केवळ परंपरा जपण्याचे साधन बनते, तर समाजात कट्टरता आणि जडता वाढते. लक्ष्मणशास्त्री जोशी याला '*सांस्कृतिक स्तब्धता*' असे म्हणतात.

४.३ बदलांचा विवेकपूर्ण अंगीकार :-

प्रत्येक बदल चांगला नसतो; पण प्रत्येक बदल वाईटही नसतो. लक्ष्मणशास्त्री जोशींचे तत्त्व असे आहे की, बदलाचे मूल्यांकन **विवेक, नैतिकता आणि मानवी कल्याण** यांच्या कसोटीवर झाले पाहिजे.

५. विवेकवाद : जोशींच्या सांस्कृतिक तत्वज्ञानाचा गाभा :- (Centrality of Rationalism)

लक्ष्मणशास्त्री जोशींचा तिसरा आणि सर्वात प्रभावी विचार म्हणजे **विवेकवादाचा आग्रह.**

५.१ भारतीय तत्वज्ञानातील विवेक परंपरा :-

भारतीय परंपरेत विवेकवादाची समृद्ध परंपरा आहे:

- न्याय-वैशेषिक तर्कशास्त्र
- बुद्धाचे चार आर्यसत्य – अनुभवाधिष्ठित विचार
- लोकायत (चार्वाक) – प्रत्यक्षवाद
- भास्कराचार्य–आर्यभट्ट – वैज्ञानिक गणित
- संत परंपरेतील समालोचनात्मक भूमिका

लक्ष्मणशास्त्री जोशी या परंपरेला आधुनिक संदर्भात पुनरुज्जीवित करतात.

५.२ धार्मिक विचारांचे विवेकनिष्ठ पुनर्परीक्षण :-

लक्ष्मणशास्त्री जोशींच्या मते धर्म आणि विवेक हे विरोधी नाहीत; पण अंधश्रद्धा आणि विवेक हे विरोधी आहेत. धार्मिक आचारांना ते *अनुभव, तर्क आणि नैतिकता* यांच्या आधारावर तपासण्याचा आग्रह करतात.

५.३ जातिव्यवस्था आणि अन्यायावरील विवेकवादी दृष्टिकोन :-

लक्ष्मणशास्त्री जोशी जातिव्यवस्थेला ऐतिहासिकदृष्ट्या 'सामाजिक आणि आर्थिक नियंत्रणाची यंत्रणा' मानतात. ते मांडतात की, जातिभेदाला धर्माशी जोडणे हे तर्कहीन आहे आणि समाजाच्या विकासाला अडथळा आहे.

६. भारतीय संस्कृतीतील मानवतावाद :- (Humanism in Indian Culture)

लक्ष्मणशास्त्री जोशी संस्कृतीच्या केंद्रस्थानी **'माणूस'** ठेवतात. त्यांच्या मते, संस्कृतीचा अंतिम उद्देश माणसाच्या सर्वांगीण विकासात आहे.

६.१ समता आणि न्यायाचे मूल्य

भक्ती चळवळ, बौद्ध नैतिकता, इस्लामी समानतेचे विचार—या सर्वांचा उपयोग त्यांनी आधुनिक मानवतावादाच्या सिद्धांतांना जोडण्यासाठी केला.

६.२ धार्मिक सहिष्णुता आणि विविधतेचे संरक्षण

भारतीय संस्कृतीला बहुलत्व हे मूलभूत मूल्य आहे. जोशींच्या मतानुसार, सहिष्णुता म्हणजे केवळ सहन करणे नव्हे, तर विविधतेचा आदर करणे होय.

६.३ स्त्री-स्वातंत्र्याचा प्रश्न

लक्ष्मणशास्त्री जोशी मानतात की स्त्री-पुरुष समानता नसेल, तर संस्कृती अपूर्ण राहते. स्त्रीशिक्षण, स्त्रीस्वातंत्र्य आणि स्त्रीहक्क या सर्व बाबींमध्ये ते परिवर्तनाचे समर्थक आहेत.

७. आधुनिक भारतातील सांस्कृतिक पुनर्विचाराचा संदर्भ :-(Relevance of Re-evaluation Today)

आजच्या काळात जोशींचा सांस्कृतिक पुनर्विचार अत्यंत महत्त्वाचा ठरतो.

७.१ विज्ञान आणि सांस्कृतिक मूल्ये

माहिती-तंत्रज्ञान, डिजिटल समाज, कृत्रिम बुद्धिमत्ता या जगात अंधश्रद्धा वाढणे हे विरोधाभास आहे. जोशींचे विवेकवादी तत्त्वज्ञान वैज्ञानिक दृष्टिकोनाला बळ देते.

७.२ लोकशाही आणि धर्मनिरपेक्षता

भारतीय संविधानातील धर्मनिरपेक्षता, समानता आणि स्वातंत्र्य ही मूल्ये भारतीय संस्कृतीचीच आधुनिक अभिव्यक्ती आहेत—असा दृष्टिकोन जोशींचा आहे.

७.३ सामाजिक संघर्ष आणि सांस्कृतिक एकात्मता

धर्म, भाषा, जात यांवरून होणारे संघर्ष वाढत असताना जोशींचे ‘सहअस्तित्वाचे’ मूल्य समाजधारणेसाठी आवश्यक ठरते.

७.४ जागतिकीकरण आणि सांस्कृतिक ओळख

जागतिकीकरणामुळे स्थानिक संस्कृती मागे पडतात. जोशी सांगतात की संस्कृतीचे संरक्षण करायचे असेल तर तिचा विवेकसंपन्न अर्थ समजून घेणे आवश्यक आहे.

८. लक्ष्मणशास्त्री जोशींच्या विचारांचा समीक्षात्मक आढावा (Critical Review)

लक्ष्मणशास्त्री जोशींच्या विचारांबद्दल काही शास्त्रीय समीक्षणेही आहेत.

८.१ परंपरा–आधुनिकतेचा समन्वय -

लक्ष्मणशास्त्री जोशी परंपरांचे सरसकट नाकारण करत नाहीत; पण प्रश्न विचारण्याची जागा ठेवतात.

यामुळे त्यांचे तत्त्वज्ञान संतुलित ठरते.

८.२ विवेकवादी दृष्टिकोनाचे बळ आणि मर्यादा -

विवेकवाद सांस्कृतिक विश्लेषणासाठी उपयुक्त आहे; पण काही समीक्षक म्हणतात की भावनिकता, लोकविश्वास, प्रतीकात्मकता या संस्कृतीच्या घटकांकडे जोशी कमी लक्ष देतात.

८.३ सामाजिक न्यायाच्या संदर्भातील प्रभाव :-

जातिभेद, लिंगभेद, धार्मिक संघर्ष इत्यादी आधुनिक प्रश्नांवर जोशींचा पुनर्विचार अत्यंत प्रासंगिक आहे.

९. निष्कर्ष (Conclusion)

लक्ष्मणशास्त्री जोशींचा भारतीय संस्कृतीचा पुनर्विचार हा भारतीय बौद्धिक इतिहासातील अत्यंत मौलिक आणि प्रभावी योगदान आहे. त्यांच्या विचारांचे मुख्य गाभा:

- संस्कृती ही रूढी नसून **विचारप्रणाली** आहे.
- संस्कृती सतत **बदलणारी प्रक्रिया** आहे.
- संस्कृतीच्या केंद्रस्थानी **विवेक, मानवतावाद, सहिष्णुता** आणि **न्याय** असला पाहिजे.

आजच्या डिजिटल, जागतिक, वैचारिकदृष्ट्या तणावपूर्ण जगात जोशींचा दृष्टिकोन आधुनिक भारतीय समाजासाठी मार्गदर्शक ठरतो. त्यांनी संस्कृतीचे जे विवेकनिष्ठ, मानवतावादी आणि बहुविध वाचन दिले आहे, त्यातून भारतीय संस्कृतीचे सार समजून घेण्यास मदत होते आणि भविष्याच्या सांस्कृतिक विकासासाठी दिशादर्शनही मिळते.

संदर्भ :-

- जोशी ल. शा. : भारतीय संस्कृती विकासाची समीक्षा
- जोशी ल. शा. : *वैदिक संस्कृतीचा विचार*
- Apte, D. (Ed.) *Indian Rationalist Thought Tradition.*
- Kulkarni, G. *Cultural Dynamics of Ancient and Modern India.*

****

- लेखक

डॉ. मनोज उत्तमराव पाटील, तत्त्वज्ञान विभागप्रमुख, पद्मश्री विखे पाटील कला, विज्ञान व वाणिज्य महाविद्यालय,

प्रवरानगर ता. राहता जि. अहिल्यानगर. महाराष्ट्र (भारत)

23

तर्कतीर्थ जोशी यांच्या लेखनातील संस्कृतीच्या संकल्पनेचे पैलू - प्रा.थविल कलावती जयवंत

प्रास्ताविक :

तर्कतीर्थ लक्ष्मणशास्त्री जोशी हे महाराष्ट्रातील एक थोर विचारवंत, संस्कृत पंडित आणि तर्कशास्त्रज्ञ होते. त्यांनी संस्कृती या संकल्पनेची अत्यंत व्यापक, चिकित्सक आणि मानवतावादी मांडणी केली आहे. तर्कतीर्थ लक्ष्मणशास्त्री जोशी यांच्या मते, **संस्कृती म्हणजे माणसाने स्वतःवर आणि बाह्य जगावर चांगले संस्कार करून जीवन यशस्वी करण्यासाठी निर्माण केलेली जीवनपद्धती किंवा त्यातून घडलेला आविष्कार होय,** ज्यात विचार, जीवनशैली आणि कृती यांचा समावेश असतो; ही केवळ परंपरेची बेडी नसून, विचारांना समजून घेऊन प्रकृतीला सुधारण्याची एक प्रक्रिया आहे, जी माणसाला सुसंस्कृत बनवते.

संस्कृती म्हणजे माणसाला सुसंस्कृत बनवणारी आणि त्याला प्राण्यांच्या अवस्थेतून वर आणणारी एक प्रक्रिया असून, ती वैदिक साहित्यापासून ते पाश्चात्त्य विचारांपर्यंतच्या अभ्यासातून विकसित होते; ज्यात साहित्य, भाषा,

चालीरीती आणि मानवी जीवनातील आध्यात्मिक, सामाजिक, आधिभौतिक पैलूंचा समावेश असतो, ज्यामुळे मानवी विकास होतो. त्यांच्यासाठी संस्कृती ही केवळ परंपरा नसून, ती ज्ञान आणि विचारांच्या मंथनातून निर्माण होणारी एक गतिशील संकल्पना आहे, ज्याचा गाभा भारतीय साहित्य आणि अभिजात वाङ्मयात आहे.

तर्कतीर्थ जोशी यांच्या लेखनातील संस्कृतीच्या संकल्पनेचे पैलू

- **संस्कृती म्हणजे जीवनपद्धती**

जोशी यांच्या मते,संस्कृती म्हणजे केवळ कला,साहित्य किंवा संगीत नव्हे,तर मानवाने स्वतःच्या गरजा भागवण्यासाठी आणि जीवन सुसह्य करण्यासाठी निर्माण केलेली एक संपूर्ण जीवनपद्धती होय. यात मानवाचे भौतिक जीवन आणि आध्यात्मिक मानसिक जीवन या दोघांचाही समावेश आहे. माणूस स्वतःच्या आणि बाह्य जगावर संस्कार करून निर्माण केलेली जीवनपद्धती व त्यातून घडणारा आविष्कार, ज्यात विचारांना आकलन होणारी मनोमय सृष्टी समाविष्ट आहे,जी परंपरा आणि आधुनिकतेचा संगम साधते.म्हणजेच आध्यात्मिक,आधिभौतिक आणि सामाजिक बदलांचा,तसेच ज्ञान – विज्ञानाचा अभ्यास करते,ज्यात भारतीय संस्कृतीचा वैदिक काळापासून ते आधुनिक काळापर्यंतचा प्रवास तपासला जातो.

- **मानवी बुद्धी आणि श्रम यांचा परिपाक**

त्यांनी संस्कृतीला मानवी बुद्धी आणि कष्टाचे फळ मानले आहे.त्यांनी संस्कृतीकडे पाहताना नेहमी विवेकनिष्ठ दृष्टीकोन ठेवला.धर्मातील अंधश्रद्धा बाजूला सारून मानवाच्या सर्वांगीण विकासासाठी जे आवश्यक आहे,त्यालाच त्यांनी संस्कृतीचा भाग मानले. निसर्गावर विजय मिळवून, त्यात बदल करून मानवाने जे स्वतःचे जग निर्माण केले, त्याला ते संस्कृती म्हणतात. त्यांच्या मते संस्कृती ही स्थिर नसते तर ती सातत्याने प्रवाही आणि विकसनशील असते.

- **सामाजिक परिवर्तनाचे साधन**

संस्कृती हे केवळ अभ्यासाचे साधन नसून ते सामाजिक परिवर्तनाचे शस्त्र होते. समाजात रुजलेली विषमता नष्ट करून समता प्रस्थापित करणे, हे संस्कृतीचे अंतिम ध्येय असायला हवे असे ते मानत.संस्कृती म्हणजे साचलेले पाणी नव्हे ,तर तो एक प्रवाही प्रवाह आहे.जुन्या जाचक आणि कालबाह्य रुढीचा त्याग करून आधुनिक विज्ञानाची आणि समतेची कास धरणे म्हणजे खरी संस्कृती आहे. असे त्यांचे मत होते.

- **वैश्विक मानवतावाद**

त्यांच्या लेखनातून 'वैश्विक संस्कृती' ही संकल्पना डोकावते. संस्कृती ही विशिष्ट जात, धर्म किंवा देशापुर्ती मर्यादित नसावी. मानवी प्रतिष्ठा, स्वातंत्र्य, समता आणि बंधुता या मूल्यांवर आधारित असलेली संस्कृती श्रेष्ठ असते, असा त्यांचा ठाम विश्वास होता. समाजात राहणा-या व्यक्तींना किती स्वातंत्र्य लाभते,यावर समाजाची प्रगती अवलंबून असते.व्यापकता ही विकासाची शक्ती होय.व्यापकतेमुळे मानवी सहकार्य वाढत जाते.व्यक्तीस वैभवशाली जीवनपद्धती अर्पण करणे,हेच संस्कृतीचे ध्येय आहे.भारतीय संस्कृतीसुद्धा विश्व संस्कृतीचे रूप आहे.एका विशिष्ट परिस्थिती काही संस्था व आचार आवश्यक असतात.प्रगतीच्या खालच्या पायरीवर असतांना उपयुक्त होणा-या संस्था,भावना व आचारपद्धती कालांतराने बंधनमुक्त ठरतात व अवनीतीला नेणा-या शक्तीची साधने बनतात.

- **संस्कृती आणि धर्म यातील फरक**

जोशी यांनी धर्म आणि संस्कृती यातील सूक्ष्म फरक स्पष्ट केला आहे. त्यांच्या मते, धर्म हा अनेकदा कर्मकांडात अडकलेला असतो, मात्र संस्कृती ही मानवाच्या सर्वांगीण विकासाशी संबंधित असते. त्यांनी धर्मातील अंधश्रद्धा बाजूला सारून त्यातील नैतिक मूल्य संस्कृतीचा भाग म्हणून स्वीकारली पाहिजेत, असे प्रतिपादन केले. संस्कृतीच्या आध्यात्मिक भागात धर्म,नीती,कायदा,विद्या,कलाप्राविण्य सर्व प्रकारचे मानवी सद्गुण आणि शिष्टाचार यांचा अंतर्भाव होतो.

- **विवेकवादी आणि वैज्ञानिक दृष्टिकोन**

लक्ष्मणशास्त्री जोशी यांनी संस्कृतीकडे पाहताना विवेकवादाचा आधार घेतला. त्यांच्या मतेः जुन्या परंपरा म्हणजे संस्कृती नव्हे. जे कार्य कालबाह्य झाले आहे, ते सोडून देणे आणि जे मानवाच्या प्रगतीला पूरक आहे, त्याचा स्वीकार करणे म्हणजे खरी संस्कृती आहे.स्वता:मध्ये आणि परिस्थितीमध्ये बदल करून जी संस्कृती विजय मिळवते तीच विकासक्षम आहे,असे म्हणता येते. त्यांनी संस्कृतीला विज्ञानाशी जोडले असून, वैज्ञानिक दृष्टिकोन हा संस्कृतीचा कणा मानला आहे.

- **संस्कृती आणि नैतिकता:**

त्यांच्या विचारांमध्ये संस्कृती आणि नैतिकता यांचाही समावेश होता. 'संस्कृती म्हणजे संस्कारपूर्ण व संस्कारमय जीवन जगण्याची देशकालविशिष्ट रीत (जीवनपद्धती व जीवनमूल्ये)' अशी त्यांची व्याख्या होती, जी तत्त्वज्ञानाला व्यवहाराशी जोडते.माणसातील नैतिक जबाबदारीची भावना यांच्यात विशेष अंतर पडले नाही.म्हणून अर्थमुलक सर्वांगीण प्रगतीची कल्पना तपशीलवार तपासली असता निर्दोष ठरत नाही.धर्म,नीती,व कला यातील उच्चतम मुल्ये शाश्वत असूनही माणसास शोध करून निर्माण करावी लागली आहे.

समारोप :

थोडक्यात सांगायचे झाले तर तर ती त्यांची संस्कृतीची संकल्पना हि मानव केंद्रित आहे. जुन्यातील जे उत्तम आहे ते जपणे आणि नव्यातील चे न्याय आहे ते स्वीकारणे हा त्यांच्या संस्कृती विचारांचा गाभा आहे .तर्कतीर्थांनी संस्कृतीकडे एका समग्र, बहुआयामी आणि प्रगतीशील दृष्टिकोनातून पाहिले, जिथे साहित्य, ज्ञान आणि मानवी मूल्यांचा संगम होतो. संस्कृतीकडे एक गतिशील,विकसित होणारी आणि मानवी जीवनाच्या सर्व पैलूंना स्पर्श करणारी एक व्यापक व्यवस्था म्हणून पहिले,ज्याचे अध्ययन चिकित्सक आणि समग्र दृष्टीने होणे गरजेचे आहे.

संदर्भ :

१.हिंदू धर्माची समीक्षा - तर्कतिर्थ लक्ष्मण शास्त्री जोशी

२.वैदिक संस्कृतीचा विकास- तर्कतिर्थ लक्ष्मण शास्त्री जोशी

३.मराठी विश्वकोश खंड १८ - तर्कतिर्थ लक्ष्मण शास्त्री जोशी

४.विकिपीडिया

****

- लेखक

प्रा.थविल कलावती जयवंत, डांग सेवा मंडळ,नाशिक संचालित, कला व वाणिज्य महाविद्यालय, उंबरठाण,ता.सुरगाणा,जि.नाशिक

24

भारतीय राष्ट्रवाद, लोकशाही आणि धर्मनिरपेक्षता यावर तर्कतीर्थ लक्ष्मणशास्त्री जोशी यांची तात्त्विक भूमिका - उज्ज्वला मधु खोब्रागडे

भारतीय प्रबोधन आणि तर्कतीर्थ लक्ष्मणशास्त्री जोशी या दोन्ही गोष्टी अविभाज्य आहेत. आपल्या हातात विविध पैलू असलेला हिरा यावा आणि प्रत्येक बाजु तितकीच रेखीव चमकदार आणि मौल्यवान दिसावी त्या प्रमाणेच तर्कतीर्थ लक्ष्मणशास्त्री जोशी यांचे विविध विषयांवरचे तितकेच सखोल अभ्यासपूर्ण लेखन आहे. तर्कतीर्थांचे संपूर्ण आयुष्य म्हणजे एक समृध्द वैचारिक प्रवास आहे. एका कर्मठ ब्राह्मण कुटुंबातील जन्म, वाईच्या प्राज्ञपाठशाळेत याज्ञिकी, वेद विद्‌यांचा अभ्यास करणारे, संस्कृत पंडित आधुनिक, पाश्चात्य विचारवंत आणि सिद्‌धांताचे तितकेच सखोल विश्लेषण मांडतात.

तर्कतीर्थांचा थोडक्यात परीचय त्यांचा जन्म 27 जानेवारी 1901 आणि मृत्यु 27 मे 1994 महाराष्टातील थोर विचारवंत. संस्कृत पंडित कोशकार, भाषांतरकार, व्याख्याते व मराठी विश्वकोशाचे पहिले प्रमुख संपादक. तर्कतीर्थ लक्ष्मणशास्त्री जोशी यांचा जन्म धळे जिल्द्यातील पिंपळनेर येथे झाला. वयाच्या १४ व्या वर्षी ते वाईच्या प्राज्ञपाठशाळेत दाखल झाले. तेथे त्यांनी व्याकरण न्याय, पूर्वमीमांसा आणि वेदांत इ. शास्त्रांचा अभ्यास केला. १९१८ साली न्यायशास्त्राच्या अभ्यासासाठी ते वाराणसीला गेले आणि वयाच्या २१ व्या वर्षी त्यांनी कलकत्याच्या शासकीय संस्कृत महाविद्यालयाची 'तर्कतीर्थ' ही पदवी संपादन केली, महात्मा गांधीच्या अस्पृश्यता निवारण कार्यास त्यांनी हिंदुधर्मशास्त्राचे पूरक भाष्य तयार करून दिले. १९३० व १९३२ साली कायदेभंगाच्या चळवळीत भाग घेतल्याने त्यांना प्रत्येक वेळी सहा महिन्यांचा कारावासही भोगावा लागला. 1934 मध्ये प्राज्ञपाठशाळा मंडळाच्या 'धर्मकोश' या प्रकल्पाचे प्रमुख संपादक ही जबाबदारी 'त्यांच्यावर सोपविण्यात आली. या कोशात कुटुंबसंस्था, हिंदु संस्कार, जाती, विवाह, मालमत्ता त्याचप्रमाणे हिंदु धर्मविधी, नीतिशास्त्र व तत्त्वज्ञान इ. विषयांसंबंधी प्राचीन शास्त्रातील ग्रांथिक माहिती संकलित केलेली आहे. 1936 नंतर मानवेंद्रनाथ रॉय यांच्या रेडिकल डेमॉक्रेटिक पार्टीचे ते क्रियाशील सदस्य झाले. सन 1948 नंतर ते पुन्हा कॉग्रेसमध्ये सक्रिय झाले. तर्कतीर्थाच्या वैचारिक प्रवासाचे टप्पे त्यांनी लिहिलेल्या बुद्धिसर्वस्वम् (1928), आनंदमीमांसा(1928), भारतीयधरमेंतिहास तत्त्वम् (1933), हिंद्धर्माची समीक्षा (1941), जडवाद (1949), जोतिनिबंध (1947), वैदिक संस्कृतीचा विकास (1952) आदी ग्रंथातून, तसेच नवभारत व मराठी विश्वकोशातील नोंदींतूनही प्रतिबिंबित झाले आहेत. भारतीय संविधानाचे संस्कृत भाषांतर केल्यामुळे त्यांना 'संस्कृत पंडित' म्हणून राष्ट्रीय मान्यता मिळाली. भारत सरकारने त्यांना 1976 मध्ये 'संस्कृत पंडित, 1976मध्ये 'पद्मभूषण' व 1992 मध्ये 'पद्मविभूषण" म्हणून गौरविले. मुंबई विद्यापीठाने 1975 मध्ये त्यांना एलएल.डी. ही सन्माननीय पदवी बहाल केली. महाराष्ट्र राज्य साहित्य-संस्कृती मंडळाचे सुरुवातीपासून (1960) व महाराष्ट्र राज्य मराठी विश्वकोश निर्मिती मंडळाचे 1980 पासून 1994 पर्यत ते अध्यक्ष होते. मराठी भाषेच्या 'ज्ञानभाषा' म्हणून झालेल्या विकासात त्यांचे मूलभूत योगदान राहिले आहे.तर्कतीर्थांच्या विविध लेखनात महत्वपूर्ण लिखाण म्हणजे भारतीय राष्ट्रवाद, लोकशाही आणि धर्मनिरपेक्षता यावरील लिखाण. या तिन्ही संकल्पना मांडतांना तर्कतीर्थांनी त्यांची आधुनिक आणि तात्त्विक भूमिका स्पष्ट केलेली दिसुन येते.

भारतीय राष्ट्रवाद

कोणताही देश राष्ट्र म्हणन उदयास यायचा असेल, तर त्यासाठी राजकारण प्रगल्भ असणे आवश्यक असते अमेरिका, रशिया. इंग्लंड, फ्रान्स, इटली इ. देश ही राष्ट्र म्हणून उदयास आली. आपल्या देशात 'राष्ट्र संकल्पनेचा उदयच मुळी सन 1857 च्या स्वातंत्र्यसंग्रामातुन झाला. या काळात भारताच्या राष्ट्रीयत्वाचा पाया घातला गेला खरा; पण स्वातंत्र्यप्राप्तीनंतरच्या काळात त्याची घडण राष्ट्र म्हणून झाली नाही आणि होऊ शकली नाही. अनेक राष्ट्रांमध्ये युद्धातून राष्ट्रीय भावना विकसित झाली. भारतात राष्ट्रीय भावनेचा आधार सांस्कृतिक असल्याने इथली राष्ट्रीयत्वाची गती आणि स्थिती मंद आहे. इथले राजकीय स्वरूप आणि वैविध्य त्याचे खरे कारण आहे. तर्कतीर्थांच्या दृष्टिकोनातून "राष्ट्र भावना ही स्वातंत्र्यपोषक नैतिक भावना आहे जनता जेव्हा जाणूनबुजून भावनाबद्ध होऊन समान राजकीय संघटनेकरिता एकजीव होते. तेव्हाच राष्ट्रवादाची रुजवूनुक होते. यरोपसंदर्भात त्याचे संघराज्य (Europian Union) झाल्यावर राष्ट्रे नष्ट होतील, असे म्हटले होते. परंतु 'आज जी राष्ट्र स्वतंत्रपणे अस्तित्वात आहेत, त्यामूळे त्यांचे स्वातंत्र्य संरक्षित राहणार नाही. स्वातंत्र्य नष्ट होईल." असे भाकीत केले होते. आज आपण पाहतो आहोत की, यरोपीय संघ झाला तरी इंग्लंडसारखे राष्ट्र त्यातन बाहेर पडते ते 'स्वातंत्र्य' या तत्त्वावरच. यातुन तर्कतीर्थांची राजकीय मीमांसा आणि क्षमता अधोरेखित होते. भारतात राष्ट्रनिर्मितीची प्रक्रिया पर्णावस्थेस आलेली नाही. ती अजन पर्णावस्थेस यावयाची आहे. भारतवर्ष आधुनिक अर्थाने 'राष्ट्र बनण्याचा प्रारंभ गेल्या शतकात जरी झालेला असला. तरी स्वातंत्र्यप्राप्तीच्या पुर्वीच्या काळात भारताचे एकराष्ट्रत्व बनण्याची क्रिया परकीय शासनाच्या आधिपत्याखाली सरू झाली होती. त्यावेळी एकराष्ट्रत्वाला धोके अधिक होते. कारण एकराष्ट्रत्वाच्या निर्मितीची क्रिया संपूर्ण विफल करण्याचे सामर्थ्य परकियांमध्ये होते. आता ती प्रचंड अडचण दूर झालेली आहे. एकराष्ट्रत्वाच्या प्रक्रियेची सर्व जबाबदारी येथील लोकांवर व विशेषतः येथील राज्यकर्त्यांवर जास्त आहे. राष्ट्रवादावर लिखाण करणार्या विविध पाश्चिमात्य विचारवंत जसे कांट ए.एफ. पोलार्ड, जे जे रूसो, हर्डर, हॅनस कोन (Hans Kohn) इ. रेनाँ (E..Renan)फिक्टे (Fichte) यांनी राष्ट्र तयार होण्यासाठी नैसर्गिक भौगोलिक रचना, एक भाषा, वंशज व परंपरांचा अभिमान, धर्म व वंशाचा गर्व 'समान पूर्वज. भाषाविशेष. प्रदेशविशेष. संप्रदाय. चाली. धर्म व राजकीय अस्तित्व यांना राष्ट्रीयत्वात सामान्यपणे महत्त्वाचे स्थान मानले गेलेले असले तरी राष्ट्र ही एकत्वाची विवेकी मनोभूमिका आहे असं माझं मत आहे. तर्कतीर्थांनी राष्ट्रवाद

त्यातल्या त्यात भारतीय राष्ट्रवादाची दोन्ही अंगांनी त्यांची तात्त्विक भूमिका मांडली आहे. त्यांच्या नुसार भारत हे एक राष्ट्र की अनेक राष्ट्रांचा समुदाय, या प्रश्नाचा निर्णय करणे कठीण आहे हा प्रश्न उत्पन्न होतो याचे कारण भारताचे एकराष्ट्रत्व हे एक सत्य आहे असे मानले, तरी ते प्रबल सत्य नाही, असे म्हणावे लागते. या एका राष्ट्राची अनेक राष्ट्रांत विभागणी होण्याचे भय बाळगावयास कारणे पुष्कळच शिल्लक आहेत. भारत हा हजारो वर्षे सांस्कृतिकदृष्ट्या एक आहे ही गोष्ट जरी खरी असली. तरी त्यामळे त्याची एकराष्टता सिद्ध होणार नाही युरोप एकाच खिश्चन संस्कृतीचा आहे; परंतु अनेक प्रबल राष्ट्रांचे ते निवासस्थान भारत आहे. भारत हे एक राष्ट्र म्हणन अस्तित्वात येण्याची प्रक्रिया गेल्या शतकात सरू झाली. ती प्रक्रिया अजून चाल् आहे. त्या एकराष्ट्र बनण्याच्या प्रक्रियेतुनच. त्या प्रक्रियेतील काही अंगभूत दोषांमुळे, राजकीयदृष्ट्या हिंदुस्तान आणि पाकिस्तान ही दोन राष्ट्रे अस्तित्वात आली. इस्लाम व हिंदु धर्म जीवनमूल्यांच्या समानतेच्या कल्पनेला व्यत्यय आणतात, म्हणून गेल्या शंभर वर्षातील एकराष्ट्रत्वाची घडण करणाऱ्या प्रयत्नांना अपयश आले आहे, ते अपयश येणे अपरिहार्य होते असे मात्र नव्हे. चीनमध्ये जी एकराष्ट्रत्वाची घडण हिंदुस्थानाबरोबरच सरू झाली आहे, तिच्यात इस्लामला अशी फुट पाडण्यात यश आलेले नाही. कारण चिनी जीवनात पारलौकिक. धर्मनिरपेक्ष. ऐहिक संस्कतीच्या मूल्यांना भारतीय जीवनापेक्षा अधिक महत्त्व असल्यामळे, तेथील इस्लाम पक्का चिनी बनला आहे. भेदभावाचा विलोप करून समान आकार देण्याची शक्ती हिंदुत्वाने न वाढवल्यामळे इस्लामला फूट पाडण्यात यश आले. सर्वसमावेशक संस्कृती प्रभावी करण्यात हिंदुत्व व मुलसमानत्वहीं यशस्वी झाले नाहीत. भारतीय एकराष्ट्रत्वालात्याचीगरजआहे.

सध्या केंद्रवर्ती सत्ताच सर्व प्रकारची धोरणे ठरवत आहे त्यामळे भारतीय राजकारणाचा पाया मजबुत होणार नाही

जनतेची सहानुभूतीपूर्ण राज्यनिष्ठा हा आधुनिक राष्ट्रसंस्थेचा गाभा आहे. पूर्वी धर्मसंस्थेला जितके महत्त्व होते तितके राज्यसंस्थेला आज आले आहे, साधारणपणे राज्य हे ममताशून्य, रक्ष, कायदेबाज व भावनाशून्य असते, सत्तेचा गंभीर ताठा त्यात भरलेल असतो. लोकनियक्त प्रतिनिधी त्यांचे हे स्वरूप मुळापासून बदलु शकत नाहीत. निधर्मी राज्य हे जर लोकजीवनाचे केंद्र झाले तर त्याला नैतिक उदात्त भावना आणि ध्येयवादाचे उज्ज्वल चैतन्य लाभले पाहिजे. कवी. मर्तिकार, स्थापत्यकार, योद्धा, ईश्वरभक्त, साधू समाधीची साधना करणारा योगी. विद्येची आराधना करणारा पंडित यांच्यातील जिव्हाळा व

आत्मनिष्ठा जेव्हा राज्यकर्त्यात येईल तेव्हाच राज्य हे राष्ट्रीय जीवनाचे केंद्र बनेल. असे राज्य हेच भारतीय एकराष्ट्रीयतेचे मानस्थान बनू शकेल. तेव्हाच भारताची एकराष्ट्रता प्रगल्भ, दृढ व निर्भय बनेल. आज या एका राष्ट्राची विविध राष्ट्रे बनण्याची शक्यता फार मोठी आहे.

तात्पर्य, लोकराज्य हाच आधुनिक राष्ट्रत्वाचा मध्यबिंद् आहे. हा मध्यबिंद् सर्व नागरिकांना सूसंस्कृत व स्वास्थ्यपूर्ण जीवनाचा समान प्रवठा करणारा बनला तरच एकराष्ट्रत्व अक्षत्, निर्भय व प्रगल्भ स्वरूपास पात्र होईल. स्धारलेला नागरिक वर्गच असे राष्ट्रत्व निर्माण करील. असा नागरिक उत्पन्न होण्यास समाजस्धारणा व धर्मस्धारणा यांची आवश्यकता आहे.

लोकशाही

लोकांचे लोकांनी, लोकांसाठी चालवलेले शासन म्हणजे लोकशाही. ही अब्राहम लिंकन यांची सुप्रसिद्ध व्याख्या. अर्थात जिथे सार्वभौम अंतिम सत्ता ही जनतेच्या हाती असेल.

तर्कतीर्थांची लोकशाहीवरील तात्त्विक भूमिका

लोकशाही ही नागरीकांची जगण्याची पद्धत आहे. लोकशाही राज्यघटनेचा व शासनव्यवस्थेचा प्रकार आहे.

समाजास व संस्कृतीस जर लोकशाहीचे संस्कार नसतील, तर राष्ट्राने प्रजासत्ताक पद्धतीचे संविधान स्वीकारूनही त्या देशात लोकशाही रूजणे व टिकणे अवघड जाते. याउलट, एखाद्या देशात लोकशाही पद्धतीने राज्यकारभार हा बराच काळ चालू असेल तर त्या देशातील समाजाला व राजकीर संस्कृतीला लोकशाहीचे वळण प्राप्त होते. अशा प्रकारे या दोन्हींमधील परस्परसंबंध स्पष्ट करता येतो. लोकशाहीचा समाजवादी दृष्टिकोनातून विचार केला तर लक्षात येते की राजकीय आणी आर्थिक सत्ता ही एकाच ठिकाणी केंद्रित होवु शकते जे लोकशाही मूल्यांच्या विरोधी आहे. पण

साम्यवादी राष्ट्रापेक्षा लोकशाहीवाद्यांचे श्रेष्ठत्व यातच आहे की त्यांना राजकीयसत्ता आणि जनतेचे स्वार्वभौमत्व यांची सांगड घालता येते

हेच लोकशाहीत आवश्यक असते याचे कारण, आजच्या तंत्रज्ञान युगात राज्यसत्ता अतिशय सामर्थ्य संपन्न बनत आहे. प्रजेचे कल्याण आणी मानवतावाद हाच लोकशाहीचा खरा तात्त्विक आधार आहे. माणूस हा आपल्या इतिहासाचा आणि भविष्यकाळाचा भाग्यविधाता असतो. असे लोकशाहीत मानले जाते.

तर्कतीर्थांनी सत्तेच्या अधिकाधिक विभाजनाला जास्त महत्त्व दिले आहे. सत्ता सामान्य जनते पर्यंत झिरपत जानेच सशक्त लोकशाही आहे.

तर्कतीर्थ लक्ष्मणशास्त्री जोशी यांची धर्मनिरपेक्षतेची भुमिका

धर्म :

धर्म म्हणजे- निसर्गातीत, अत्यंत पवित्र, संपूर्ण मानवी भविष्याशी निगडित, जीवन व निसर्ग यांची नियंत्रक अशा अलौकिक शक्तीवर माणसाची श्रद्धा असते त्या शक्तीचा स्वतःशी अनुकूल, पवित्र आणि घनिष्ठ संबंध प्रस्थापित करणारी वैयक्तिक अथवा सामाजिक मनोवृत्ती आणि त्यातून निघणारी आचरणाची पद्धती म्हणजे धर्म होय. पण याच धर्माचा वंशाचा जातीचा अतिरेकी गर्व सर्व राष्ट्र गिळंकृत करण्यास कारण ठरु शकतो

एक भाषा एक धर्म असलेल्या राष्ट्रात हे वाद दिसत नसले तरी जाती धर्म वंश यांचे वैविध्य असणार्या राष्ट्रात धर्म विषयक आचार विचार फारच विचारपूर्वक मांडावे लागतात. यात सर्वोच्च विचार म्हणजे धर्मनिरपेक्ष राष्ट्र.

धर्मनिरपेक्षता : secularism. नागरिकांच्या दैनंदिन आयुष्यात ज्या समस्या निर्माण होतात त्या वैयक्तिक असोत किंवा सार्वजनिक त्या सोडवताना इतर कोणत्याही.व्यक्तीस किंवा.समाजाला अडथळा निर्माण होणार नाही असा मार्ग काढावा. मग या समस्या कोणत्याही क्षेत्रातील असोत आर्थिक सामाजिक राजकीय शैक्षणिक क्षेत्रातील असोत त्या सोडवताना नितळ मानवीय किंवा नागरिक म्हणून सोडवणे म्हणजे राष्ट्र धर्मनिरपेक्ष असणे होय. मात्र धर्मनिरपेक्ष म्हणजे काय? इतरांच्या धर्माबद्दल असहिष्णू असणे नव्हे. धर्मनिरपेक्षता म्हणजे एवढेच की, जीवनाची व्यवस्था लावताना धर्मकल्पना शास्त्रीय ज्ञान, मानवी मूल्ये आणि विवेकनिष्ठा यांची मदत घेणे.

धर्मनिरपेक्षतेची प्रचिती तीन टप्प्यातून होऊ शकते : (1) वैयक्तिक पातळीवरील धर्म इतरांशी अजिबात संबंध येत नसलेले असे केवळ वैयक्तिक जीवनाचे क्षेत्र यात वैयक्तिक अनुसरणाचा विधिनिषेधांचा समावेश असणे. हे धर्म नियम लिंग, जाती, पुनर्जन्म, कर्मसिद्धांत, ईश्वर, धर्मभेद यांसारख्या कल्पनांवर आधारलेले नसले, तर ते धर्मनिरपेक्ष ठरतील. उदा., प्रकृतीस सहन होत नसल्यामुळे मांसाहार किंवा मद्य न घेणे. परंतु हे विधिनिषेध परिस्थित्यनुसार बदलतात याउलट धर्मसापेक्ष विधिनिषेध नेहमी परिस्थितिनिरपेक्ष बंधनकारक मानले जातात.

(2) व्यक्ती आणि व्यक्ती किंवा व्यक्ति व समाज यांच्यामधले संबंध धर्मविषयक वैयक्तिक काहीही भूमिका असली तरी तिच्यातून निष्पन्न होणारे

विधिनिषेध हे दुसऱ्यावर न लादणे उलट त्यांच्या भावनांची आणि आवडी-निवडींची मोठ्यामनाने कदर करणे, हे धर्मनिरपेक्षतेचे सामाजिक अंग होय. इतरांशी संबंध जोडताना जात, धर्म इ. गोष्टींचा विचार न करता केवळ ऐहिक निकष लावणे. त्यास नागरिक म्हणून समसमान वागणूक देणे.

(3) नागरिकांचे अधिकार राष्ट्रातील नागरीकांचे सर्व हक्क व त्यांचे राज्यकारभारातील कर न्याय इत्यादी बाबतीत धर्माच्या नावाने भेदभाव नसणे व कोणतेही धोरण ठरविताना धर्माचा विचार संपूर्णतः धर्माला न मानणे, ही शासकीय पातळीवरील धर्मनिरपेक्षता आहे.

धर्मनिरपेक्ष हा शब्द 42 व्या घटनादुरुस्तीनुसार भारतीय संविधानात समाविष्ट करण्यात आला आहे. या बरोबरच धार्मिक स्वातंत्र्य (कलम 25-28), समानतेचा हक्क (कलम14) आणि धर्माच्या आधारावर भेदभावावर बंदी (कलम15) यांसारख्या मूलभूत हक्कांनुसार राज्याला कोणत्याही धर्माला मान्यता दर्शविण्यास किंवा त्याच्याशी भेदभाव करण्यास सक्त मनाई आहे. ही कलमे इतरांना, विशेषतः शैक्षणिक संस्थांमध्ये, धार्मिक बंधने लादण्यापासून संरक्षण देतात, तसेच लोकांना त्यांच्या स्वतःच्या धार्मिक बाबींचे पालन करण्याचे, त्यांचा प्रसार करण्याचे आणि त्यावर देखरेख ठेवण्याचे स्वातंत्र्य देतात.

धर्मनिरपेक्ष राष्ट्र प्रत्यक्षात जसेच्या तसे उतरविने शक्य नाही असे तर्कतीर्थांना वाटत असले तरी भारता सारख्या जाती धर्माची कमालीची वैविध्यता असलेल्या राष्ट्रात धर्मनिरपेक्षता हाच आधुनिक विकसित राष्ट्राचा पाया आहे.

समारोप

भारतीय राष्ट्रवाद, लोकशाही आणि धर्मनिरपेक्षता यावर तर्कतीर्थ लक्ष्मणशास्त्री जोशी यांची तात्त्विक भूमिका.

या विषयावर जेव्हा आपण सखोल अभ्यास करतो. तर्कतीर्थांच्या विचारानुसार त्यांच्या दृष्टिकोनातून या तिन्ही संकल्पना मांडतो तेव्हा तेव्हा तर्कतीर्थांची अचुक मांडणी आणि भविष्यात घडणाऱ्या भाकीतही फलश्रुती होताना दिसते. तर्कतीर्थांनी या तिन्ही संकल्पना मानवी विवेकाच्या पातळीवर चपखलपणे मांडल्या आहेत. आजच्या वर्तमानात त्यांचे महत्व अजूनच पटत जाते. राष्ट्रवाद लोकशाही आणी धर्मनिरपेक्षता या तिन्ही विचारसरणी विवेकी नागरिक व जबाबदार शासनकर्ते यशस्वी करु शकतात जे वर्तमानात आपल्याला अजिबात जाणवत नाहित. या दोन्ही वर्गाला केवळ अधिकार महत्वाचे वाटतात पण कर्तव्यापासून मात्र नागरिक आणी राज्यकर्ते दुरावलेले आहेत.

संदर्भ

1) जोशी, लक्ष्मणशास्त्री. भारतीय राष्ट्रीयत्व. गोखले इन्स्टिट्यूट ऑफ पॉलिटिक्स अँड इकॉनॉमिक्सच्या स्थापनादिनी दिलेले व्याख्यान, १४ मार्च १९५३. नवभारत, जून १९५३, पृ. १–१०.

2) भारताचा इतिहास आणि इतिहास तत्त्व. भारतेतिहास संशोधन मंडळ, पुणे येथे दिलेले व्याख्यान, १२ जुलै १९५३. अलका दिवाळी अंक, १९५३, पृ. ७–११.

3) विकेंद्रित लोकशाही. उत्तर सातारा जिल्हा ग्रामपंचायत परिषद अध्यक्षीय भाषण, १६ जानेवारी १९५४. साप्ताहिक साधना, पुणे, १६ जानेवारी १९५४, पृ. ३, १०.

4) अमेरिकेतील लोकशाहीचा यशस्वी प्रयोग. महाराष्ट्र मंडळ, नवी दिल्ली येथे केलेले भाषण, ३० ऑगस्ट १९६४. दैनिक केसरी, "लाल किल्यावरून," ३० ऑगस्ट १९६४, पृ. ३–५.

5) लोकशाही आणि समाजवाद. लोकशाही अभ्यास मंडळ आयोजित महाराष्ट्र प्रादेशिक अभ्यास शिबिरातील भाषण, शिवाजी मराठा हायस्कूल, पुणे, २४ एप्रिल १९६५.

6) गोवध बंदी कायदा : गरीब शेतकऱ्यांवर भार. मलकापूर येथील जाहीर सभेतील भाषण, ९ फेब्रुवारी १९६७.

7) भारतीय संस्कृती : शोध व बोध. आकाशवाणी पुणे केंद्रावर प्रसारित भाषण, २० मे १९७०.

8) हिंदुधर्म : तत्त्व आणि व्यवहार. आंतरभारती युवक स्नेहमिलन शिबिर, पुणे, ५ मे १९७१.

9) लोकशाहीचे तात्त्विक अधिष्ठान. लोकशिक्षण व्याख्यानमाला विचारमंथन, संपा. मा. प. मंगुडकर, श्री शाहू मंदिर महाविद्यालय, पुणे, १९७४, पृ. ६०–६३.

10) लोकशाहीसाठी सत्तेवर अंकुश ठेवणारे गट हवेत. डॉ. ना. भि. परुळेकर जयंतीनिमित्त दिलेले भाषण, दैनिक सकाळ, पुणे, २० सप्टेंबर १९७८.

11)अध्यक्षीय पद्धत भारताला उपयुक्त आहे का? अनंत आमुची ध्येयासक्ती, संपा. अनंत केरोजी भोसले, प्रकाशक सौ. शोभा जाधव, वरळी सागर हौसिंग सोसायटी, मुंबई, १९८१, पृ. १२५–१२९.

Web References

12.) "लोकशाहीचे तात्त्विक अधिष्ठान." लोकसत्ता,

loksatta.com

Accessed 26 May 2026.

13). “लक्ष्मणशास्त्री जोशी.” मराठी विश्वकोश,
vishwakosh.marathi.gov.in
Accessed 26 May 2026.
14). “लक्ष्मणशास्त्री जोशी संदर्भ माहिती.” Google Share Link,
share.google
Accessed 26 May 2026.

25

जातीव्यवस्था आणि राजपूत समाजातील समस्या : तर्कतीर्थ लक्ष्मणशास्त्री जोशी यांचे वैचारिक व व्यावहारिक उपाय - राजपूत विलास भरतसिंग

प्रस्तावना

भारतीय समाजरचनेचा अभ्यास केला असता जातीव्यवस्था हा एक मूलभूत आणि दीर्घकाळ टिकून राहिलेला घटक आढळतो. या व्यवस्थेने समाजात सामाजिक, आर्थिक व सांस्कृतिक विषमता निर्माण केली आहे. जन्मावर आधारित वर्ण व जात ही संकल्पना समाजाच्या प्रगतीस अडथळा ठरली आहे. विविध समाजघटकांप्रमाणेच राजपूत समाजही या जातीव्यवस्थेच्या

परिणामांपासून अलिप्त राहिलेला नाही. या पार्श्वभूमीवर तर्कतीर्थ लक्ष्मणशास्त्री जोशी यांनी जातीव्यवस्थेचे तात्त्विक व तार्किक विश्लेषण करून समाजसुधारणेसाठी महत्त्वपूर्ण विचार मांडले. प्रस्तुत संशोधनपर लेखात जातीव्यवस्था, राजपूत समाजातील प्रमुख समस्या आणि त्यावर तर्कतीर्थ लक्ष्मणशास्त्री यांनी सुचविलेल्या वैचारिक व व्यावहारिक उपायांचा अभ्यास करण्यात येतो.

संशोधनाची उद्दिष्टे

1. भारतीय जातीव्यवस्थेची संकल्पना आणि स्वरूप समजून घेणे.
2. राजपूत समाजातील सामाजिक समस्यांचा अभ्यास करणे.
3. तर्कतीर्थ लक्ष्मणशास्त्री जोशी यांचे जातीव्यवस्थेविषयीचे विचार विशद करणे.
4. त्यांनी सुचविलेल्या वैचारिक व व्यावहारिक उपायांचे मूल्यमापन करणे.

संशोधन पद्धती

या संशोधनासाठी वर्णनात्मक (Descriptive) आणि विश्लेषणात्मक (Analytical) पद्धतीचा वापर करण्यात आला आहे. दुय्यम साधनसामग्री (Secondary Sources) म्हणून तर्कतीर्थ लक्ष्मणशास्त्री जोशी यांचे ग्रंथ, लेख, तसेच समाजसुधारणेवरील संदर्भग्रंथांचा उपयोग करण्यात आला आहे.

भारतीय जातीव्यवस्था : संकल्पना व स्वरूप

जातीव्यवस्था ही भारतीय समाजाची एक प्राचीन सामाजिक रचना आहे. ऋग्वेदातील पुरुषसूक्तात वर्णव्यवस्थेचा उल्लेख आढळतो. कालांतराने वर्णव्यवस्था कठोर जातीय व्यवस्थेत रूपांतरित झाली. जन्मावर आधारित व्यवसाय, सामाजिक दर्जा, धार्मिक अधिकार आणि सामाजिक बंधने यामुळे समाजात उच्च-नीचतेची भावना निर्माण झाली. तर्कतीर्थ लक्ष्मणशास्त्री यांच्या मते, ही व्यवस्था मानवनिर्मित असून तिला दैवी अधिष्ठान देणे हे शास्त्रविरोधी आहे. त्यांनी जातीव्यवस्थेला "मानवी विवेकावर केलेला अन्याय" असे संबोधले आहे.

राजपूत समाज : ऐतिहासिक पार्श्वभूमी

राजपूत समाज हा प्रामुख्याने उत्तर भारतात आढळणारा क्षत्रिय समाज आहे. शौर्य, पराक्रम, युद्धकौशल्य आणि स्वाभिमान ही या समाजाची वैशिष्ट्ये मानली जातात. मात्र, या शौर्यप्रधान परंपरेबरोबरच जातीय अहंकार, वंशश्रेष्ठत्वाची

भावना आणि परंपरावादी दृष्टिकोनही समाजात रूढ झाला. तर्कतीर्थ लक्ष्मणशास्त्री यांनी राजपूत समाजाच्या ऐतिहासिक गौरवाला नाकारले नाही, मात्र त्यातील सामाजिक विकृतींवर त्यांनी कठोर टीका केली.

राजपूत समाजातील प्रमुख समस्या

राजपूत समाजातील समस्या या व्यापक जातीव्यवस्थेशी निगडित आहेत. त्यातील काही महत्त्वाच्या समस्या पुढीलप्रमाणे आहेत :

जातीय अहंकार व वंशश्रेष्ठत्व – स्वतःला उच्च समजण्याची प्रवृत्ती इतर समाजांबद्दल तुच्छता निर्माण करते.

स्त्री-असमानता – बालविवाह, पर्दापद्धती, स्त्रीशिक्षणाचा अभाव यामुळे स्त्रियांचे सामाजिक स्थान दुय्यम राहिले.

परंपरावाद – धर्म व परंपरांच्या नावाखाली सामाजिक बदलांना विरोध केला जातो.

अंतर्जातीय संबंधांना विरोध – विवाह व सामाजिक संबंधांमध्ये जातीय बंधने पाळली जातात.

तर्कतीर्थांच्या मते, या समस्या केवळ राजपूत समाजापुरत्या मर्यादित नसून संपूर्ण भारतीय समाजाला ग्रासलेल्या आहेत.

तर्कतीर्थ लक्ष्मणशास्त्री जोशी : वैचारिक भूमिका

तर्कतीर्थ लक्ष्मणशास्त्री जोशी हे विवेकवादी, तर्कनिष्ठ आणि मानवतावादी विचारवंत होते. त्यांनी धर्मग्रंथांचा अभ्यास चिकित्सक दृष्टीने केला. त्यांच्या मते, धर्म हा मानवाच्या कल्याणासाठी असावा; तो जर अन्याय आणि विषमता निर्माण करत असेल तर त्याचा पुनर्विचार करणे आवश्यक आहे. जातीव्यवस्थेचे समर्थन करणाऱ्या धार्मिक संकल्पनांवर त्यांनी शास्त्रार्थाच्या माध्यमातून प्रहार केला.

जातीव्यवस्थेवर तर्कतीर्थांची टीका

तर्कतीर्थांच्या मते, जाती ही नैसर्गिक नसून सामाजिक बांधणी आहे. जन्मावर आधारित श्रेष्ठत्व ही कल्पना अविवेकी आहे. त्यांनी स्पष्टपणे मांडले की, कर्म, गुण आणि आचार यांच्या आधारे माणसाचे मूल्यांकन झाले पाहिजे, जातीनुसार नव्हे. धर्मग्रंथांतील जातीसमर्थक विधानांचे ऐतिहासिक संदर्भ तपासून त्यांनी त्यातील विसंगती उघड केल्या.

वैचारिक उपाय योजना

तर्कतीर्थ लक्ष्मणशास्त्री यांनी जातीव्यवस्था निर्मूलनासाठी काही मूलभूत वैचारिक उपाय सुचविले :

- विवेकवादाचा स्वीकार – परंपरेपेक्षा विवेकाला महत्त्व देणे.
- धर्मग्रंथांचे पुनर्वाचन – ग्रंथांना अंधपणे न मानता तर्काच्या कसोटीवर तपासणे.
- मानवतावाद – सर्व मानव समान आहेत ही भावना रुजवणे.
- वैज्ञानिक दृष्टिकोन – जन्माऐवजी गुण व कार्यक्षमतेला महत्त्व देणे.

व्यावहारिक उपाय योजना

केवळ वैचारिक बदल पुरेसा नसून प्रत्यक्ष कृती आवश्यक असल्याचे तर्कतीर्थ मानत. त्यांनी पुढील व्यावहारिक उपाय सुचविले :

1. शिक्षणाचा प्रसार – विशेषतः स्त्रीशिक्षणावर भर देणे.
2. अंतर्जातीय विवाहांना प्रोत्साहन – जातीय भिंती तोडण्यासाठी विवाहसंस्थेचा उपयोग.
3. सामाजिक सुधारणा चळवळी – समाजप्रबोधनासाठी संघटित प्रयत्न.
4. कायदे व सामाजिक दबाव – अन्यायकारक प्रथांना आळा घालणे.

राजपूत समाजासाठी तर्कतीर्थांचे संदेश

तर्कतीर्थ लक्ष्मणशास्त्री यांनी राजपूत समाजाला उद्देशून स्पष्टपणे सांगितले की, केवळ शौर्याचा गौरव करून समाज प्रगत होत नाही. सामाजिक समता, स्त्री-सन्मान आणि विवेकशीलता अंगीकारल्याशिवाय खरा सन्मान प्राप्त होऊ शकत नाही. परंपरेचा अभिमान ठेवताना मानवतेचा विसर पडू नये, हा त्यांचा मुख्य संदेश होता.

निष्कर्ष

भारतीय जातीव्यवस्था ही सामाजिक विषमतेची मुळे खोलवर रुजवणारी व्यवस्था आहे. राजपूत समाजासह सर्व समाजघटक या व्यवस्थेच्या परिणामांना सामोरे गेले आहेत. तर्कतीर्थ लक्ष्मणशास्त्री जोशी यांनी जातीव्यवस्थेचे तात्त्विक विश्लेषण करून विवेक, मानवता आणि सामाजिक न्याय यांचा मार्ग दाखविला. त्यांच्या वैचारिक आणि व्यावहारिक उपाययोजना आजही समाजसुधारणेसाठी उपयुक्त आहेत. आधुनिक भारतात जातीव्यवस्था निर्मूलनासाठी तर्कतीर्थांचे विचार दिशादर्शक ठरतात.

संदर्भसूची

1. जोशी, तर्कतीर्थ लक्ष्मणशास्त्री – धर्म आणि समाज
2. जोशी, तर्कतीर्थ लक्ष्मणशास्त्री – प्राचीन भारतीय संस्कृती
3. कीर, धनंजय – महाराष्ट्रातील समाजसुधारक
4. देशपांडे, गो. नी. – भारतीय समाजरचना

****

- **लेखक**

राजपूत विलास भरतसिंग, संशोधक विद्यार्थी, समाजशास्त्र विभाग, डॉ. बाबासाहेब आंबेडकर मराठवाडा विद्यापीठ, छत्रपती संभाजीनगर.

26

जातिव्यवस्था आणि अस्पृश्यता निर्मूलनासाठी तर्कतीर्थाने मांडलेले वैचारिक आणि व्यावहारिक विचार - रत्नमाला देवराव पहिलवान

1.1 प्रस्तावना

तर्कतीर्थ लक्ष्मणशास्त्री जोशी महाराष्ट्रातील थोर विचारवंत, संस्कृत पंडित, कोषकार, भाषांतरकार, व्याख्याते व मराठी विश्वकोशाचे पहिले प्रमुख संपादक म्हणून ओळखले जातात. तसे लक्ष्मणशास्त्री जोशी हे बहुआयामी, व्यक्तिमत्व त्यांच्या व्यक्तिमत्त्वाचा विचार करताना असा प्रश्न पडतो की; ते काय नव्हते? ते संस्कृत पंडित, कुशल संघटक, राष्ट्रप्रेमी, क्रांतिकारी, प्रतिबद्ध सत्याग्रही, अस्पृश्यता निर्मूलन अशा सर्व विचारांचे समन्वयीचिंतक, सक्रिय राजकारणी, ज्ञानसाधक, कोशकर्ते, पुरोगामी प्रबोधक, साहित्यिक, संपादक, भाषांतरकार,

प्राच्यविद्याविशारद असे अनेक पैलू त्यांच्या कार्यातून आपल्यासमोर येतात. त्यांचा मनुष्य संग्रह सर्व स्तरातील आंतरराष्ट्रीय राष्ट्रीय तसेच राज्यस्तरावर आपल्या विलक्षण प्रतिभेची व विलक्षण प्रज्ञाची मोहर उमटून सर्वसाधारण मनुष्य म्हणून आपले पाय मात्र जमिनीवर ठेवावे असे तर्कतीर्थ सर्वांना भावतात.

आत्ताच सांगितल्याप्रमाणे लक्ष्मणशास्त्री जोशी यांनी अनेक क्षेत्रांमध्ये वेगवेगळ्या क्षेत्राशी निगडित कार्य केलेले आहे त्यातीलच एक क्षेत्र म्हणजे ‘जातीव्यवस्था आणि अस्पृश्यता’ निर्मूलनासाठी केलेले कार्य आणि त्यांचे व्यावहारिक विचार.[1]

तर्कतीर्थ हे अस्पृश्यतेच्या किती विरोधात होते आणि हिंदू धर्मातील काही चालीरीतीच्याही ते विरोधात होते. याचे उदाहरण सांगायचे झाले तर 1942 साली तर्कतीर्थांचे ‘हिंदू धर्माची समीक्षा’ हे पुस्तक प्रसिद्ध झाले व ते पुस्तक डॉ. बाबासाहेब आंबेडकर यांनी वाचले व म्हणाले ब्राह्मणांच्या पिळवणुकी तंत्राचे इतके सप्रमाण विवरण करणारा हा पहिलाच ब्राह्मण आहे. ह्याला भेटलेच पाहिजे त्यानंतर डॉ. आंबेडकरांच्या मुंबई येथील निवासस्थानी त्यांची भेट झाली. पहिल्याच भेटीत बाबासाहेबांचे आणि तर्कतीर्थांचे खूप संभाषण रंगले.[2]

वर्णव्यवस्थेविषयी डॉ. आंबेडकर व तर्कतीर्थांचे एकच मत होते. अस्पृश्यतेची मीमांसा जटिल, गुंतागुंतीची आहे. डॉ. बाबासाहेबांचे विचार यात फार महत्त्वाची भर टाकत आहेत. यात शंका नाही असे तर्कतीर्थ म्हणतात तसेच ते एका मुलाखतीत म्हणतात की, डॉ. आंबेडकरांनी बौद्ध धर्माचा स्वीकार केला हे चांगले केले. परंतु यामुळे अस्पृश्यतेचा प्रश्न सुटेल असे वाटत नाही. पण त्याचबरोबर अस्पृश्य जमातींना एक उच्च धार्मिक व नैतिक संस्कृती निर्माण करण्याची प्रेरणा त्यामुळे मिळत आहे. त्यामुळे न्यूनतेची किंवा कमीपणाची भावना नष्ट होत आहे. याचाच परिणाम कालांतराने अस्पृश्य समाजाला सामाजिक प्रतिष्ठा मिळ शकेल अशी धारणाही शास्त्रीजी व्यक्त करतात. ते पुढे म्हणतात की, अस्पृश्यता निवारण्याची समस्या केवळ एका बाजूने सुटू शकत नाही अस्पृश्य समाजामध्ये सांस्कृतिक क्रांतीची गरज आहे. अस्पृश्यता निवारण्याची प्रक्रिया वेगाने वाढली पाहिजे. नाहीतर तथाकथेत स्पर्श समाजातील नैतिक शक्ती वाढणार नाही.[3]

नैतिक शक्तीनेच समाज व राष्ट्र सामर्थ्यशाली बनते. अस्पृश्यता जोपर्यंत राहील तोपर्यंत भारतीय राष्ट्रीय दृष्ट्या दुर्बलच राहील ते सूर्यप्रकाशा इतके स्पष्ट असलेले सत्य स्पृश्य समाजाच्या ध्यानात जितक्या लवकर भरेल तितक्या लवकर अस्पृश्यता निवारण्याची समस्या सुटू शकते. असे मत शास्त्रीजी व्यक्त करतात.

जातीसंस्थाआणिधर्मशास्त्र : भारतात असलेली जातीसंस्था जगात नाही. भारतातच जातीचा संबंध केवळ समाज रचनेशी न राहता तो कर्मविषयक सिद्धांताद्वारे धर्माशी जोडला गेल्याने येथील जातीसंस्था देव-दैव-कर्म इत्यादींशी निगडित राहिली आणि म्हणून तिचे उच्चाटन करणे अवघड होऊन बसले आहे. असे तर्कतीर्थांचे निरीक्षण आहे.

पुढे ते असेही विशद करतात की, जातीसंस्थेचे मूळ 3000 वर्षांपासून भारतीय समाजात आहे. जातीव्यवस्था ही मूलतः उच्च निच्चतेच्या कल्पनेवर आधारित असल्याने विषमता मुलक आहे. गुण,कर्म विभाजण तत्त्वानुसार अस्तित्वात असलेला वर्णाश्रमाची परिणती जातीसंस्थेत झाली. प्रघाताने ती धर्माशी संलग्न होत दृढमूल झाली.[4]

जाती संस्थेचा अभ्यास मानववंशशास्त्राद्वारे होणे संयुक्तिक होय. कारण हे शास्त्र सर्वकष अभ्यास करून निष्कर्ष काढते. वंश, रूढी, परंपरा, समाज या सर्वांचा अभ्यास यामध्ये होतो. आहार, आचार, विचार इत्यादींच्या आधारे जातिगत भेदभाव व अस्पृश्यता निश्चित केलेली लक्षात येते. तिचा आधार अर्थातच रूढ व्यवहार आहे. विवाह हा जात या निकषावर होत राहिल्याने जातीसंस्था अधिक बळकट झाली आहे. हे लक्षात घेता आंतरजातीय विवाहानेच तिचा निराश आहे जातीचा संबंध पूर्वजन्म, कर्म, पाप, पुण्य, मोक्ष इत्यादीशी जोडला गेल्यानेही तिचे दृढीकरणच झालेले दिसते.[5]

पुढे तेही म्हणतात की, आधुनिक काळात समाज सुधारणांमुळे जाती धर्माचा पगडा कालोघात शिथिल होत आहे. तर्कतीर्थ जात व्यवस्थेचे वास्तव मांडत तिच्याशी धर्मशास्त्र जोडल्याने जात दृढ कशी झाली; हे स्पष्ट करत तिचा पगडा दूर होण्याची आवश्यकता मांडली आहे. जात धर्मनिरपेक्ष समाज मानवहित लक्ष असतो.

1940 मध्ये आचार्य प्र. के. अत्रे यांनी 'नवयुग' नावाचे साप्ताहिक चालू केले होते. 13 एप्रिल 1947 रोजी त्यांचा 'आंबेडकर विशेषअंक' प्रकाशित केला होता. त्यात लक्ष्मणशास्त्री जोशी यांचा उपरोक्त लेख प्रकाशित झाला होता. त्यात डॉ. आंबेडकर हिंदू समाजातील दास्याबद्दल बंड करणारे पहिले पुरुष होय. महात्मा फुले यांनी प्रथम या दास्याबद्दल टीका करून हा प्रकार बंद करण्याचा आग्रह मांडला. हिंदू समाजात सुधारणा घडवून आणणाऱ्यांची मोठी परंपरा महाराष्ट्रात आहे पण जातीभेद व चातुरवर्णे यांना थेट विरोध करण्यासाठी धर्म परिवर्तनाचा विचार व 'मनुस्मृति' जाळण्याची जी कृती टीका केली. ती रास्त व समर्थनीच आहे. या लेखात तर्कतीर्थ स्पष्ट करतात की, हिंदुस्तानला भविष्यकाळात

लोकसत्ता व लोकस्वातंत्र्य या तत्त्वावर समाज रचना करावयाची असेल तर हिंदू धर्माच्या मूळ व मुख्य तत्त्वालाच म्हणजे चातुवर्ण्य व्यवस्थेला शेवटचा प्रणाम केला पाहिजे असे डॉ. आंबेडकरांचे म्हणणे आहे. हे त्यांचे म्हणणे योग्य व प्रमाणबद्ध आहे.[6]

अस्पृश्यता निवारणासाठी ज्या काही अनेक चळवळी झाल्या त्यात देखील तर्कतीर्थाचा सहभाग होता. महात्मा गांधी येरवडा तुरुंगात असताना शास्त्रीजी व गांधीजी यांच्या नेहमी भेटीवर अस्पृश्यतेचा प्रश्नावर चर्चा होत असत. इ.स .1972 मध्ये 'अस्मितादर्श' या मासिकाने प्रसिद्ध केलेल्या दिवाळी अंकात धर्मदास्य, लोकशाहीविवेक, दलित मुक्ति' या विषयावर परिसंवाद आयोजित केला होता. त्या परिसंवादात सर्वश्री लक्ष्मणशास्त्री जोशी यांनी भाग घेऊन आपला या विषयाच्या संदर्भातील दृष्टिकोन स्पष्ट केला त्या मध्ये ते म्हणतात की बौद्ध ख्रिश्चन मुसलमानी प्रत्यक्ष अप्रत्यक्ष सामाजिक विषमता आणि दास या तळी उचलली आहे या धर्मांनी मानवी समतेचा पुरस्कार केला तरी हिंदू धर्माने सामाजिक विषमता , उं-नीचता भाव आणि दलित वर्गाचे दास्यत्व स्थिर करण्याचा प्रयत्न केला आहे.

अस्पृश्यत्व मीमांसा करण्यासाठी तर्कतीर्थ लक्ष्मणशास्त्री जोशी यांनी अस्पृश्यत्व निवासा नावाचा प्रबंध दिला असून त्यात त्यांनी अस्पृश्यत्व मानल्या गेलेल्या व काळात तत्कालीन पुरोहित वर्गाने वर्ण वर्चस्व अबाधित राखण्यासाठी प्राचीन वाङ्मयात वेद श्रुती पुराण अरण्य ब्राह्मण के इत्यादी ग्रंथ उपलब्ध अस्पृश्यता न पाळणे यांना चांडाळ म्हणून तत्कालीन समाजाने अस्पृश्य ठेवले ते तत्कालीन धर्म ग्रंथातील उपलब्ध प्रमाणात विरुद्ध कसे होते हे सप्रमाण दाखवून दिले आहे स्वातंत्र्यपूर्वकाळात मतदारसंघ, रचना व मतदार हक्क यावरून मात्र बाबासाहेब आंबेडकर यांच्यात मतभेद निर्माण झाले होते. मा. गांधी या प्रश्नाकडे सामाजिक दृष्टीने पाहत होते; तर आंबेडकर दलितांचे हक्क व राजकीय प्रश्न मानत होते. या प्रश्न विरोध करत महात्मा गांधींनी आमरण उपोषण सुरू केले. 24 सप्टेंबर 1932 रोजी आंबेडकर व महात्मा गांधीजी यांच्यात 'पुणेकरार' झाला. हा प्रश्न संपला खरा पण आंबेडकरांनी दलितांच्या हक्क आणि प्रश्नांबाबतची राजकीय व सामाजिक जागृती घडून आणली. तिच्यामुळे गांधीजी अंतर्भूत झाले व अस्पृश्यता निवारण ही काळाची गरज असल्याचे त्यांना मनोमन पटले होते; पण त्यांच्या सनातनी मनास याचा हिंदुधर्म ग्रंथामध्ये काही प्रमाण मिळते का ते पाहायचे होते. म्हणून त्यांनी हिंदू सनातन व सुधारक धर्मपंडितांची येरवडा कारागृहात चर्चा विचार विमर्श सुरू केला. यासंदर्भात तर्कतीर्थ आणि महात्मा

गांधीजी यांच्यातही वारंवार या विषयावर चर्चा होत असे.[7]

अस्पृश्यता जर आपल्याला पूर्णपणे नष्ट करायची असेल तर आंतरजातीय विवाह झाले पाहिजेत या विचारांशी तर्कतीर्थ सहमत होते आणि म्हणूनच महात्मा गांधीजींचा शेवटचा मुलगा देवदास आणि राजगोपालाचारी यांची मुलगी लक्ष्मी यांनी विवाह करण्याचे ठरवले. तेव्हा त्यांच्या घरच्यांना हा विवाह मान्य नव्हता; परंतु तर्कतीर्थांनी मध्यस्थी करून हा विवाह होण्यास काहीच हरकत नाही असे सांगितले तसेच जातीने वर्णव्यवस्था मानणारा मी नाही म्हणून हा समाज वर्णीय विवाह असे मी मानतो. हा विवाह होऊ शकतो दोन घरात जर समान संस्कृती असेल समान आचार असतील तर विवाह टिकतात. जातीव्यवस्था काल्पनिक आहे. वर्णव्यवस्था कार्यमूलक आहे. राजगोपालाचारी व गांधीजींना हा विचार पटला व त्यांनी या विवाह संमती देऊन तर्कतीर्थ यांनाच विवाहाचे गौरविद्य करण्याची विनंती केली व त्यांनीही सहर्ष स्वीकारली विवाह जून 1933 रोजी संपन्न झाला. त्यावेळी गांधीजींनी तर्कतीर्थ यांची प्रशंशा **'A Man of great Learning and Spotless character'** अशा सार्थ शब्दात केला.

निष्कर्ष

वरील विवेचनावरून असे लक्षात येते की; तर्कतीर्थ लक्ष्मणशास्त्री जोशी यांचे अस्पृश्यतेविषयीचे विचार त्या काळातही किती आधुनिक होते. ते फक्त बोलके सुधारक नव्हते तर ते करते सुधारक होते. मनुस्मृती दहन असो, 'पुणे करार' असो या सर्व बाबतीत डॉ. बाबासाहेब आंबेडकरांचे त्यांनी समर्थन केल्याचे दिसून येते. त्याकाळी आंतरजातीय विवाहला संमती देणे म्हणजे फार मोठ्या बदलांची सुरुवात त्यांनी केली होती. अस्पृश्यता विरोधातील त्यांचे विचार तत्कालीन समाजाला नक्कीच दिशादर्शक ठरले असतील यात काही शंकाच नाही.

'रंगातसाऱ्यारंगमाझावेगळा,गुंतुनीगुंत्यात साऱ्यापायमाझामोकळा,असेगुणगुणतस्वतःच्याचनिर्माणकेलेल्याजगातनिर्मोह, निःसंगराहूशकणारेतर्कतीर्थहेअजबरसायनहोते.

संदर्भ

1. तर्कतीर्थ लक्ष्मणशास्त्री जोशी समग्र वांग्मय खंड 8 पृष्ठ.92
2. डॉ. बाबासाहेब आंबेडकर व दलित समाज पृष्ठ.343
3. तर्कतीर्थ लक्ष्मणशास्त्री जोशी समग्र वाङ्मय खंड.6 पृष्ठ 342
4. तर्कतीर्थ लक्ष्मणशास्त्री जोशी, अस्पृश्यत्व मीमांसा 1934 पृष्ठ,17
5. तर्कतीर्थ लक्ष्मणशास्त्री जोशी () मराठी विश्वकोश नोंदसंग्रह पृष्ठ. 271

6. तर्कतीर्थ लक्ष्मणशास्त्री जोशी सर्वंकष आकलन, पृष्ठ . 59

****

- लेखक

रत्नमालादेवरावपहिलवान, शासकीय ज्ञान विज्ञान महाविद्यालय, छत्रपती संभाजीनगर.

27

A Critical Examination of Tarkateertha Lakshmanshastri Joshi's Philosophy of Dharma: Modernity, Marxism, and the Jain Critique - Rupesh R. Madkar

Introduction: The Intellectual Legacy of Tarkateertha Lakshmanshastri Joshi

Tarkateertha Lakshmanshastri Joshi (1901–1994) holds a singular and esteemed place in the intellectual history of modern India, particularly within Maharashtra. A true polymath, his scholarship encompassed traditional Sanskrit learning, modern philosophy, social sciences, and jurisprudence. Joshi devoted his life to a critical re-evaluation of Indian traditions in the context of modernity. His honorific, 'Tarkateertha,' meaning "master of logic and pilgrimage to knowledge," aptly captures his intellectual journey and steadfast commitment to rational inquiry. He played a crucial role in transforming the Prajna Pathashala Mandal at Wai into a vibrant center for the critical study of Dharmashastra and Sanskrit literature. Beyond his academic endeavors, Joshi was deeply involved in the social and political transformations of his era, championing social justice, secularism, and a scientific temper.

This paper aims to explore the multifaceted nature of Joshi's intellectual project, with a specific focus on his understanding and critique of Dharma. It posits that Joshi's approach was characterized by a unique fusion of profound traditional knowledge and a rigorous application of modern analytical frameworks, most notably Marxist thought. We will first delineate his definition and interpretation of Dharma, followed by an examination of how Marxism shaped his critical methodology. Subsequently, his broader critique of various religions (*Sarvadharma Sameeksha*) will be discussed, emphasizing the modern perspectives he integrated. The paper will then pivot to his specific critique of Jainism, detailing its primary aspects. Finally, it will engage with the significant counter-arguments and critiques leveled against Joshi by another prominent Marathi intellectual, Sharad Patil, particularly concerning the perceived prejudices and limitations in Joshi's analysis of Jainism. Through this critical examination, we seek to comprehend the enduring impact and inherent complexities of Joshi's intellectual legacy.

Tarkateertha Lakshmanshastri Joshi's Definition and Interpretation of Dharma

For Tarkateertha Lakshmanshastri Joshi, the concept of Dharma extended far beyond a mere collection of religious rituals or theological doctrines. Having deeply immersed himself in the extensive corpus of ancient Indian scriptures, including the Vedas, Upanishads, Dharmashastras, and various philosophical systems, Joshi formulated a nuanced understanding that transcended simplistic, sectarian views. He recognized Dharma not solely as religion in the Western sense, but as an encompassing principle that included ethics, morality, social order, law, and even cosmic equilibrium.

In his seminal works, Joshi meticulously categorized and analyzed the diverse interpretations of Dharma across different historical periods and philosophical schools in India. He observed that Dharma has historically operated at multiple levels:

- **Cosmic Order (Ṛta):** Initially, Dharma was intimately connected to the cosmic order, the fundamental law governing the universe, ensuring regularity and harmony.
- **Individual Righteousness (Svadharma):** It prescribed the duties and responsibilities of an individual based on their social position (varna), stage of life (ashrama), and personal conduct, emphasizing ethical living, truthfulness, non-violence, and self-restraint.
- **Social Order (Varṇāśramadharma):** Dharma also denoted the principles governing societal organization, laying down rules for family life, community interactions, and governance. Joshi, however, was acutely aware of how this aspect often became rigid and oppressive, particularly through the caste system.
- **Legal and Jurisprudential Framework:** The Dharmashastras, which Joshi studied extensively, functioned as ancient legal codes, outlining civil and criminal laws, property rights, and judicial procedures. He acknowledged their historical significance while also pointing out their inherent limitations and biases.

- **Transcendental and Spiritual Pursuit:** For many philosophical schools, Dharma represented the path to spiritual liberation (moksha), involving practices such as meditation, devotion, and philosophical inquiry.

Joshi's interpretation moved beyond a descriptive cataloging of these meanings. He aimed to identify the underlying rationale and evolution of Dharma. He argued that Dharma, at its core, sought the well-being and stability of society, evolving in response to changing social, economic, and political circumstances. However, he critically noted that over centuries, Dharma had often become ossified, losing its dynamic and adaptive qualities. It transformed from a guiding principle for social harmony into a rigid, ritualistic, and frequently oppressive system that perpetuated inequalities and stifled individual freedom.

His unique perspective stemmed from a recognition that while ancient Indian thought offered profound insights into human existence and social organization, it also contained elements antithetical to modern values of equality, liberty, and scientific inquiry. Thus, his interpretation of Dharma was not merely an exegesis but a preparatory groundwork for its critical evaluation. He aimed to salvage its universal ethical principles while discarding its anachronistic and discriminatory aspects, thereby paving the way for a modern, secular understanding of morality and societal norms.

The Influence of Marxism and the Necessity for Dharma Critique

Tarkateertha Lakshmanshastri Joshi's intellectual journey was profoundly shaped by his engagement with Marxist thought. While deeply rooted in traditional Sanskrit scholarship, Joshi was not content with merely preserving ancient wisdom; he sought to critically examine it and render it relevant through the lens of modern social theory. Marxism provided him with a potent analytical framework to comprehend the socio-economic underpinnings of religious and cultural phenomena, which he deemed essential for a comprehensive critique of Dharma.

Joshi was particularly drawn to the materialist conception of history and the idea that economic structures profoundly influence social, political, and ideological superstructures, including religion. He began to perceive the evolution and perpetuation of various Dharma systems not solely as spiritual or ethical developments, but as responses to, and often justifications for, prevailing class structures and power dynamics. He recognized that religious doctrines and practices could serve to legitimize existing hierarchies, particularly the caste system, and to pacify the oppressed by promising rewards in an afterlife or emphasizing the inevitability of one's karma.

This Marxist influence instilled in Joshi a profound conviction regarding the necessity for a rigorous critique of Dharma. He felt that for India to truly modernize and overcome its socio-economic challenges, a critical engagement with its religious traditions was indispensable. The reasons for this perceived necessity were manifold:

- **Challenging Social Inequality:** Joshi observed that traditional Dharma had often been instrumental in perpetuating the caste system, gender discrimination, and other forms of social hierarchy. A Marxist-inspired critique allowed him to expose how these religious doctrines provided ideological support for exploitation and oppression. He viewed this critique as a tool for social emancipation.
- **Promoting Rationality and Scientific Temper:** Traditional Dharma often relied on faith, dogma, and supernatural explanations. Joshi, influenced by modern scientific thought, believed that an uncritical acceptance of these elements hindered the development of a rational and scientific temper in society. His critique aimed to strip away the superstitious and irrational aspects of religion, advocating for an evidence-based approach to understanding the world.

- **Modernizing Indian Society:** Joshi believed that an unexamined adherence to traditional Dharma prevented India from fully embracing modernity. For him, modernity entailed not just technological advancement but also a commitment to democratic values, human rights, and individual liberty. A critique of Dharma was therefore essential to clear the path for a truly modern and progressive Indian society.
- **Reclaiming the Ethical Core:** While critical of the institutional and dogmatic aspects of Dharma, Joshi was not an anti-religious iconoclast. Instead, he sought to identify and reclaim the universal ethical and humanistic principles embedded within various Indian traditions, separating them from ritualistic and oppressive accretions. The critique was a purification process, aimed at discovering the true essence of Dharma relevant for a modern age.
- **Understanding Historical Evolution:** Marxist historical materialism provided Joshi with a framework to understand how religious ideas and institutions evolved in response to specific material conditions. This allowed him to move beyond a static, ahistorical understanding of Dharma and instead analyze its dynamic relationship with societal development.

In essence, Joshi's engagement with Marxism provided him with the methodological rigor and the social imperative to undertake a radical reappraisal of Dharma. It transformed his scholarship from mere exegesis into a powerful instrument for social critique and reform, making his work deeply relevant to the challenges of post-colonial India.

Tarkateertha's Sarvadharma Sameeksha: A Comprehensive Review of All Religions

Tarkateertha Lakshmanshastri Joshi's commitment to a critical re-evaluation of Dharma culminated in his ambitious project of *Sarvadharma Sameeksha* – a comprehensive critique and review of various religious traditions, both Indian and global. This endeavor was not driven by a desire to disparage religions but by a profound intellectual curiosity and a reformist zeal to understand their historical roles, social functions, and philosophical underpinnings. His approach was characterized by an unparalleled combination of deep traditional knowledge, meticulous comparative analysis, and the application of modern critical methodologies.

Joshi's *Sarvadharma Sameeksha* involved several key dimensions:

- **Historical-Materialist Analysis:** Drawing heavily from his Marxist leanings, Joshi analyzed each religion within its specific historical and socio-economic context. He investigated how religious doctrines emerged, evolved, and adapted to different material conditions, and how they often served to legitimize existing power structures or, conversely, inspired social movements. For instance, he would examine the origins of Vedic rituals in agrarian societies or the rise of ascetic traditions during periods of social upheaval.
- **Comparative Religion:** Joshi engaged in a sophisticated comparative study, juxtaposing the tenets and practices of different religions. This allowed him to identify common humanistic threads as well as distinctive features. He compared concepts like karma, liberation, and ethics across Hinduism, Buddhism, Jainism, Christianity, and Islam, seeking both convergences and divergences. This comparative framework helped him to de-parochialize religious understanding and highlight universal human aspirations.
- **Rational and Ethical Scrutiny:** At the heart of his *Sameeksha* was a rigorous application of rational and ethical criteria. He questioned dogmas, superstitions, and rituals that lacked logical coherence or promoted social injustice. He challenged practices that were exploitative, discriminatory, or inimical to human dignity. His critique was not against faith per se, but against unexamined faith that perpetuated harm.
- **Sociological and Anthropological Perspective:** Joshi moved beyond purely theological interpretations to analyze the social

organization, communal structures, and cultural impact of religions. He examined how religious institutions functioned within society, their role in maintaining social cohesion, and sometimes, their contribution to social fragmentation or conflict. This perspective allowed him to see religions as living social phenomena rather than static belief systems.

- **Critique of Orthodoxy and Fundamentalism:** Joshi was particularly critical of orthodox interpretations and fundamentalist tendencies within any religion that resisted change, suppressed dissent, or imposed rigid social controls. He viewed these as impediments to progress and human liberation. His *Sameeksha* was, in part, an argument for internal reform and modernization within religious traditions.

Joshi's *Sarvadharma Sameeksha* was not an exercise in nihilism but a constructive attempt to understand the complex role of religion in human history and society. He sought to distill the ethical and humanistic essence from historical accretions and dogmatic rigidities, advocating for a universal morality that could transcend sectarian boundaries. His work laid the groundwork for a more critical yet empathetic engagement with religious diversity in a modern, pluralistic society.

Modern Facets Applied to Dharma Sameeksha and Joshi's Unique Vision

Tarkateertha Lakshmanshastri Joshi's distinctive contribution lay in his remarkable ability to synthesize traditional Indian scholarship with modern intellectual tools, creating a unique lens through which to undertake his Dharma Sameeksha. He consciously applied several modern facets to his critique, which distinguished his work from both uncritical traditionalists and purely Western-oriented modernists.

The modern facets Joshi integrated into his religious critique included:

- **Rationalism and Scientific Temper:** Joshi championed the spirit of rational inquiry, advocating for critical scrutiny over blind faith. He questioned supernatural claims, mythological narratives, and ritualistic practices that lacked empirical or logical justification. His *Sameeksha* consistently sought to demystify religious phenomena by offering historical, sociological, or psychological explanations. He believed that a scientific temper was crucial for societal progress and for fostering an enlightened citizenry.
- **Humanism and Individual Liberty:** Influenced by Enlightenment ideals, Joshi placed human welfare and individual autonomy at the center of his critique. He evaluated religious doctrines and practices based on whether they promoted human dignity, fostered compassion, and allowed for individual freedom of thought and action. He was critical of any religious system that subjugated individuals, particularly women and lower castes, or imposed restrictive social norms.
- **Historical Materialism:** This Marxist tool allowed him to analyze religions not as static, transcendent truths but as dynamic social constructs shaped by economic and material conditions. This historical perspective provided a powerful corrective to ahistorical interpretations of religious traditions.
- **Comparative Methodology:** Beyond simply listing similarities, Joshi employed a sophisticated comparative method to understand the universal human quest for meaning and the diverse ways different cultures have articulated it. This approach also helped him to identify the unique strengths and weaknesses of each tradition, moving beyond ethnocentric biases.
- **Sociological and Anthropological Insights:** Joshi incorporated insights from modern sociology and anthropology to understand the social functions of religion, its role in community building, social control, and the creation of cultural identity. He examined the interplay between religious beliefs and social structures, recognizing that religion is deeply embedded in human social life.

This application of modern facets was not superficial but deeply integrated into his scholarship, forming his "विशिष्ठ दृष्टी" (unique vision). This unique perspective arose from:

- **Mastery of Traditional Texts:** Unlike many modern critics who might have lacked deep engagement with Sanskrit and traditional Indian thought, Joshi was a profound Pandit (scholar). His critiques were thus informed by an intimate knowledge of the very texts he was analyzing, lending them authority and nuance. He could engage with traditional arguments on their own terms before applying modern critiques.
- **Critical Internalization:** Joshi did not simply apply Western theories externally. He internalized them and used them to critically re-engage with his own intellectual heritage. He sought to find points of convergence and divergence, to demonstrate how Indian traditions could be understood and reformed through a modern lens, rather than dismissed outright.
- **Reformist Zeal:** His vision was not merely academic but driven by a strong commitment to social reform and national regeneration. He believed that a critical re-evaluation of Dharma was essential for India to emerge as a modern, equitable, and progressive nation.

In essence, Joshi's unique vision enabled him to bridge the gap between tradition and modernity. He recognized the enduring value of India's philosophical heritage while simultaneously acknowledging the need for radical reform and adaptation to contemporary challenges. His Dharma Sameeksha thus became a model for how to engage critically with one's own cultural past without either succumbing to nostalgic traditionalism or uncritically adopting foreign paradigms.

Tarkateertha's Critique of Jainism

Among the various religious traditions subjected to Tarkateertha Lakshmanshastri Joshi's meticulous *Sarvadharma Sameeksha,*

Jainism received significant attention. Joshi, with his characteristic blend of traditional knowledge and modern critical tools, approached Jainism not merely as a historical religion but as a complex system of philosophy, ethics, and social organization that warranted thorough examination. His critique, while acknowledging Jainism's profound contributions, also highlighted what he perceived as its limitations and problematic aspects, particularly when viewed through a modern, humanistic, and Marxist-influenced lens.

Joshi meticulously studied Jain canonical texts, philosophical treatises, and historical accounts to understand its core tenets. He recognized Jainism's historical significance as a shramanic tradition that challenged Vedic orthodoxy and its emphasis on non-violence (Ahimsa) as a supreme ethical principle. However, his critique delved deeper, focusing on specific features that he found problematic:

- **Extreme Asceticism and Renunciation:** Joshi critically examined the severe ascetic practices prescribed in Jainism, such as fasting unto death (Sallekhana/Santhara), nudity among Digambara monks, and extreme self-mortification. While acknowledging the spiritual discipline involved, he questioned their practical utility and their potential to alienate individuals from societal engagement and material well-being. From a materialist perspective, he might have argued that such extreme renunciation, while promoting individual spiritual purity, could inadvertently lead to a withdrawal from the collective struggle for social improvement and material progress. He likely saw it as potentially diminishing human agency in the material world.
- **Deterministic Karma and Apathy towards Social Change:** Joshi would have scrutinized the Jain doctrine of Karma, which posits that every action, good or bad, inevitably leads to consequences, and liberation is achieved by exhausting past karmas. While appreciating the emphasis on moral responsibility, he might have argued that an overly deterministic view of karma could

foster a sense of fatalism and discourage active intervention in addressing social injustices. If one's suffering is solely due to past karma, the impetus for collective social reform might be weakened.

- **Lack of Emphasis on Social Welfare and Collective Action:** Building on the previous point, Joshi might have observed that while Jainism champions individual ethical purity and non-violence, its focus often remained on individual salvation rather than large-scale social transformation or collective welfare. He would have contrasted this with other traditions or modern ideologies that prioritize collective action for societal betterment.
- **Philosophical Rigidity and Anekantavada's Limitations:** While appreciating Anekantavada (the doctrine of manifold aspects) for its intellectual openness and tolerance of diverse perspectives, Joshi might have also critiqued its practical implications. He could have argued that while conceptually profound, in practice, it might not always translate into robust social action or clear ethical directives when faced with stark moral choices or systemic injustices. He might have questioned if its relativism could sometimes hinder firm moral stands.
- **Economic Base and Patronage:** From a Marxist perspective, Joshi might have explored the historical relationship between Jainism and mercantile communities. He could have analyzed how Jain ethics, particularly non-violence and honest trade, resonated with and perhaps even facilitated the economic activities of merchant classes. He might have questioned if the emphasis on asceticism for monks, while householders accumulated wealth, represented a class division within the religious structure. This would be a typical Marxist approach to understanding the socio-economic base of a religious tradition.
- **Historical Development and Schisms:** Joshi would have examined the historical evolution of Jainism, including the Digambara-Svetambara schism, and analyzed how these divisions impacted the religion's social and philosophical

trajectory. He would likely have applied a historical-critical method to understand the internal dynamics and external pressures that shaped Jainism over centuries.

In summary, Joshi's critique of Jainism was not a dismissal but a rigorous intellectual engagement. He sought to understand its strengths and weaknesses from a perspective that valued human progress, social justice, and rational inquiry. While recognizing Jainism's ethical depth, he questioned aspects that he perceived as promoting detachment from worldly concerns, fostering fatalism, or potentially hindering collective efforts for social transformation, especially when viewed through the prism of modern social and materialist thought.

Salient Features of Tarkateertha's Jain Dharma Sameeksha

Tarkateertha Lakshmanshastri Joshi's critique of Jainism was characterized by several salient features that reflected his overarching methodological approach to *Dharma Sameeksha*. These features underscore his unique blend of traditional erudition and modern critical thought, particularly influenced by Marxist principles and a commitment to humanism.

- **Emphasis on Socio-Economic Context:** A primary feature of Joshi's critique was his insistence on understanding Jainism not in isolation but within its specific historical and socio-economic milieu. He would have analyzed how Jainism emerged as a shramanic movement in reaction to Vedic Brahminism, and how its ethics, particularly Ahimsa (non-violence) and honest conduct, resonated strongly with mercantile and trading communities. He likely explored how the emphasis on non-agricultural professions among Jains allowed them to thrive economically, and how this economic base, in turn, supported the religious institutions. This materialist interpretation sought to uncover the reciprocal relationship between religious doctrine and economic life.

- **Critique of Ascetic Extremism from a Humanistic Perspective:** Joshi, while appreciating the discipline of asceticism, critically evaluated the extreme forms of self-mortification and renunciation prevalent in Jainism (e.g., Sallekhana, nudity). From a humanistic viewpoint, he would have questioned whether such practices truly contributed to overall human well-being or if they led to a withdrawal from life's responsibilities and potential for social contribution. He likely saw them as potentially counterproductive to a robust, engaged human existence. His concern would be for the practical impact on human life and society, rather than solely the spiritual ideal.
- **Rational Scrutiny of Metaphysics and Cosmology:** Joshi applied a rationalist lens to Jain metaphysics, including its concept of Jiva (soul), Ajiva (non-soul), and the elaborate Jain cosmology. While respecting philosophical depth, he would have questioned aspects that seemed to defy empirical observation or logical coherence without sufficient justification. He might have critiqued the detailed classifications of living beings and the precise calculations of cosmic cycles as potentially speculative rather than verifiable.
- **Examination of Karma's Social Implications:** As noted earlier, Joshi would have taken a critical stance on the deterministic aspects of Jain Karma theory. While it instills individual responsibility, he would have scrutinized its potential to foster fatalism regarding social inequality or personal suffering. He might have argued that an overemphasis on past karma could reduce the impetus for collective action against present injustices, as individuals might attribute their plight to their own past deeds rather than systemic issues.
- **Focus on Social Stratification and Hierarchies:** Despite Jainism's theoretical rejection of the caste system, Joshi would have likely examined how social hierarchies and distinctions, even if not based on birth, might have persisted or developed within Jain communities. He would have explored whether the

ideal of *samyag darshan* (right faith) and *samyag charitra* (right conduct) truly translated into social equality in practice, or if other forms of social stratification emerged.

- **Comparative Analysis with Other Shramanic Traditions:** Joshi would have compared Jainism with its contemporary shramanic tradition, Buddhism, highlighting their similarities (e.g., rejection of Vedic authority, emphasis on asceticism, karma, rebirth) and differences (e.g., Jain emphasis on Ahimsa to the extreme, Anekantavada vs. Buddhist Middle Path, concept of soul). This comparative approach would have illuminated the unique trajectory and contributions of Jainism within the broader Indian philosophical landscape.

These salient features demonstrate Joshi's comprehensive, multi-layered approach. He was not merely a textual scholar but a critical intellectual who sought to understand the living reality of religious traditions, their historical development, their social impact, and their philosophical coherence, all through the prism of modern critical thought. His critique of Jainism was thus a significant part of his larger project: to forge a path for India that honored its past while embracing a rational, humanistic, and equitable future.

Sharad Patil's Objections and the Identified Flaws in Tarkateertha's Jain Critique

While Tarkateertha Lakshmanshastri Joshi's intellectual contributions were widely respected, his *Dharma Sameeksha*, particularly his critique of Jainism, did not escape scrutiny. Sharad Patil (1932–2010), another towering intellectual figure in Maharashtra and a prominent Marxist scholar, critically engaged with Joshi's work, identifying what he perceived as significant flaws and inherent biases. Patil's objections were not mere academic disagreements; they stemmed from a deeper methodological divergence and a more radical interpretation of historical materialism.

Sharad Patil's primary criticisms of Joshi's critique of Jainism hinged on the argument that Joshi, despite his Marxist leanings and commitment to modernity, could not entirely shed his own Brahminical intellectual conditioning. Patil contended that Joshi's critique, while appearing progressive, still operated within certain traditional frameworks and failed to fully grasp the revolutionary aspects of non-Brahminical traditions like Jainism.

Patil's main objections and the flaws he identified can be summarized as follows:

- **Insufficient Radicalism in Marxist Application:** Patil argued that Joshi's application of Marxism was not radical enough. While Joshi recognized the socio-economic context, Patil believed that he did not delve deeply enough into the class struggle inherent in the rise of shramanic traditions. Patil viewed Jainism and Buddhism as fundamentally anti-Brahminical and anti-caste movements that represented a subaltern challenge to the dominant Vedic-Brahminical order. Joshi, according to Patil, failed to fully appreciate this revolutionary aspect, often interpreting Jainism through a lens that still subtly privileged Brahminical perspectives or universalized certain moral frameworks.
- **Brahminical Bias and 'Sanskritization' of Critique:** Patil accused Joshi of exhibiting a subtle Brahminical bias, even in his critique. He argued that Joshi's profound traditional Sanskrit scholarship, while an asset, also subtly shaped his evaluative criteria. When critiquing Jainism's asceticism or its social implications, Patil felt that Joshi was perhaps measuring it against an idealized, often Brahminical, notion of Dharma or social order, rather than fully appreciating Jainism's distinct, non-Vedic trajectory. Patil suggested that Joshi, despite his efforts, could not entirely escape the "Sanskritization" of his intellectual framework.
- **Misunderstanding of Asceticism as Resistance:** While Joshi critiqued Jain asceticism as extreme or socially disengaging,

Patil might have reinterpreted it as a form of non-violent resistance against the dominant materialist and ritualistic culture of Vedic society. For oppressed groups or those seeking an alternative way of life, extreme asceticism could be a powerful statement of rejection of the prevailing social order and its values. Patil would argue that Joshi's humanistic critique of asceticism overlooked its potential as a radical, counter-hegemonic practice in its historical context.

- **Failure to Appreciate Jainism's Democratic Potential:** Patil asserted that Jainism, with its emphasis on individual spiritual effort, its theoretical rejection of birth-based hierarchy, and its Anekantavada (which promotes multiple perspectives), contained democratic and egalitarian potential that Joshi did not fully recognize. Instead, Joshi focused more on its perceived limitations (e.g., deterministic karma, individual salvation) rather than its radical challenge to Brahminical absolutism and social stratification.
- **Superficial Engagement with Subaltern History:** Patil's overarching criticism was that Joshi's historical-materialist analysis, while present, remained somewhat superficial when it came to understanding the history of subaltern and non-Brahminical traditions. Patil, a proponent of 'Dasa-Shudra' history, believed in uncovering the autonomous historical narratives of oppressed groups, which he felt Joshi's framework, despite its progressiveness, did not adequately achieve.

In essence, Sharad Patil's critique of Joshi's Jain *Sameeksha* was a call for a more rigorous, uncompromising, and ideologically self-aware application of historical materialism. He argued that even progressive Brahmin intellectuals like Joshi, despite their best intentions, could inadvertently carry forward subtle biases embedded in their intellectual heritage, thereby failing to fully grasp the revolutionary potential and unique historical trajectory of non-Brahminical religions like Jainism. This intellectual debate highlights the complex challenges of applying critical frameworks to deeply entrenched cultural and religious traditions.

Identifying Prejudices in Tarkateertha's Jain Dharma Sameeksha

Sharad Patil's pointed criticisms bring to light certain underlying "पूर्वग्रह" (prejudices or latent biases) that may have subtly influenced Tarkateertha Lakshmanshastri Joshi's critique of Jainism. While Joshi was undeniably a progressive thinker committed to rationality and social reform, Patil argued that no intellectual, particularly one deeply immersed in a specific cultural and academic tradition, can entirely escape the conditioning of their background. These potential prejudices, as highlighted by Patil, do not negate Joshi's overall contribution but offer a more nuanced understanding of the limitations inherent in even the most rigorous intellectual endeavors.

The prejudices that might be discerned in Tarkateertha's Jain Dharma Sameeksha include:

- **Subtle Brahminical Epistemological Framework:** Despite his critique of Brahminism, Joshi's deep immersion in Sanskrit and Vedic-Puranic traditions might have unconsciously led him to evaluate other traditions against an implicit standard derived from this framework. For instance, when critiquing Jain asceticism, he might have been implicitly comparing it to the more balanced *grihastha* (householder) ideals or the concept of *purusharthas* (four aims of human life) prevalent in some Hindu traditions, which integrate worldly life with spiritual pursuits. This could lead him to view Jain asceticism as an 'extreme' deviation rather than a valid, alternative path of renunciation with its own internal logic and historical context.
- **Overemphasis on Rationality and Neglect of Lived Experience:** Joshi's commitment to modern rationality and scientific temper, while laudable, might have led him to undervalue or misunderstand elements of religious practice that are not strictly rational or empirically verifiable but hold profound existential or social significance for practitioners. For

example, the spiritual solace or community cohesion derived from specific rituals, or the deeply personal experience of ascetic discipline, might have been dismissed as irrational rather than understood within their lived contexts. This could lead to a 'rationalist' prejudice against forms of religious expression that do not conform to Western-derived logical frameworks.

- **Limited Appreciation of Subaltern Resistance:** As argued by Patil, Joshi's critique might have overlooked the potential of Jainism, as a shramanic tradition, to represent a form of subaltern resistance against the dominant Vedic-Brahminical hegemony. By focusing on its internal philosophical or social 'flaws,' Joshi might have inadvertently downplayed its historical role as a counter-cultural movement that offered an alternative worldview and social structure to marginalized groups. This reflects a 'mainstream' historical prejudice that might not fully grasp the dynamics of resistance from the periphery.
- **Modernist Bias Towards 'Progress':** Joshi's unwavering commitment to modernity and progress could be seen as a form of prejudice when evaluating ancient traditions. He tended to measure religions against modern ideals of social equality, scientific temper, and individual liberty. While these are valuable ideals, applying them retrospectively can sometimes lead to an anachronistic judgment, failing to appreciate the unique societal functions and ethical frameworks that religions provided in their own historical contexts. His critique of deterministic karma, for instance, might stem from a modern emphasis on human agency and social change, potentially overlooking the spiritual comfort or ethical discipline it instilled in its historical context.
- **Implicit Universalization of 'Dharma' as Social Order:** Despite his critical stance, Joshi's foundational understanding of Dharma as primarily a principle of social order and ethical cohesion (as discussed in Section 2) might have led him to evaluate Jainism primarily on its contributions (or perceived failures) in maintaining or fostering a specific kind of social order. This

might have caused him to overlook or undervalue the purely individualistic or transcendental goals of Jainism, which might prioritize spiritual liberation over societal integration.

These identified prejudices, as articulated by Sharad Patil, serve as a crucial reminder that even the most rigorous and well-intentioned intellectual endeavors can be subtly shaped by the background, worldview, and ideological commitments of the scholar. They suggest that Joshi's critique of Jainism, while groundbreaking in many respects, might have been partially constrained by the very intellectual traditions he sought to transcend, particularly when it came to fully appreciating the radical, counter-hegemonic, and distinctively non-Brahminical aspects of Jainism.

Conclusion: Tarkateertha's Jain Dharma Sameeksha and its Enduring Flaws

Tarkateertha Lakshmanshastri Joshi's *Dharma Sameeksha* represents an epochal moment in modern Indian intellectual history. His monumental effort to critically re-evaluate India's diverse religious traditions through a modern, rational, and Marxist-influenced lens was a pioneering endeavor. His definition of Dharma transcended simplistic interpretations, embracing its multifaceted dimensions as cosmic order, individual ethics, and social structure. His embrace of Marxism provided him with a powerful framework to expose the socio-economic underpinnings of religious phenomena and underscored the felt necessity for a thorough critique to pave the way for a modern, equitable India. Joshi's unique vision, blending profound traditional scholarship with modern intellectual tools like rationalism, humanism, and comparative methodology, allowed him to bridge the chasm between tradition and modernity.

His specific critique of Jainism, examined in detail, highlighted several aspects that he found problematic from his informed perspective. He questioned its extreme asceticism, viewing it as potentially alienating from societal engagement. He scrutinized the deterministic aspects of its Karma theory, suggesting it might foster fatalism rather than active social reform. From a materialist viewpoint, he explored the economic base of Jainism and its relationship with merchant communities. These critiques, deeply rooted in his commitment to human progress and social justice, were intended to be constructive, aiming to separate the valuable ethical core of Jainism from what he perceived as its anachronistic or socially limiting aspects.

However, the incisive counter-critique offered by Sharad Patil reveals the enduring complexities and potential flaws within even Joshi's sophisticated framework. Patil argued that Joshi's application of Marxism was not sufficiently radical and that his critique of Jainism, despite its progressive veneer, still harbored subtle Brahminical biases. Patil contended that Joshi failed to fully appreciate Jainism's revolutionary potential as a subaltern, anti-Brahminical movement, misinterpreting its asceticism and democratic elements. He suggested that Joshi's deep immersion in Sanskrit scholarship, while providing immense knowledge, simultaneously created an epistemological lens that inadvertently measured non-Brahminical traditions against an implicit Brahminical standard.

The identified prejudices in Joshi's Jain *Sameeksha*—including a subtle Brahminical epistemological framework, an overemphasis on rationality at the expense of lived religious experience, a limited appreciation for subaltern resistance, a modernist bias towards 'progress,' and an implicit universalization of Dharma as social order—do not diminish Joshi's intellectual stature. Rather, they serve as a critical reminder of the inherent challenges in transcending one's own intellectual and cultural conditioning, even for a scholar as self-aware and critical as Tarkateertha Lakshmanshastri Joshi.

In conclusion, Tarkateertha Lakshmanshastri Joshi's critique of Jainism stands as a significant intellectual achievement, offering a pioneering example of applying modern critical thought to ancient Indian religious traditions. It instigated vital discussions about religion's role in society, its historical evolution, and its potential for reform. Yet, Sharad Patil's critique provides an indispensable corrective, urging for a deeper, more ideologically self-aware, and truly subaltern-oriented historical materialism. The dialogue between Joshi and Patil is crucial for understanding the ongoing project of critically engaging with India's diverse religious heritage, acknowledging both its profound wisdom and its historical limitations, while remaining vigilant against the subtle biases that can impede a truly comprehensive and empathetic analysis.

Bibliography

- Joshi, Tarkateertha Lakshmanshastri. *Vedic Sanskriticha Vikas* (Evolution of Vedic Culture). Mumbai: Maharashtra Rajya Sahitya ani Sanskriti Mandal, 1951. (A foundational work by Joshi reflecting his historical and philosophical perspective on Indian traditions.)
- Joshi, Tarkateertha Lakshmanshastri (ed.). *Dharmakosha*. Wai: Prajna Pathashala Mandal. (A monumental encyclopedia of Dharma, showcasing Joshi's vast traditional scholarship and critical approach.)
- Joshi, Tarkateertha Lakshmanshastri. "Samyak Darshan" (Right Vision). In *Samājdarśanāce Kahi Praśna* (Some Questions of Social Philosophy). Pune: Continental Prakashan, 1968. (Contains essays reflecting his critical perspective on religious philosophy and social reform.)
- Patil, Sharad. *Dās-Śūdra Gulamgiri* (Dasa-Shudra Slavery). Kolhapur: Sugava Prakashan, 1982. (A key work by Patil, presenting his Marxist-Ambedkarite interpretation of Indian history and social structures, often implicitly or explicitly critiquing mainstream interpretations, including those of scholars like Joshi.)
- Patil, Sharad. *Marxvād-Phule-Āmbeḍakarvād* (Marxism-Phule-Ambedkarism). Kolhapur: Sugava Prakashan, 1996. (Further elaborates Patil's unique theoretical framework for understanding Indian society and historical movements, which

informs his critique of Brahminical biases in intellectual discourse.)

- Gokhale, Sandeep. "Tarkateertha Lakshmanshastri Joshi: A Critical Modernist." *Economic and Political Weekly*, Vol. 43, No. 37 (September 13-19, 2008): 73-79. (An academic article discussing Joshi's intellectual project and his engagement with modernity.)
- Kumar, Vivek. "Sharad Patil's Marxist-Ambedkarite Approach to Indian History." *Economic and Political Weekly*, Vol. 50, No. 31 (August 1, 2015): 39-45. (Provides context for Patil's methodology and his critique of traditional and even some progressive intellectual frameworks.)

****

- Author

Rupesh R. Madkar, Asst. Professor, Government College of Arts & Science, Chh. Sambhajinagar

28

Caste, Religion and Social Change: A Comparative Sociological Analysis of Dr.B.R. Ambedkar & Tarkteerth Lakshmanshastri Joshi - Dr.Vidya M. Ingole

Introduction

Caste and religion have historically shaped the social fabric of India, influencing patterns of hierarchy, identity, and social mobility. The caste system, deeply embedded in Hindu tradition, has been both a source of cultural continuity and a mechanism of exclusion (Ambedkar, 1936). Religion, meanwhile, has functioned as a moral and spiritual force but also as a legitimizing structure for inequality (Joshi, 1950). In this context, the sociological perspectives of Dr. B. R. Ambedkar and Tarkteerth Lakshman Shastri Joshi represent two distinct yet significant approaches to understanding and transforming Indian society.

Dr.B.R.Ambedkar viewed caste as a system of graded inequality that denied basic human dignity (Chandra & Khan, 2025). His radical solution lay in the annihilation of caste through constitutional safeguards, political representation, and religious conversion to Buddhism, which he considered a rational and egalitarian faith (Ambedkar, 1956). In contrast, Joshi, a renowned Sanskrit scholar and philosopher, emphasized reform within Hinduism by reinterpreting its ethical and spiritual foundations (Joshi, 1950; Deshpande, 2010). He believed that gradual change, cultural continuity, and dialogue could harmonize tradition with modern values.

This paper seeks to compare and contrast their sociological perspectives on caste, religion and social change.The study aims to answer three central questions:

1.How did Dr.Ambedkar and Tarkteerth Joshi conceptualize caste and religion within Indian society?

2.What methods of social change did they propose, and how do these reflect their broader sociological outlooks?

3.What Implications do their perspectives hold for contemporary debates on equality, reform, and social justice in India?

Methodology

This study uses a qualitative, comparative, and historical research methodology.

Primary Sources include Annihilation of Caste by Ambedkar;Dr. Babasaheb Ambedkar: Writings and Speeches (BAWS); Hindu Dharmachi Samiksha;Dharm, Samaj ani Parivartan;Vaidik Sanskriticha Vikas;Tarkateerth Lakshmanshastri Joshi. Secondary Sources include Gail Omvedt;Eleanor Zelliot;Sharmila Rege;R. N. Chavan,and recent journal articles

Textual interpretation, comparative sociological analysis, and historical contextualization are used to examine similarities and differences.The study focuses mainly on caste ,religion and social change in Maharashtra's as well as Modern India's intellectual tradition.The study is limited to textual analysis and does not include field survey or quantitative data.

Dr. B. R. Ambedkar's View on Caste

Dr. B. R. Ambedkar considered caste to be the most oppressive and destructive institution in Indian society. In his landmark work Annihilation of Caste (1936), he presented a powerful critique of the caste system and argued that caste was not merely a social division but a system of graded inequality that destroyed liberty, equality, fraternity, and democracy.

Dr.Ambedkar rejected the common argument that caste was simply a division of labour necessary for social organization. He clearly stated: "*Caste is not merely a division of labour. It is also a division of labourers.*"(Ambedkar, 1936/BAWS, Vol. 1, p. 47) .This quotation is central to understanding his sociological position. By this, Ambedkar meant that caste does not organize work in a fair or functional manner; instead, it divides human beings themselves into permanent hierarchical groups. A person is assigned status, occupation, and social value by birth rather than by merit or choice. Thus, caste denies individual freedom and human dignity.

He further explained that caste creates not cooperation but separation among people. It destroys the spirit of social unity because each caste remains isolated from the others. This is why he argued: "*Caste has killed public spirit. Caste has destroyed the sense of public charity. Caste has made public opinion impossible.*"(Ambedkar, Annihilation of Caste(1936)Here, Dr. Ambedkar shows that caste is not only a personal problem but also a political and social problem. Democracy requires fraternity and collective responsibility, but caste destroys both by making society fragmented and hostile.

Another major feature of caste, according to Dr.Ambedkar, is endogamy—the rule that marriage must remain within one's caste. He believed this was the mechanism through which caste survives across generations. Without endogamy, caste boundaries would weaken. Therefore, caste is maintained not only by law or religion but by everyday social practice.

Dr.Ambedkar also strongly argued that caste is supported by Hindu religious scriptures such as Manusmriti and Dharmashastras. He wrote: *"The real remedy for breaking Caste is inter-marriage. Nothing else will serve as the solvent of Caste."*(Ambedkar, Annihilation of Caste (1936)This shows that Dr.Ambedkar did not believe superficial reforms were enough. For him, real social transformation required challenging both social customs and religious authority.

He further declared: *"You cannot build anything on the foundations of caste. You cannot build up a nation, you cannot build up a morality. Anything that you will build on the foundations of caste will crack and will never be a whole."*(Ambedkar, 1936/BAWS, Vol. 1, p. 66)This statement reflects his belief that caste is fundamentally anti-national and anti-democratic. A modern nation requires equality and common citizenship, but caste creates permanent inequality and division.

Dr.Ambedkar therefore concluded that caste could not be reformed—it had to be annihilated. He did not support minor adjustments within the caste system; he demanded complete social reconstruction based on liberty, equality and fraternity. For him, caste was not just a social institution but a moral evil. Its destruction was necessary for human dignity, social democracy, and true national unity.

Thus, Dr.Ambedkar's view on caste in Annihilation of Caste was revolutionary. He transformed caste from a religious issue into a sociological and political question of justice, making it one of the most important critiques in modern Indian social thought.

Tarkteerth Lakshman Shastri Joshi's View on Caste

Tarkteerth Lakshman Shastri Joshi approached the question of caste from a reformist, rational, and sociological perspective. Unlike Dr. B. R. Ambedkar, who demanded the complete annihilation of caste, Tarkteerth Joshi believed that caste hierarchy was not the true essence of religion but a historical social distortion that had entered Hindu society over time. As a Sanskrit scholar and social thinker, he critically examined Hindu religious traditions and argued that caste discrimination was against the ethical spirit of religion.

In Hindu Dharmachi Samiksha, he explained that Hindu religion in its original philosophical sense did not justify inequality, but later social practices and rigid interpretations transformed religion into a tool of oppression. He argued: "*जातिव्यवस्था ही मूळ धर्माची देणगी नसून ती सामाजिक विकृती आहे*"(Joshi, Hindu Dharmachi Samiksha)This quotation reflects his central argument that caste should not be seen as the natural or sacred foundation of Hinduism. According to him, caste hierarchy developed as a social institution and later gained religious legitimacy through rigid orthodoxy. Therefore, religion should not be blamed entirely; rather, society must critically reinterpret religion.

Tarkteerth Joshi believed that caste had become harmful because it denied equality and restricted human dignity. He argued that any social system that creates inequality cannot be morally justified in modern society. In Dharm, Samaj ani Parivartan, he wrote: "*समाजाच्या प्रगतीस अडथळा आणणारी कोणतीही रचना धर्माच्या नावाने टिकवता येणार नाही*" (Joshi, Dharm, Samaj ani Parivartan) This shows that for Tarkteerth Joshi, religion must serve social progress rather than preserve injustice. If caste becomes an obstacle to human development, it loses moral legitimacy.He also emphasized that social reform should be based on reason and ethical values rather than blind acceptance of tradition. He stated: "*श्रद्धेपेक्षा विवेकाला प्राधान्य दिले पाहिजे*" (Joshi, Dharm, Samaj ani Parivartan)This idea is important because caste often survives through inherited customs and unquestioned obedience. Tarkteerth Joshi believed that rational criticism was necessary to challenge caste prejudice.

Unlike Dr.Ambedkar, Tarkteerth Joshi did not reject Hindu tradition completely. He believed that scriptures should be re-read in the light of justice, equality, and modern democratic values. He saw caste reform as possible through reinterpretation rather than total rejection. In his view, social transformation should come through intellectual reform, ethical awareness, and cultural dialogue.

He also criticized the rigid Varna system when it became birth-based and oppressive. According to him, social duties should be based on human capacity and moral responsibility, not hereditary privilege.

Thus, Tarkteerth Joshi's view on caste was reformist rather than revolutionary. He accepted that caste discrimination was unjust and harmful, but he believed the solution lay in changing social consciousness and reinterpreting religion rather than destroying religion itself.

From a sociological perspective, Joshi saw caste as a social institution maintained by norms, customs, and collective beliefs. Therefore, he emphasized moral reform and rational understanding as the path toward equality.

In conclusion, Tarkteerth Lakshman Shastri Joshi's understanding of caste combined tradition with critical reform. He challenged caste inequality while preserving the ethical foundations of religion. His approach represents a reformist sociology of caste where social justice is achieved through reason, reinterpretation, and gradual transformation rather than complete rupture.

Dr. B. R. Ambedkar's View on Religion

Dr.Ambedkar did not reject religion as such; rather, he rejected any religion that denied human dignity, equality, and social justice. For him, religion was necessary for society, but it had to be ethical, rational, and based on moral principles rather than rigid rules and blind customs.

He clearly stated: "Religion must mainly be a matter of principles only. It cannot be a matter of rules. The moment it degenerates into rules, it ceases to be a religion." This statement reflects Dr.Ambedkar's belief that true religion should guide moral responsibility, not maintain social hierarchy. He opposed religious systems that justified caste and untouchability.

In Annihilation of Caste, he strongly criticized Hindu Shastras and said:*"People are not wrong in observing caste. What is wrong is their religion which has inculcated this notion of caste."* For Dr.Ambedkar, the problem was not simply social practice but the religious authority behind it. Therefore, he believed that destroying caste required challenging the scriptural foundations of inequality.

He also said: *"I like the religion that teaches liberty, equality and fraternity."* This became the foundation of his acceptance of Buddhism in 1956. His conversion at Nagpur was not only spiritual but also a public social movement for dignity and emancipation.In his speech Why I Like Buddhism, he emphasized that Buddhism was based on reason, morality, and compassion rather than divine authority and ritual purity.

Thus, Dr.Ambedkar's religion was a religion of social justice, human equality, and democratic morality.

Lakshman Shastri Joshi's View on Religion

Tarkteerth Lakshman Shastri Joshi, being a Sanskrit scholar and philosopher, approached religion differently. He did not reject Hinduism entirely but criticized its rigid, irrational, and unjust forms. He believed religion should evolve according to the needs of society and should be guided by reason rather than blind tradition.*"धर्म हा स्थिर नसून तो समाजाच्या गरजेनुसार बदलत राहिला पाहिजे"* (Joshi, Dharm, Samaj ani Parivartan, p. 52) This shows that for Joshi, religion was not an unchanging sacred structure but a living social institution.

He also argued:*"श्रद्धेपेक्षा विवेकाला प्राधान्य दिले पाहिजे"*(Joshi, Nivadak Nibandh, p. 78)This clearly reflects his rationalist approach. He believed religion should support morality and social welfare rather than superstition and ritual oppression.

In public discussions and writings on Manusmriti and caste, Joshi maintained that religion itself was not responsible for inequality; rather, wrong interpretations and rigid orthodoxy created injustice.Regarding Manusmriti Dahan by Dr.Ambedkar, Tarkteerth Joshi observed:"*एखादे पुस्तक जाळण्याने त्यातील विचार जळत नाहीत...*"(Tarkateerth Lakshmanshastri Joshi, p. 20)This indicates that Joshi preferred intellectual reform over symbolic destruction. He wanted religion to be purified through critical understanding.Thus, Joshi's religion was a religion of reform, ethical reason, and cultural continuity.

Comparative Understanding of Caste and Religion

The major difference between Ambedkar and Joshi lies in their method of religious transformation.

Dr.Ambedkar believed that Brahmanical Hinduism structurally protected caste inequality; therefore, liberation required rejection of oppressive religious authority and acceptance of a new ethical religion like Buddhism.

Tarkteerth Joshi believed that Hinduism contained both oppressive and liberating elements; therefore, reform should come through reinterpretation and rational purification from within tradition.

Thus, both thinkers wanted religion to serve humanity, not domination. Dr.Ambedkar chose religious transformation through conversion; Joshi chose transformation through reinterpretation.

Both remain highly relevant in twenty-first-century India, where educated society often still follows caste prejudice and harmful religious traditions without critical reflection.

Comparative Sociological Analysis

The comparative sociological study of and on caste and religion thoughts can be better understood through the basic concepts of sociology such as group, role, norms, and values. These concepts help explain how both thinkers interpreted Indian society and proposed different paths for social transformation.

1.Group and Social Structure

In sociology, a group refers to a collection of individuals who interact with one another and share common expectations, identity, and social relations. In Indian society, caste functions not merely as a category but as a closed social group based on birth. It determines social membership, marriage, occupation, and social status.

Dr.B.R.Ambedkar viewed caste groups as rigid and unequal social structures that prevented social mobility and human equality. According to him, caste creates separation rather than social unity. He famously stated:"*Caste is not merely a division of labour. It is a division of labourers.*" (Ambedkar, 1936/BAWS, Vol. 1, p. 47).This means caste groups divide not only work but also human dignity. For Dr.Ambedkar, caste groups destroy the possibility of fraternity because they prevent people from seeing themselves as members of one equal society. Instead of social integration, caste creates social exclusion.

Tarkteerth Joshi also criticized caste groups, but he believed that caste hierarchy was not the original purpose of religion. He saw caste discrimination as a social distortion that had entered religion over time. He believed that group divisions could be reduced through reform and reinterpretation rather than total rejection of religious tradition.

Thus, Ambedkar saw caste groups as oppressive structures needing destruction, while Joshi saw them as distorted social forms needing correction.

2.Role and Social Expectations

Role in sociology means the expected behaviour attached to a particular social status. In caste society, individuals are assigned roles by birth rather than by ability or choice. A person's occupation, social duties, and social respect are often fixed according to caste position.

Dr.Ambedkar strongly opposed this birth-based role allocation. He argued that caste denies individual freedom because it forces people into hereditary occupations and limits personal development. A person is judged not by talent but by caste identity. This creates permanent inequality and social injustice.

He therefore rejected the traditional Hindu role system based on Varna and caste because it denied equality and dignity. For him, social roles should be based on merit, education, and freedom of choice rather than birth.

Tarkteerth Joshi also recognized that fixed caste roles were harmful, but he approached the issue differently. He believed that religious texts should be reinterpreted so that social roles reflect ethical responsibility rather than ritual hierarchy. He did not reject the idea of social duties, but he rejected their rigid and unequal application.

Therefore, Dr.Ambedkar demanded liberation from inherited caste roles, while Tarkteerth Joshi sought moral reform of social responsibilities within society.

3.Norms and Social Control

Norms are socially accepted rules of behaviour that guide individuals in society. In caste society, norms regulate marriage, food habits, social interaction, purity and pollution, and access to public spaces. These norms create strong systems of social control.

Dr.Ambedkar argued that caste survives because society treats caste rules as sacred norms rather than unjust practices. Endogamy (marriage within caste), untouchability, and exclusion were maintained through social pressure and religious justification. He believed that unless these norms were destroyed, equality could not be achieved.

This is why he attacked Manusmriti and other texts that legitimized such norms. His public burning of Manusmriti symbolized rejection of oppressive social norms. He believed social justice required breaking harmful norms and creating new democratic norms based on equality.

Tarkteerth Joshi agreed that harmful customs should be challenged, but he believed norms could be changed through rational understanding and reform rather than symbolic rejection alone. He argued:"*धर्म हा स्थिर नसून तो समाजाच्या गरजेनुसार बदलत राहिला पाहिजे*"

(Joshi, *Dharm, Samaj ani Parivartan*, p. 52)For Tarkteerth Joshi, norms should serve human welfare, not blind tradition. Religion should guide ethical life, not social oppression.

Thus, Ambedkar emphasized destruction of oppressive norms, while Joshi emphasized reform of norms through critical reasoning.

4.Values and Social Ideals

Values are the principles and ideals that a society considers important, such as justice, equality, freedom, and dignity. The difference between Ambedkar and Joshi becomes most visible at the level of values.

Dr.Ambedkar's central values were liberty, equality, and fraternity. He believed these values were absent in caste-based Hindu society and must become the foundation of democracy. His acceptance of Buddhism was based on these ethical values rather than ritual religion.

He believed that without equality, democracy becomes only political and not social. Therefore, social values must change before true democracy can exist.

Tarkteerth Joshi also emphasized values such as reason, morality, tolerance, and ethical religion. He believed religion should promote human welfare and moral responsibility rather than ritual obedience. His concern was not rejection of faith but transformation of values within faith.He wrote: "श्रद्धेपेक्षा विवेकाला प्राधान्य दिले पाहिजे" (Joshi, Nivadak Nibandh, p. 78) This shows that he valued rationality over blind belief. He wanted religion to support justice, not inequality.

Thus, Dr.Ambedkar emphasized equality and justice as revolutionary values, while Tarkteerth Joshi emphasized rationality and ethical reform as civilizational values.

Social Change: A Sociological Perspective

In sociology, social change refers to significant transformation in the structure, values, norms, institutions, and patterns of social relationships in society over time. It includes changes in family, religion, education, economy, politics, caste relations, and cultural beliefs. Social change may be gradual through reform or rapid through social movements and revolutionary struggles.

The comparative study of Dr.B. R. Ambedkar and Tarkteerth Lakshman Shastri Joshi on caste and religion has important implications for social change in contemporary India. Their ideas are not only of historical significance but also provide practical sociological guidance for addressing present-day inequalities and building a more just society.

Dr.Ambedkar's analysis of caste shows that social change cannot be achieved only through moral preaching or symbolic reform; it requires structural transformation. Caste discrimination is deeply embedded in institutions such as education, employment, land ownership, marriage, and political representation. Therefore, policies of social justice such as reservation, constitutional safeguards, legal protection against discrimination, and equal access to resources remain essential. Ambedkar's thought reminds us that democracy must be social as well as political. Without equality in everyday life, constitutional democracy remains incomplete.

Dr.B. R. Ambedkar represents structural and revolutionary social change. He believed that caste is not simply a cultural practice but a deeply rooted system of social stratification that controls power, status, education, and dignity. Therefore, social change required institutional transformation through law, constitutional rights, political representation, education, and social movements. His demand for the annihilation of caste, rejection of Manusmriti, and conversion to Buddhism were all examples of deliberate social change aimed at replacing inequality with justice. For Ambedkar, real change meant changing the social structure itself.

Tarkteerth Joshi's perspective highlights that legal reform alone is not enough unless people's beliefs, values, and cultural attitudes also change. Caste survives not only in institutions but also in minds—through prejudice, ritual purity, superstition, and blind acceptance of inherited traditions. Joshi's emphasis on rationality, ethical religion, and reinterpretation of tradition shows that social reform must also take place at the cultural and moral level. Education should therefore promote critical thinking, scientific temper, and human values rather than only formal literacy.

Tarkteerth Joshi represents cultural and reformist social change. He believed that caste inequality survives because society blindly follows rigid customs, irrational traditions, and religious orthodoxy. Therefore, social change required transformation of values, norms, and moral consciousness. His emphasis on reinterpretation of scriptures, rationality, and ethical religion shows that he believed change should begin in people's thinking and cultural attitudes. For Tarkteerth Joshi, real change meant changing social beliefs and moral values.

We can see that Modern Indian society still faces caste discrimination despite democracy and education. Inter-caste marriages remain low, caste-based violence continues, and many educated people still follow harmful customs in the name of religion. This proves that social change is incomplete unless both structure and culture change together. From the sociological point of view, both thinkers show that social change happens at two levels:

1. Structural Change

This includes change in institutions such as law, education, politics, and economy.Dr. Ambedkar focused on this level because he believed social inequality is maintained by social systems. Reservation policies, constitutional safeguards, anti-discrimination laws, and equal educational opportunities are examples of structural social change inspired by his thought.

2. Cultural Change

This includes change in values, customs, traditions, and collective beliefs. Tarkteerth Joshi focused on this level because he believed caste survives through social norms and inherited prejudices. Rational education, scientific temper, inter-caste acceptance, and ethical religious reform are examples of cultural social change influenced by his ideas.

Both thinkers together suggest that social change requires a balance between conflict and dialogue. Dr.Ambedkar represents resistance against injustice and the courage to challenge oppressive systems, while Tarkteerth Joshi represents reform through intellectual debate and ethical persuasion. In practice, social transformation requires both—legal struggle against discrimination and cultural dialogue for social acceptance.

Their comparative thought is highly relevant for youth and educational institutions. Universities, schools, and public discourse must encourage the study of caste not as a past issue but as a continuing social reality. Students must be made aware that caste discrimination in modern forms—such as exclusion in higher education, marriage restrictions, workplace bias, and digital discrimination—is still a serious issue. Ambedkar's emphasis on equality and Joshi's emphasis on reason can help create a more democratic social consciousness.

Ideas of both of them are significant for religious reform in the twenty-first century. Many educated people still follow harmful traditions in the name of religion without questioning their ethical consequences. Practices of exclusion, untouchability in subtle forms, gender discrimination, and ritual orthodoxy continue even in modern society. Tarkteerth Joshi's insistence that religion must change with society and Ambedkar's insistence that religion must support liberty, equality, and fraternity together provide a strong foundation for progressive religious reform.

Finally, the broader implication of this study is that social change in India cannot be achieved by choosing only one path—either revolution or reform. Sustainable transformation requires both Dr.Ambedkar's structural justice and Tarkteerth Joshi's moral-cultural reform. Institutional equality must be supported by ethical consciousness, and legal rights must be strengthened by social acceptance.

Therefore, the combined sociological relevance of both thinkers offers a comprehensive model for social change: a society where caste no longer determines dignity, religion supports humanity rather than hierarchy, and democracy becomes a lived social reality rather than merely a constitutional promise. Study shows that true social change requires both Dr.Ambedkar's struggle for justice and

Tarkteerth Joshi's insistence on ethical reform. Law without social values becomes weak, and moral preaching without institutional justice becomes ineffective.

In conclusion, social change in India must be both revolutionary and reformative. Dr.Ambedkar teaches how to challenge unjust systems, while Tarkteerth Joshi teaches how to transform social consciousness. Together, they provide a complete sociological model of social change where equality, dignity, rationality, and humanity become the foundation of democratic life.

Contemporary Relevance

Even in today's democratic and highly educated India of the twenty-first century, caste discrimination and blind adherence to harmful religious traditions continue to shape social life. Despite constitutional guarantees of equality, scientific advancement, and increased literacy, many sections of society still remain deeply influenced by caste hierarchy, superstition, ritual orthodoxy, and inherited social prejudices. This reveals that education alone has not been sufficient to eliminate caste consciousness or irrational religious practices.

Dr.B. R. Ambedkar had warned that political democracy cannot survive without social democracy. He stated:*"Political democracy cannot last unless there lies at the base of it social democracy."*(Ambedkar, BAWS, Vol. 10, p. 9).This warning remains highly relevant today because legal equality has not fully transformed social attitudes. Caste discrimination still exists in marriage, housing, education, employment, and even digital spaces. Inter-caste marriages remain limited, and social honor is often linked with caste purity rather than human equality.

Modern researchers have shown that caste discrimination continues strongly in employment and economic opportunities. Behera and Kumar (2024) explain that caste still functions as a powerful social hierarchy in the labour market, where unequal treatment is often determined by birth rather than merit. Even with reservation policies, discrimination remains visible in private and informal sectors .

Similarly, research on rural India shows that Scheduled Castes and Scheduled Tribes still face serious discrimination in access to institutional credit. A 2025 study found that a major part of the credit gap for marginalized communities is caused by discriminatory social structures rather than economic incapacity .

In higher education also, Dalit students continue to experience exclusion, humiliation, and what scholars describe as *"epistemic caste discrimination,"* where their knowledge and intellectual contribution are undervalued. This proves that caste survives not only socially but also institutionally and psychologically .

At the same time, twenty-first-century Indian society often gives blind importance to harmful religious traditions without critical reflection. Practices based on purity-pollution, untouchability in subtle forms, exclusion of women from religious spaces, and superstitious customs continue despite modern education. Many literate individuals still follow rituals not out of ethical conviction but because of fear, social pressure, or inherited orthodoxy.

This is where Tarkteerth Lakshman Shastri Joshi becomes equally relevant.Tarkteerth Joshi strongly argued that religion should not be based on blind faith but on reason and moral responsibility. He wrote:"*धर्म हा स्थिर नसून तो समाजाच्या गरजेनुसार बदलत राहिला पाहिजे*"(Joshi, Dharm, Samaj ani Parivartan, p. 52)

These ideas directly challenge the modern tendency of educated society to accept oppressive traditions without questioning them. Joshi reminds us that true religion must support justice and humanity, not social domination.

Thus, contemporary India requires both Dr. Ambedkar's structural struggle against caste injustice and Tarkteerth Joshi's rational critique of religious orthodoxy. Ambedkar helps us confront institutional discrimination, while Joshi helps us reform the cultural and moral foundations that continue to sustain inequality.

Therefore, the relevance of both thinkers is not merely historical but urgently contemporary. In a society where democracy exists constitutionally but caste and blind religiosity continue socially, their combined thought provides a powerful sociological framework for building a more equal, rational, and humane India.

Conclusion

This study compared the sociological perspectives of Ambedkar and Joshi on caste religion and social change. Dr.Ambedkar's radicalism continues to inspire all social movements of social equality not only for India but also for the world and legal frameworks for equality, while Tarkteerth Joshi's reformism informs interfaith dialogue and reinterpretation of tradition. Together, they represent complementary poles of sociological thought — rupture for justice and continuity for reform.

In conclusion, meaningful social transformation requires both structural change and cultural reinterpretation. Dr.B.R.Ambedkar reminds us that democracy must be social as well as political (Ambedkar, 1936/BAWS, Vol. 1), while Joshi emphasizes that ethical reform and rationality are essential for lasting harmony (Joshi, *Dharm, Samaj ani Parivartan*,). Their dual legacy continues to shape debates on caste, religion, and social justice in modern India.

References

Ambedkar, B. R. (1936). Annihilation of Caste.

Ambedkar, B. R. (1956). The Buddha and His Dhamma. Bombay: Siddharth College Publications.

Ambedkar, B. R. (1979–2003). Dr. Babasaheb Ambedkar: Writings and Speeches (BAWS) (Vols. 1, 3, 10). Government of Maharashtra.

Bottomore, T. B. (1972). Sociology: A Guide to Problems and Literature. London: George Allen & Unwin.

Chandra, A., & Khan, R. M. (2025). A critical examination of Dr. B. R. Ambedkar's vision in The Annihilation of Caste. LegalOnus Law Journal, 1(6).

Chavan, R. N. (2010). Tarkateerth Lakshmanshastri Joshi: Parampara, Prabodhan ani Parivartan. Pune: Ramesh Chavan.

Deshpande, G. (2010). Lakshman Shastri Joshi: A Philosopher of Modern India. Pune: Sahitya Akademi.

Dube, S. C. (1990). Indian Society. New Delhi: National Book Trust.

Ghurye, G. S. (1969). Caste and Race in India. Mumbai: Popular Prakashan.

Joshi, L. S. (1950). Vedic Dharma and Modern Society. Pune: Joshi Publications.

Joshi, L. S. (1950). Hindu Dharmachi Samiksha. Pune: Joshi Publications.

Joshi, L. S. (1952). Dharm, Samaj ani Parivartan. Pune: Joshi Publications.

Joshi, L. S. Vaidik Sanskriticha Vikas.

Khandkar, A. C., & Khandkar, A. C. (2019). Swimming Upstream: Laxmanshastri Joshi and the Evolution of Modern India. Oxford University Press.

Maharashtra Rajya Sahitya ani Sanskruti Mandal. (2003). Tarkateerth Lakshmanshastri Joshi. Mumbai.

Merton, R. K. (1968). Social Theory and Social Structure. New York: Free Press.

Omvedt, G. (1994). Dalits and the Democratic Revolution: Dr. Ambedkar and the Dalit Movement in Colonial India. New Delhi: Sage Publications.

Patel, V. K., & Chand, R. (2025). B. R. Ambedkar's perspective on caste's system. International Journal of Trend in Scientific Research and Development, 9(1), 1100–1103.

PolSci Institute. (2025). *Ambedkar's Analysis of Caste: Origins, Characteristics, and Annihilation.* Retrieved from https://polsci.institute

Rege, S. (2006). Writing Caste/Writing Gender: Narrating Dalit Women's Testimonies. New Delhi: Zubaan.

Singh, Y. (1973). Modernization of Indian Tradition. Jaipur: Rawat Publications.

Srinivas, M. N. (1966). Social Change in Modern India. Berkeley: University of California Press.

Zelliot, E. (2001). From Untouchable to Dalit: Essays on the Ambedkar Movement. New Delhi: Manohar Publishers.

****

- Author

Dr.Vidya Madhukarrao Ingole, Sociology, Government College of Arts and Science,

Chhatrapati Sambhajinagar

29

Tarkateertha Laxmanshastri Joshi: A Synthesis of Tradition and Modernity - Dr. Bhagwat C. Patil

-Introduction

The intellectual history of Indian society reveals a continuous tension between tradition and modernity. On one hand lies the ancient Vedic–Upanishadic heritage, religious codes, and cultural customs developed over thousands of years; on the other hand stands the modern intellectual current shaped by science, rationalism, individual freedom, and democratic values. Reconciling these two has been a major intellectual challenge in modern India.

Tarkateerth Laxmanshastri Joshi represents a rare confluence of ancient Vedic erudition and modern Western logic. He did not merely preserve ancient texts but reinterpreted them in the context of contemporary social realities. His thought became especially significant during India's transitional phase, as he was deeply rooted in tradition without being tradition-bound, and deeply receptive to modern ideas without surrendering to blind imitation. Grounded in reason, rational inquiry, and humanism, Joshi consistently attempted to harmonize tradition and modernity. This research paper explores that synthesis.

Objectives of the Study

1. To examine Tarkateerth Joshi's perspective on tradition.
2. To study his life, intellectual contributions, and ideological framework.
3. To analyze the synthesis of tradition and modernity achieved in his thought.
4. To assess the contemporary relevance of his ideas in present social and cultural contexts.

Rationale for the Selection of the Topic

The primary reason for selecting the topic *"Tarkateerth Laxmanshastri Joshi: A Synthesis of Tradition and Modernity"* is to study his balanced intellectual approach. His efforts to promote social reform through reason, without blindly following tradition or modernity, remain highly relevant in the present age marked by ideological extremities.

Research Methodology

The present study adopts a historical and descriptive research methodology. It is based on Joshi's published works, lectures, writings, and scholarly studies on his thought. Secondary sources such as research articles, reference books, and journals have been used to critically analyze his intellectual contributions.

Tarkateerth Laxmanshastri Joshi: Life and Works

Tarkateerth Laxmanshastri Joshi was a distinguished scholar of Sanskrit, the Vedas, Upanishads, and Indian philosophy. Though trained in the traditional system of education, he possessed a keen awareness of modern scientific thought, social realities, and rational inquiry. The title "Tarkateerth" was conferred upon him due to his mastery of logic and rational argumentation.

Joshi was not merely a scholar but also a social reformer, rationalist, and modern thinker. He recognized the need for a new enlightenment for the creation of a progressive India. His involvement in the compilation of the *Dharma Kosha* reflects his belief that religion is not immutable but evolves with time. Through this work, he aimed to develop a critical and enlightened perspective on religious traditions.

Foundations of Tradition: Vedic Scholarship

Joshi received his traditional education at the Prajnapathashala in Wai, where he studied the Upanishads, Dharmashastras, and philosophical systems. His deep knowledge of Hindu religious traditions enabled him to trace their historical roots, yet he never advocated blind adherence to them.

Acceptance of Modernity: Rationalism and Intellectual Inquiry

According to Joshi, any tradition that fails to withstand the test of reason must be discarded. This rational scrutiny forms the core of his engagement with modernity. He believed that intellectual authority should be grounded in reason rather than unquestioned custom.

Marxism and Humanism

Joshi was influenced by Marxist thought, particularly in his critique of social inequality. Subsequently, he was drawn toward M. N. Roy's concept of Radical Humanism, which emphasized human dignity, freedom, and ethical responsibility beyond dogmatic ideologies.

Intellectual Background and Social Commitment

Joshi was a profound scholar of Sanskrit Mimamsa, logic, and Indian philosophy. What distinguished him, however, was his strong sense of social responsibility. He believed that knowledge must serve society. For him, tradition represented a continuous inheritance of refined human values, yet he firmly opposed caste-based discrimination, injustice against women, and ritualistic religion devoid of ethical substance.

Neo-Humanist Perspective

Religious beliefs have always been sensitive and complex. Joshi acknowledged this but emphasized the necessity of change with time. In a scientific and rational society, the value of religion lies not in rituals but in ethical conduct, compassion, and universal brotherhood. He argued that all religions ultimately aim at human welfare, but over time they often become distorted by superstition and ritualism. In such situations, reason must guide ethical judgment. His lectures offered a neo-humanist vision that remains profoundly relevant today, especially as society continues to struggle with issues of religion, caste, and secularism.

Joshi's Approach to Tradition: A Rational Examination

Joshi respected tradition but did not treat it as absolute truth. He maintained that the Vedas, religious texts, and smritis are human creations and must therefore be examined through rational inquiry. Elements that promote human welfare should be retained, while unjust and obsolete practices should be rejected.

Critique of Superstition and Ritualism

Joshi strongly criticized superstition, ritualism, and irrational practices carried out in the name of religion. He asserted that religion should be a source of moral values rather than fear and ignorance.

Joshi's View of Modernity: Advocacy of Scientific Temper

A committed rationalist, Joshi emphasized observation, reasoning, and experience as the foundations of knowledge. He accepted the modern belief that no idea is final and that all knowledge evolves with time.

Critical Engagement with Western Thought

Joshi welcomed Western ideals such as humanism, democracy, and individual freedom. However, he critically examined Western materialism, cultural domination, and moral degradation. Thus, his understanding of modernity remained balanced and critical.

Synthesis of Tradition and Modernity: Reason as the Core

According to Joshi, reason is the key to harmonizing tradition and modernity. Rational thinking helps identify flaws within tradition while preventing excesses of modernity.

Reinterpretation of Tradition in a Modern Context

Joshi reread ancient texts in contemporary contexts, demonstrating that Indian tradition itself contains the capacity for reason, humanism, and transformation.

Cultural Grounding of Modernity

He argued that modern ideas must remain connected to Indian cultural roots. Rather than severing modernity from tradition, Joshi encouraged dialogue between the two.

Social and Intellectual Contributions

Joshi's work extended beyond philosophy. He translated the Indian Constitution into Sanskrit, produced significant writings on religion and culture, and provided Marathi intellectual discourse with a strong rational foundation. His ideas strengthened rationalism, religious reform, and humanism in modern India.

Conclusion

Tarkateerth Laxmanshastri Joshi emerges as a significant intellectual figure who successfully negotiated the apparent opposition between tradition and modernity through a rational and humane framework. Rather than positioning these two forces in conflict, he demonstrated that tradition, when subjected to critical reasoning, can remain relevant and ethically meaningful in a modern social context. At the same time, his approach to modernity was neither uncritical nor imitative; instead, it was rooted in Indian cultural consciousness and moral responsibility.

Joshi's emphasis on reason (*vivek*) as the central guiding principle enabled him to critique regressive customs, superstition, and ritualism while retaining the ethical and humanistic core of Indian tradition. His engagement with modern ideologies such as Marxism and Radical Humanism further strengthened his commitment to social equality, justice, and human dignity. Through his scholarly works, lectures, and social interventions, he provided an alternative intellectual path that avoided both blind traditionalism and unreflective modernism. In the contemporary socio-cultural climate—marked by ideological polarization, religious rigidity, and cultural dislocation—Joshi's thought assumes renewed relevance. His insistence on rational inquiry, ethical values, and human welfare offers a balanced perspective for addressing present-day challenges. Thus, Tarkateerth Laxmanshastri Joshi's synthesis of tradition and modernity stands not merely as a historical intellectual position but as a continuing guide for meaningful social and cultural transformation.

Works Cited:

Lavate, Sunilkumar. *Joshi Laxmanshastri: Vedic Culture and Its Development*. Vol. 5, Bhashan Granth, 1st ed., 2024.

---. *Sarvankash Aakalan*. Akshar Dalan, Kolhapur, 2003.

---. *Marathi Vishwakosh: Tarkateerth Laxmanshastri Joshi.* Vol. 1, Government Press and Stationery Store, Tarabai Park, Kolhapur, 2024.

---. *Joshi Laxmanshastri: A Critical Study of Hindu Religion*. Vol. 18, P. L. Deshpande Maharashtra Kala Academy, Mumbai, 2024.

"Articles on Tarkateerth Laxmanshastri Joshi." *Loksatta.*

Khandkar, Arundhati. *Architects of Maharashtra: Tarkateerth Laxmanshastri Joshi.* Maharashtra State Board for Literature and Culture, Mumbai, 2003.

Deshmukh, R. N. *Social Reformers of Maharashtra.*

****

About Author - Dr. Bhagwat C. Patil Associate Professor, Department of English, J.D.M.V. Co.Op. Samaj'sArts, Commerce and Science College, Yawal, Dist. Jalgaon, Maharashtra.

30

The Cohesion between Modernity and Tradition in the Thought of Tarkateerth Lakshmanshastri Joshi - Dr.Rajkumar Kadam

Introduction

The tension between modernity and tradition has long shaped the intellectual and cultural landscape of India. The encounter with colonial modernity posed a profound challenge: how could India embrace scientific rationality, social reform, and progress without abandoning its civilizational heritage? This question preoccupied reformers, philosophers, and scholars across ideological spectra. While some advocated a radical break from tradition, others defended an uncritical return to the past. Between these extremes emerged thinkers who sought a synthesis—one that neither romanticized tradition nor blindly embraced modernity.

Tarkateerth Lakshmanshastri Joshi stands as a distinguished representative of this balanced intellectual approach. A scholar deeply rooted in Sanskrit learning, Nyāya, Mimamsa, and Indian philosophical traditions, Joshi was simultaneously receptive to modern critical methods, rational inquiry, and contemporary social concerns. His thought reflects a conscious effort to reinterpret tradition in the light of modern values such as reason, ethical responsibility, and social relevance.

This paper aims to explore the cohesion between modernity and tradition in Joshi's thought, arguing that he envisioned a dynamic and dialogical relationship rather than a dichotomy. By examining his philosophical orientation, cultural vision, and intellectual legacy, the study highlights Joshi's contribution to evolving conceptions of Indian modernity.

Conceptual Framework: Tradition and Modernity in the Indian Context

Tradition in the Indian intellectual context is often misunderstood as static, conservative, or resistant to change. However, historically, Indian tradition has been characterized by debate, reinterpretation, and pluralism. From the Upanishadic dialogues to classical systems of philosophy, intellectual disagreement and renewal were intrinsic to tradition itself.

Modernity, on the other hand, is frequently associated with Western epistemology, scientific rationalism, individualism, and secularism. In colonial India, modernity arrived not merely as a set of ideas but as a power structure, creating anxiety about cultural erosion and identity loss.

The challenge for Indian thinkers was to negotiate these forces creatively. Joshi's thought emerges from this negotiation. He neither equated modernity with Westernization nor treated tradition as sacrosanct and immutable. Instead, he redefined both terms: tradition as an evolving intellectual heritage and modernity as a critical mode of engagement with reality.

Life and Intellectual Formation of Tarkateerth Lakshmanshastri Joshi

Tarkateerth Lakshmanshastri Joshi was shaped by rigorous training in classical Sanskrit scholarship. His mastery over Indian logic (Nyāya), metaphysics, linguistics, and hermeneutics placed him firmly within the traditional scholarly lineage. Yet, unlike orthodox scholars who confined them to textual exegesis, Joshi actively engaged with contemporary intellectual debates.

His exposure to modern education, rationalist discourse, and socio-cultural reform movements allowed him to bridge two worlds: the ancient and the modern. The title Tarkateerth itself signifies his excellence in logic and reasoning, qualities that underpin his intellectual synthesis.

Joshi's scholarly life exemplifies his philosophy: fidelity to tradition combined with openness to reinterpretation. He believed that scholarship should not remain detached from lived reality but must respond to social, ethical, and cultural challenges of its time.

Tradition as a Living Intellectual Continuum

A central pillar of Joshi's thought is his understanding of tradition as dynamic rather than fossilized. He rejected the notion that tradition demands blind adherence to past authorities. Instead, he emphasized the Indian tradition of tarka (reasoned debate), anusandhāna (inquiry), and viveka (discernment).

According to Joshi, the vitality of Indian tradition lies in its capacity for self-critique and reinterpretation. Classical texts were not meant to be memorized mechanically but to be understood contextually. He argued that tradition gains relevance only when it addresses contemporary human concerns.

In this sense, Joshi's approach resonates with the classical Indian method of bhāṣya and ṭīkā, where each generation re-reads texts in light of new realities. Tradition, for him, was not a burden but a resource—a foundation upon which modern thought could be built.

Modernity as Critical Engagement, Not Cultural Rupture

Joshi's conception of modernity departs from its common association with cultural rupture. He viewed modernity primarily as a methodological orientation characterized by rationality, ethical reflection, and adaptability. Modernity, in his view, should question outdated practices, challenge social injustice, and promote intellectual freedom.

However, Joshi cautioned against uncritical imitation of Western models. He believed that modernity devoid of cultural grounding leads to alienation and loss of identity. For him, true modernity emerges when reason operates within a cultural and ethical framework shaped by indigenous traditions.

Thus, Joshi redefined modernity as an internal evolution rather than an external imposition. This perspective allowed him to accept scientific temper and critical inquiry without undermining spiritual and philosophical values embedded in Indian culture.

Cohesion between Tradition and Modernity

The most significant contribution of Joshi's thought lies in his articulation of a cohesive relationship between tradition and modernity. He rejected binary thinking that portrays tradition and modernity as mutually exclusive. Instead, he proposed a dialogical model where each informs and enriches the other.

Tradition, according to Joshi, provides ethical depth, cultural continuity, and philosophical insight. Modernity contributes analytical rigor, reformist zeal, and responsiveness to change. When integrated thoughtfully, they produce a balanced worldview capable of addressing contemporary challenges.

Joshi's synthesis does not dilute either element. Tradition remains intellectually robust, while modernity retains its transformative power. This cohesion reflects a uniquely Indian path to modernity—one that is neither regressive nor rootless.

Implications for Education and Cultural Thought

Joshi's philosophy has significant implications for education. He advocated an educational model that combines classical learning with modern disciplines. Sanskrit, philosophy, and ethics should coexist with science, technology, and social sciences.

Such an integrated approach, he believed, cultivates holistic individuals capable of critical thinking and cultural sensitivity. Education, in this sense, becomes a means of cultural renewal rather than mere vocational training.

In cultural thought, Joshi's ideas challenge both cultural conservatism and aggressive modernism. His vision encourages societies to evolve organically, preserving core values while embracing necessary change.

Relevance in Contemporary Times

In an age marked by rapid globalization, cultural homogenization, and identity crises, Joshi's thought remains profoundly relevant. Contemporary debates on decolonization of knowledge, indigenous epistemologies, and cultural sustainability echo his concerns.

Joshi's framework offers a way to engage with global modernity without cultural subservience. It underscores the importance of rooted modernity—progress anchored in ethical and cultural consciousness.

Conclusion

Tarkateerth Lakshmanshastri Joshi's thought represents a mature and nuanced response to the challenges posed by modernity. By envisioning tradition as a living intellectual force and modernity as a critical yet culturally grounded process, he transcended simplistic oppositions.

His philosophy of cohesion between modernity and tradition offers a valuable paradigm for contemporary India and beyond. It affirms that progress need not come at the cost of heritage, and tradition need not obstruct innovation. Instead, when harmonized thoughtfully, they can together shape a humane, rational, and culturally enriched modern society.

Bibliography :

Joshi, Lakshmanshastri. Bharatiya Tatvachintan ani Aadhunikata [Indian Philosophical Thought and Modernity]. Pune, Bhandarkar Oriental Research Institute, 1968.

Joshi, Lakshmanshastri. Nyaya ani Bharatiya Tarka Parampara [Nyāya and the Indian Logical Tradition]. Mumbai, Popular Prakashan, 1972.

Joshi, Lakshmanshastri. Sanskruti, Parampara ani Vivek [Culture, Tradition and Reason]. Pune, Continental Prakashan, 1976.

Bhandarkar, R. G. Studies in Hindu Philosophy and Religion. Delhi, Motilal Banarsidass, 1981.

Chatterjee, Partha. The Nation and Its Fragments: Colonial and Postcolonial Histories. Princeton UP, 1993.

Dharampal. The Beautiful Tree: Indigenous Indian Education in the Eighteenth Century. Delhi, Other India Press, 1983.

Gadamer, Hans-Georg. Truth and Method. Translated by Joel Weinsheimer and Donald G. Marshall, Bloomsbury Academic, 2004.

Guha, Ramachandra. India After Gandhi. New Delhi, Picador India, 2007.

Joshi, Tarkateerth Lakshmanshastri. "Tradition and Rational Inquiry in Indian Thought." Journal of Indian Philosophy, vol. 5, no. 2, 1977, pp. 121–134.

Matilal, Bimal N. Perception: An Essay on Classical Indian Theories of Knowledge. Oxford UP, 1986.

Mohanty, J. N. Reason and Tradition in Indian Thought. Oxford UP, 1992.

Pollock, Sheldon. The Language of the Gods in the World of Men. Berkeley, U of California P, 2006.

Radhakrishnan, S. Indian Philosophy. Vol. 1, 2nd ed., George Allen & Unwin, 1951.

Sen, Amartya. The Argumentative Indian. New Delhi, Penguin Books, 2005.

Sharma, Arvind. Classical Hindu Thought: An Introduction. Oxford UP, 2000.

Thapar, Romila. Cultural Pasts: Essays in Early Indian History. Oxford UP, 2000.

****

About Author - Dr. Rajkumar Kadam, Vidya Pratishthan's Arts, Science and Commerce College, Baramati. (SPPIU,Pune)

www.ingramcontent.com/pod-product-compliance
Lightning Source LLC
LaVergne TN
LVHW050928210926
848482LV00013B/572
* 9 7 9 8 9 0 4 7 9 7 7 3 7 *